சுகம்தானா !
சொல்லுகன்னே ?

ஒரு பெண்ணின் பயணம்

தரஹி கண்ணன்

எனது பெற்றோர்களான கண்ணன் & கருணாம்பாள் அவர்களுக்கு
இந்த புத்தகத்தை அர்ப்பணம் செய்கிறேன்

பொருளடக்கம்

பொருளடக்கம்

பொருளடக்கம்

1

சுகம் தானா,சொல்லு கண்ணே

காலையில் மலர்விழி வேகமாக கிளப்பிக் கொண்டிருந்தாள். இடை-யில் மகள் வந்து தலையை சீவி விடும்படி அடம் செய்தாள்

அபி , அம்மாவுக்கு லேட் ஆயிடுச்சு....நீ போய் பாட்டி கிட்ட சீவிக்கோ

மாட்டேன்...நீங்க தான் தலை சீவணும்...!

ஆத்திரமாக வந்தது , ஆனால் காட்டிக் கொள்ளவில்லை. பொறு-மையாக சீவி விட்டாள்.

எல்லாம் அம்மா வேலையாக தான் இருக்கும் ...

மனதில் புலம்பிக் கொண்டே .....

சரி அபி , நீ சீக்கிரம் கிளம்பு ஆட்டோ வந்திடும்...

அபிநயா , மலர் கன்னத்தில் முத்தமிட்டுச் சென்றாள்.

மலருக்கு மனம் குளிர்ந்தது. மனதின் ரணங்கள் மறந்து போனது.

ஆபீஸ் ஞாபகம் வந்து பயமுறுத்தியது .....வேகமாக எழுந்து கிளப்-பினாள்.

அம்மா இருவருக்கும் டிபனைத் தயாராக வைத்து இருந்தார். அபிக்கு ஆட்டோ வந்தது , மலர் அவளை ஆட்டோவில் ஏற்றி விட்டு , மீண்டும் வீட்டிற்குள் வந்து ஆபீசுக்கு கிளம்ப ஆரம்பித்தாள்.

மலர் ...

சொல்லுங்க அம்மா...

சாயந்தரம் அபி ஸ்கூல வரச் சொல்லி இருக்காங்க ....

அம்மா , ப்ளீஸ் நீங்க போய்டு வாங்க. எனக்கு இன்னைக்கு வர முடியாது !

இல்ல மலர் , எனக்கு கால் வலி , அப்படியே போனாலும் அவங்க பேசர இங்கிலீஷ் எனக்கு புரியாது.

அம்மா அம்மா , ப்ளீஸ்...

அம்மா காதில் வாங்கிக் கொள்ளவில்லை.

மலருக்கு கோபம் வந்தது , ஆனால் எதுவும் சொல்லவில்லை. ஆத்திரத்தில் சாப்பிடாமல் கிளம்பி போனாள்.

அம்மா எதையும் கண்டு கொள்ளாமல் அடுத்த வேலையில் மூழ்கிப் போனார்.

மலருக்கு......கண்ணீர் முட்டிக் கொண்டு வந்தது. அழுகையை முழுங்கிக் கொண்டு , வேகத்தை வண்டியில் காட்டினாள்.

டியோ வண்டி பறந்தது. சிக்னல் தவிர எங்கும் வண்டி எங்கும் நிற்-கவில்லை. அவ்வளவு கோபம் !

யார் மீது...?

எதற்கு ?

மலர் ஆபீசிற்குள் நுழைந்த போது மணி ஒன்பது பதினைந்து , யாரும் வரவில்லை. மலருக்கு வசதியாகப் போனது. ரெஸ்ட் ரூம் சென்று முகத்தை கழுவி விட்டு தனது கேபினில் வந்து உட்கார்ந்தாள்.

மலர் - (ஒரு சின்ன அறிமுகம்) காதல் திருமணம் கசந்து பிரிந்து வாழ்பவள். குழந்தை அபி , தகப்பன் முகம் அறியாத குழந்தை ......மலர் தான் வாழாவெட்டி என்பதை முடிந்தவரை மறைத்து பெற்ற வேலை ....

தெரிந்தால் என்ன ?

அது ஒன்றும் பெரிய விசயம் அல்ல....தினமும் பல கேள்விகளையும் , பல பார்வைகளையும் சந்திக்க வேண்டி வரும்.

ஒரு காலகட்டத்தில் அது மேலிடத்திற்கு தெரிய .....அவர்கள் மலருக்கு அதிகமாக பாதுகாப்புக் கொடுத்தார்கள். ஒருவழியாக மலர் இந்த கம்பெனியில் பயமின்றி இரண்டாவது வருடத்தை கடந்து கொண்-டிருந்தார்.

இது எல்லா இடங்களிலும் சாத்தியம் இல்லை. மலர் வாழ்க்கையில் பல இடங்களில் தோற்று தனியாக நின்றாலும் , இறைவன் இந்த வேலையைக் கொடுத்து மலரை காப்பாற்றி இருந்தோர்.

(குடும்ப பின்னணி பற்றி பின்னால் பார்ப்போம்.)

ஆபீஸ் டைம் ஒன்பது முப்பது....ஒவ்வொருவராக உள்ளே வந்து கொண்டு இருந்தார்கள். தேதி இருபத்தி ஐந்து....மண்த் எண்ட் ரிப்-போர்ட் தயார் செய்வதில் மலர் மும்முரமாக இருந்தாள்.

இடையில் நிறைய போன் கால் வந்து கொண்டே இருந்தது. அதை அட்டென் செய்த படி வேலையை பார்த்தாள்.

லன்ச் டைம் வந்தது ...மலருக்கு வயிறு பசித்தது. காலையில் கோபத்தில் டிபன் பாக்சையும் எடுத்து வரவில்லை என்பது நினைவிற்கு வந்தது.

வெளியே சென்று சாப்பிட்டு வர மனமில்லை. யாரிடமாவது சொல்லி வாங்கி வரச் சொல்லலாம் என்று காத்திருந்தாள்....தோளில் ஒரு கை நட்போடு உறவாடியது.

மலர் அது யார் என்பதை உணர்ந்தபடி....

ஷீலா மேடம்.....

எஸ் டியர்....வா சாப்பிடலாம் ?!

இல்ல மேடம்..லன்ச் மறந்துட்டு வந்ததுட்டேன்...

சோ வாட் ...என்னோட லன்ச் இருக்கில்ல...?!

மேடம் , எதுக்கும் நான் ஒரு பாக்கெட் சாதமாவது வாங்கிட்டு வர்-றேன்.

இல்ல மலர் ...இன்னைக்கு நான் கொஞ்சம் அதிகமாகவே தான் கொண்டு வந்ததிருக்கேன். ஏன் சொல்லு...?

ஏன் மேடம்..?!

இன்னைக்கு என்னோட ஸ்பெஷல் டிஷ் !

வாவ் ..வெஜ் பிரியாணி யா ?

ம் ....எஸ்

டபுள் ஓகே மேடம்...

இருவரும் பேசிக்கொண்டே சாப்பிட்டு முடித்தார்கள். மலரின் ஒரே ஆறுதல் இந்த ஷீலா மேடம் தான் ...இவருக்கு குழந்தை இல்லை . கணவன் வெளிநாட்டில் வேலை செய்கிறார்.

ஆரம்பத்தில் குழந்ததைக்காக நிறைய ட்ரீட் மெண்ட் எடுத்து தோற்-றுப் போனவர். மலரை விட ஏழு வருடங்கள் பெரியவர். மலர் அவருக்கு மகள் போல ....அப்படி ஒரு அன்பு. நட்பை தாண்டிய அன்பு. மலர் பல விசயங்களில் ஷீலா வை கேட்காமல் எந்த முடிவை-யும் எடுத்ததில்லை.

சில என்கிற விசயங்கள் ....பெரும்பாலும் வீட்டில் மற்றவர்கள் சம்-
பந்தப்பட்ட விசயமாக இருக்கும். அதில் ஷீலா எப்போதும் தலையிடுவ-
தில்லை.

இந்த இரண்டு வருடமாக மலருக்கு வீட்டிற்குள் கிடைக்காத அன்பு
, நம்பிக்கை இரண்டையும் கொடுத்தது இந்த ஷீலா.

மலருக்குக் கிடைத்த இரண்டாவது அம்மா. வயது ஒத்த நபர்களை
விட , வயது வித்தியாசம் அதிகமாக இருக்கும் நபர்களிடம் கிடைக்கும்
நட்பு பல நேரங்களில் , அவர்களின் அனுபவத்தை நமக்கு கற்றுத் தரும்
என்பது உறுதி.

இவர்கள் நட்பும் அப்படிப் பட்டது தான். லன்ச் முடிந்தது , மலர்
மனதில் வீட்டு ஞாபகம் வந்து மனதை பிணைந்தது.

அம்மா , அபி ஸ்கூலுக்கு போயி இருப்பாங்களா? இப்போதெல்லாம்
அம்மா முன்பு போல இல்லை. தன்னை தனியா நிறுத்தி வேடிக்கை
பார்ப்பது போலத் தோன்றியது.

இடையில் போன் செய்ய நினைத்து , பிறகு எதற்கு இப்போதே
டென்சனை ஏற்றுக் கொள்ள வேண்டும் என்று நினைத்து விட்டு விட்-
டாள்.

மாலை ஆறு முப்பது....மலர் வேகமாக பார்க்கிங்கில் இருந்து வண்-
டியை எடுத்துக் கொண்டு வெளியே வந்தாள்.

மலர்...மெல்ல ...எதுக்கு இவ்வளவு அவசரம் ?-

இல்ல மேடம்...அம்மா போனாங்களா , இல்லையான்னு தெரியலை
...அதான் !

மலர் ...இப்ப நீ அவசரமா போனாலும் , எதையும் மாத்த முடியாது.
மெல்லப் போ ...உன் மகளுக்கு நீ ரொம்ப முக்கியம். இன்னைக்கு நீ
ஸ்கூலுக்குப் போகாதது பிரச்சனை இல்லை. அவ வாழ்க்கை முழுக்க நீ
ஆரோக்கியமா இருக்கணும் அது தான் முக்கியம்.

தோளில் தட்டிக் கொடுத்து விட்டு ஷீலா பஸ் ஸ்டாண்டில் இறங்கிக்
கொண்டார். இது தினசரி வழக்கம். ஷீலாவுக்கு வண்டி ஓட்டத் தெரி-
யாது. ஆபீஸ் முடிந்ததும் மலர் அவரை பஸ் ஸ்டாண்டில் இறக்கி விடு-
வது பழக்கம்.

மலர் ஷீலா சொன்னதை மனதில் வைத்துக் கொண்டு வீட்டிற்கு
வந்து சேர்ந்தாள்.

அபி முகத்தை " உம் " என்று வைத்துக் கொண்டு வாசலில் அமர்ந்து இருந்தாள்.

மலருக்கு புரிந்து விட்டது.

அபி....என் தங்கம் !!

....

அம்மா என்ன வாங்கிட்டு வந்து இருக்கேன் சொல்லு.....?

....

அபி , எப்போதும் சாக்லேடை கையில் காட்டினாள் ஓடி வந்து விடுவாள் ...இன்று கொஞ்சம் கோபம் அதிகமாக இருந்தது.

அம்மா ...அம்மா

என்ன ?

அம்மா சாந்தக் குரலில் வெறுப்பேற்றினார்.

ஸ்கூலுக்குப் போகலயா...?

இல்ல , நான் தான் காலையிலேயே சொன்னேனே.....

அபிக்காக போய் இருக்கலாம் இல்லமா ?

குரல் தழுதழுத்தது.....

இல்ல , மலர்...எனக்கு உடம்பு சரியில்லை. நீ என்னை பழைய மாதிரி எதிர் பார்க்காத ....!

அம்மாவின் பதில் ...மலருக்கு தான் தனி மரம் என்பதை குத்திக் காட்டியது. அபியை சமாதானம் செய்து தன் அறைக்கு அழைத்துச் சென்றாள்

மனம் வலித்தது .....ஷீலா சொன்னது ஞாபகம் வந்தது. இன்னைக்கு நடந்ததை மறந்து அடுத்து என்ன செய்யலாம் என்று யோசிக்க ஆரம்-பித்தாள் .

2

மனம் வலித்தது .....ஷீலா சொன்னது ஞாபகம் வந்தது. இன்னைக்கு நடந்ததை மறந்து அடுத்து என்ன செய்யலாம் என்று யோசிக்க ஆரம்-பித்தாள்.

அபி ....சாரி டா !! அம்மாவுக்கு நிறைய வேலை இன்னிக்கு , அதான் வர முடியல .....

குழந்தையிடம் கெஞ்சினாள். அபிநயா சிறு குழந்தை கோபத்தை நீண்ட நேரம் காட்டத் தெரியவில்லை. அம்மா முகம் மாறியதால் அழு-கையோடு வந்து கட்டிக் கொண்டாள்.

சரிம்மா....பரவாயில்லை, மிஸ் போன் பண்ண சொன்னாங்க ...

போன் நம்பரை டைரியில் இருந்து எடுத்துக் காட்டினாள். மலர் உடனே அந்த செல் நம்பருக்கு போன் செய்து பேசினாள்.

ஹலோ .....மிஸ் நான் அபியோட அம்மா மலர் பேசறேன்.

அப்படியா ....உங்க போனுக்காகத்தான் வெயிட் பண்ணீட்டு இருக்-கேன்.

சொல்லுங்க மேடம்...

நீங்க சிங்கிள் பேரண்டா ?

எஸ் மேடம்...எனி பிராப்ளம் ?

பிராப்ளம் ஒன்னும் இல்லை....நீங்க முதலிலே சொல்லி இருந்தா நான் அபிகிட்ட அவ அப்பா பத்தி கேட்டு இருக்க மாட்டேன்.

மலருக்கு தூக்கி வாரிப் போட்டது.

என்ன மேடம் என்ன கேட்டீங்க ?

நீங்க வராததால .....அவளோட அப்பா ஏன் வரலைன்னு கேட்டேன் ...வேற ஒன்னும் கேக்கல...!

....

மலர்....

சொல்லுங்க மிஸ் , அதுக்கு அவ என்ன சொன்னா ?

பாவம் குழந்தை அழுக ஆரம்பிச்சுட்டா ....!!எனக்கு ஏன் கேட்-டோம் என்று இருந்தது. வெரி சாரி....எனக்கு ரொம்ப கஷ்டமாக இருந்-தது. நீங்க இந்த மாதிரி விசயத்தை தயவுசெய்து எங்களுக்கு இன்-பார்ம் பண்ணீடுங்க...இதில் தவறு எதுவும் இல்லை. ஒவ்வொருவரின் வாழ்க்கை ஒவ்வொரு மாதிரி.

சாரி மிஸ் , சொல்லாதது என்னுடைய தவறு தான். ஏதாவது முக்-கியமான விசயமா ?

பரவாயில்லை மலர்....உங்க வீட்ல இருந்து யாரும் வந்து நான் பாத்-ததே இல்லை, தப்பா நினைக்காதீங்க....அவ குழந்தை , அவ கிட்ட நாங்க எல்லாத்தையும் கன்வே பண்ண முடியாது. அடிக்கடி ஸ்கூலுக்கு வாங்க, அப்ப தான் அவளுக்கும் சந்தோஷமா இருக்கும். மத்தபடி முக்-கியமான விசயம் ஒன்னுமில்ல , அவ அடிக்கடி தனியா உட்கார்ந்து அழுகறா என்னன்னு பாருங்க....இதுக்குத் தான் வரச் சொன்னேன் , வேற ஒன்னுமில்ல ...

மலர் பதறிப் போனாள்.

ஓகே மிஸ் , நான் பாத்துகுறேன். என்னோட ஒரு தாழ்மையான வேண்டுகோள்...

சொல்லுங்க மலர்...

அவள கொஞ்சம் பாத்துக்கோங்க மிஸ்...!! தனியா விடாதீங்க...!

சொல்லும் போதே குரல் கம்மிப்போனது.

நீங்க கவலைப்படாதீங்க மலர், பட் நேரம் ஒதுக்கி ஒரு நாள் ஸ்கூ-லுக்கு வந்து என்னைப் பாருங்க....

ரொம்ப தேங்ஸ்....மிஸ்....இந்த வாரம் லீவு கொடுக்க மாட்டாங்க , மன்த் எண்ட் . அடுத்த வாரம் கட்டாயம் வந்து பாக்குறேன்.

ஓகே , வாங்க.

போனை வைத்துவிட்டு , அபியை தேடினாள். அபி, பாட்டியோடு அமர்ந்து டிவியில் சீரியல் பார்த்துக் கொண்டு இருந்தாள்

மலருக்கு..... இப்படி அபி சீரியல் பார்ப்பது பிடிக்காது , ஆனால் வேறு வழியில்லை , வேறு ஏதாவது பார்க்கச் சொன்னால் அம்மா முகம் பார்க்க சகிக்காது.

அபி வா இங்க...

இரும்மா ..விளம்பரம் போடும் போது வர்றேன்.

மலருக்கு அபியைப் பிடித்து சாத்த வேண்டும் போல இருந்தது. பல்லை கடித்துக் கொண்டு , சீரியல் முடியும் வரை அடுத்த நாளுக்கு தேவையான காய்கறிகளை எடுத்து வைத்தாள்.

ஒரு வழியாக சீரியல் முடிந்தது . அபி கையில் தட்டோடு மலர் அருகில் உட்கார்ந்து சாப்பிட்ட படி ....

அம்மா...மிஸ் என்ன சொன்னாங்க ??

மலருக்கு மனசு கசிந்து போனது. அபியின் தலையை கோதியபடி....

நீ நல்ல பொண்ணுன்னு சொன்னாங்க...

ம்... ரீயலி....

ஆமா செல்லம் ....நீ குட் கேர்ள் தானா ???

.....

என்னடா ....நீ நல்ல பொண்ணு தானா ?

இல்லாம...பேட் கேர்ள்

ஏன் அபி ...என்ன ஆச்சு ??எம் பொண்ணு நல்ல பொண்ணு தான் , எனக்கு தெரியும்...

......

அபி எதுவும் சொல்லவில்லை , சாப்பாட்டு தட்டில் கோலம் போட்-டுக்கொண்டு இருந்தாள்.

அபி....என்ன ஆச்சு என் செல்லத்துக்கு...?

அம்மா.....மிஸ் நம்ம அப்பா எங்கேன்னு கேட்டாங்க....

[அபி அமைதியாக அவள் அடுத்து என்ன சொல்ல போகிறாள் என்று எதிர்பார்த்தபடி].....

அம்மா...

ம்....

அப்பா ஏன் நம்ம கூட இல்லை...என்னோட பிரண்டு கேட்டா ....?

அபி அம்மா தான் ஏற்கனவே சொன்னே இல்ல , அவருக்கு நம்ம மேல கொஞ்சம் கோபம்....சீக்கிரம் வந்துவிடுவார் .

இல்ல ....மொதல்ல அப்பா ஃபாரின்ல இருக்காருண்ணு சொன்ன ....பாட்டி சொன்னாங்க அது பொய்ன்னு....

மலருக்கு என்ன சொல்லுவது என்று தெரியவில்லை.

அபி இப்ப , அம்மா சொன்னா உனக்கு புரியாதுடா....

புரியும்மா....சொல்லுங்க.

அபி .....நீ முதல்ல சாப்பிடு.!!!

அப்பாவ நீங்க டைவர்ஸ் பண்ணீட்டிங்களா ?

அபி .....அவரு நல்லவர் இல்லைடா....நீ பெருசாகும் போது புரியும்.

பாட்டி சொன்னாங்க...நீங்க தான் அவசரப்பட்டு அவர தொரத்தி விட்டுட்டிங்களாமா ?

மலருக்கு இது எல்லாம் அம்மா வேலை என்று புரிந்தது. குழந்தைக்கு எதை சொல்ல வேண்டும் என்று கூட தெரியவில்லை இந்த அம்மாவிற்கு !!

ஏற்கனவே மனம் முழுவதும் ரணம் ...பற்றாக்குறைக்கு இப்போது இந்த பிரச்சனை வேறு...!

அபி ...என் தங்கம், நாளைக்கு ஸ்கூல் இருக்கில்ல...சாப்பிட்டுப் போய் தூங்கு , அம்மா லீவு வரும் போது உனக்கு எல்லா கதையும் சொல்றேன்.

அபி சமாதானம் ஆகி சாப்பிட ஆரம்பித்தாள்.

மலருக்கு அம்மா விடம் இதைப்பற்றி கேட்க வாய்த் துடித்தது , ஏதாவது கேட்டால் உடனே அக்கா வீட்டிற்கு போகிறேன் என்று பயம் காட்டுவார். ஒரே ஒரு நாள் அம்மா சென்றால் கூட அபியை பார்த்துக் கொள்ள ஆள் இல்லை.

''கடவுளே ....என்னைக் காப்பாற்று , அறியாத வயதில் செய்த பிழை , இன்று நான் பெற்ற பிள்ளைக்கு பதில் சொல்ல முடியாமல் நிற்கிறேன்''

பெற்ற தாய் தன்னை பழி எடுப்பதாக உணர்ந்தாள். அதை தவறு என்று குற்றம் சொல்ல முடியாத நிலையில் மலர்.....

காரணம்...

காதலிக்கும் போதே அம்மா சொன்னார்....

அன்பாக ...தலையை தடவிக் கொடுத்து.

மலர் கேட்கவில்லை...!!

அப்பா பெல்ட்டை கழட்டி சதை கிழிந்து ரத்தம் வரும் வரை அடித்தார். அதில் பாதி அம்மாவின் மீது விழுந்தது.

அப்போது அம்மா , அழுது கெஞ்சினார்.

மலர் கேட்கவில்லை , காதல் புனிதமானது என்று தோன்றியது.

அப்பா வீட்டில் பூட்டி வைத்து பட்டினி போட்டார்.

அம்மா திருட்டுத்தனமாக சாப்பாடு கொடுத்துக் கதறினார்.

மலர் நெஞ்சம் முள்ளாக இருந்தது.

அப்பா மாப்பிள்ளை பார்த்தார்.

மலர் சுவர் ஏறி குதித்து வந்து காதல் திருமணம் செய்து கொண்-டாள்.

அப்பாவின் கோபம் அம்மா மீது திரும்ப , அந்த பெல்ட் அம்மா சதையோடு பல இடங்களில் ஒட்டிக்கொண்டது.

மலர் அதைக் கேள்விப்பட்டு கூட அம்மாவை வந்து பார்க்கவில்லை. அப்பா மலரின் தவறுக்கு அம்மாவோடு வருடக்கணக்கில் பேசாமல் இருந்தார்.

அம்மாவுக்கு அந்தக் கோபம் இன்னும் இருந்தது. ஆனால் தாய் மனசு உள்ளே குமுறிக் கொண்டு இருந்தது.

பாவி மகளே ...இத்தனை கஷ்டத்தையும் கொடுத்தியே...பாதகத்தி !! அந்த வாழ்க்கை யில ஜெயிச்சு வந்து நின்னு இருக்கக்கூடாதா ? பெத்த வயிறு எரியுதுடி !!

என் காயத்தின் தழும்பு கூட மாறவில்லையடி சண்டாளி...தேடிய வாழ்க்கையை தொலைத்து விட்டு வந்தாயே , வயிற்றில் குழந்தை-யோடு!!

பெற்ற வயிறு பத்தி எரியுதுடி...

மலர் , தாயின் கோபமும் , சாபமும் நியாயமானது என்பதால் அதை ஏற்றுக் கொண்டு தினமும் ஒரு சங்கடத்தை சந்தித்துக் கொண்டு இருந்-தாள்.

மறுநாள் காலையில் அம்மா அபியை கொஞ்சியபடி தலையை சீவிக் கொண்டு இருந்தார்.

அம்மா மலர் மீது எவ்வளவு கோபத்தை காட்டினாலும்...அதில் துளி அளவு கூட அபி மீது காட்டுவதில்லை. இந்த விசயத்திற்காக அம்மா காட்டும் கோபத்தை பொறுத்துக் கொள்ளலாம் என்று தோன்றும்.

அன்று காலை மலர் ஆபீஸ்:

அன்று ஆபீசில் நல்ல பரபரப்பு...காரணம் ஏதோ குளறுபடி காரண-மாக மண்த் எண்ட் பிராசஸ் லேட் ஆனது.

ஷீலா மேடம் பார்க்கும் பைலில் தான் குழப்பம், அந்த பைல் வேறு ஒருவரிடம் கொடுத்து சரிபார்க்கப்பட்டது.

தவறு ஷீலா மீது தான். ஒரு எண்ட்ரீயை பதிவு செய்ய மறந்து இருந்தார். அது பெரிய பிரச்சனையாக மாறி மற்றவர்கள் வேலையையும் சேர்த்துக் கெடுத்தது.

ஷீலா கடுமையான மன உளைச்சலில் இருந்தார். அதனால் மலர் தன் மன கஷ்டத்தை அவரிடம் சொல்ல முடியாமல் இருந்தாள்.

தவறு ஷீலா மீது தான். ஒரு எண்ட்ரீயை பதிவு செய்ய மறந்து இருந்தார். அது பெரிய பிரச்சனையாக மாறி மற்றவர்கள் வேலையையும் சேர்த்துக் கெடுத்தது.

ஷீலா கடுமையான மன உளைச்சலில் இருந்தார். அதனால் மலர் தன் மன கஷ்டத்தை அவரிடம் சொல்ல முடியாமல் இருந்தாள்.

3

அத்தியாயம்- 3

ஷீலா கடுமையான மன உளைச்சலில் இருந்தார். அதனால் மலர் தன் மன கஷ்டத்தை அவரிடம் சொல்ல முடியாமல் இருந்தாள்.

இரண்டு நாட்களாக மலருக்கு , ஷீலா வை நெருங்க கூட முடிய-வில்லை. மேடம் அவ்வளவு பிஸி, பின்ன ஒரு மாதத்திற்கான ரிப்போர்ட் என்பதால் மலர் அவரை தொந்தரவு செய்யாமல் அளவாக பேசிவிட்டு வந்தாள்.

தினமும் ஒரு காலையில் ஒவ்வொரு பிரான்ச்சில் இருந்தும் மலர் , ரிப்போர்ட் வாங்குவது வழக்கமான விசயம். அதில் பெரும்பாலும் சூப்-பர்வைசர் தகுதியில் இருப்பவர்கள் தான் பேசுவார்கள்.

இன்று ஒரு பிரான்ச்சில் இருந்து புது குரல் ஒன்று பேசியது. மலர் அதைக் அடையாளம் கண்டு கொண்டாலும் கேட்க வில்லை.

மறுநாள் அதே குரல் ...

ஹலே....குட் மார்னிங் மேடம்.

குட்மார்னிங் சார்...

எதுக்கு மேடம் சார் ...சும்மா பேர் சொல்லிக் கூப்பிடுங்க....

....இல்லை சார் நான் ஆபீசியலா யாரையும் பேர் சொல்லிக் கூப்பிட மாட்டேன்.

அப்ப சரி ....ஆபீஸ் டிட்டெல்ஸ் பேசும் போது சார்னு கூப்பி-டுங்க....மத்தபடி பேர் சொல்லி பேசுங்க போதும்.

மலருக்கு எப்படி இவனை சமாளிப்பது என்று தெரியவில்லை.

சார்....மத்தபடி பேச எனக்கு எதுவும் இல்லை. நீங்க முதல்ல இன்-னிக்கு ரிப்போர்ட் - ஐ சொல்லுங்க..

குரலில் கடுமை காட்டினாள்.

எதிர் திசையில் வேறு எதுவும் கேட்காமல், ரிப்போர்ட் மட்டும் வந்-தது.

மலருக்கு இப்போது தான் மனசு திருப்தி ஆனது. இதை கட்டாயம் ஷீலா விடம் பகிர்ந்து கொள்ள நினைத்தாள். ஆனால் ஷீலா எதையும் கேட்கும் நிலையில் இல்லை.

மலருக்கு இந்த இடைவெளி மனதை கஷ்டப்படுத்தியது. ஏனோ தனக்கு யாரும் இல்லை என்பது போன்ற உணர்வு.

மலருக்கு வீட்டில் என்ன நடக்கிறது என்பதை சிந்திக்க முடியாத நிலையில் இருந்தாள். ஆபீஸ் டென்சன், ஷீலா உடன் பேச முடிய-வில்லை இப்படி பல பிரச்சனை.

வீட்டில் அம்மா எப்போதும் போல கடமையை சரியாகச் செய்து விட்டு, மலர் வரும்போது மட்டும் "உம்" என்று இருந்தார்.

அபி மட்டும் அருகில் வந்து முத்தம் கொஞ்சி விட்டுச் சென்றாள். மலருக்கு இது ஒன்று தான் ஆறுதலாக இருந்தது.

மலர் தன் அறையில் இருந்தபடியே, அம்மா யாருடனோ போனில் பேசிக்கொண்டு இருந்தை கேட்டாள்.

இனி என்னால எந்த வேலையும் செய்ய முடியாது உமா ...நீ அவங்களை கூட்டிட்டு வா ....இதுக்கு ஒரு முடிவு வரட்டும்.

மலருக்குப் புரிந்தது...அக்காவிடம் தான் பேசிக் கொண்டு இருக்கி-றார். ஆனால் யாரை வரச் சொல்லுகிறார் என்று புரியவில்லை.

இப்போது போய் கேட்டால் ஏதாவது பிரச்சனை வரும் என்று பயந்து எதையும் கேட்காதது போல அமைதியாக இருந்தாள்.

இரவு தூக்கம் வரவில்லை. அம்மா என்ன எதிர்பார்க்கிறார் என்று தெரியாமல் மனசு தள்ளாடியது. திரும்பத் திரும்ப தான் வாழ்க்கையில் தோற்றுப் போன தருணங்கள் நினைவிற்கு வந்து தொல்லை செய்தது.

அப்பா நினைவிற்கு வந்தார். அப்பா இறந்து ஆறு மாதங்கள் தான் ஆகிறது. காதல் திருமணம் செய்ததும் தனக்கு கருமாதி செய்ததும் அப்பா தான், நடு ரோட்டில் வயிற்றில் குழந்தையோடு வந்த போது பதறிப் போய் ஓடி வந்தவரும் அப்பா தான்.

அப்பாவிற்கு நிகர் அப்பா தான். ஆறு மாதங்கள் முன்பு வரை அபி தனக்கு அப்பா இல்லை என்பதை உணர்ந்ததே இல்லை. அந்த அளவுக்கு மலரின் அப்பா அவளைப் பார்த்துக்கொண்டார்.

மலரும் தன் தவறை உணர்ந்து தைரியமாக வாழ ஆரம்பித்தாள். அப்போது கூட அம்மா இந்த அளவிற்கு வெறுப்பைக் காட்டியதில்லை.

அம்மாவின் இந்த மாற்றம் மலருக்கு எதிர்காலத்தின் மீது பயத்தை ஏற்படுத்தியது. மனம் வாழ இனி வழி இல்லை என்று நினைத்தது. ஒரு நிமிடம் அபியை நினைத்து மனம் துவண்டு போனது. இவளை எப்படி ஆளாக்க போகிறோம். வாழ்க்கை இன்னும் நீண்ட தூரம் இருக்கிறதே என்று சோர்ந்து போனாள்.

நடு இரவிற்கு மேல் ஆனது. தூக்கம் வரவில்லை. விடிந்த பின் தூங்கி போனாள்.

மறுநாள் ஆபீசில்....

மாதத்தின் கடைசி நாள் ...அந்த புதுக் குரலோடு இன்று நீண்ட நேரம் பேச வேண்டும் என்கிற கட்டாயம்.

மலருக்கு நினைத்தாலே பயமாக இருந்தது. எப்போதும் பேசும் பெண் எங்கே போனாள் ? இவனோடு பேச பிடிக்கவே இல்லை , தலை வலி- யாக இருந்தது . தூக்கம் இல்லாமல் என்னவோ போல் இருந்தது.

ஆனால் புலம்பிப் பயன் இல்லை , போன் செய்தாள்.

ஹலோ.....

மலர் கேட்பதற்கு முன்னால் அந்தக் குரல் ரிப்போர்டை படிக்க ஆரம்பித்தது. மலர் வேகமாக அதை நோட் செய்து கொண்டாள்.

எப்போதும் பேசி முடிக்கும் போது நன்றி சொல்லும் நாகரீகம் தெரிந்- தவள் மலர்..ஆனால் இன்று அதை அவள் சொல்லும் முன்பே போன் துண்டிக்கப்பட்டது .

மலருக்கு முகத்தில் அடித்தது போல இருந்தது . தான் அவரை காயப்படுத்தி விட்டதாக உணர்ந்தாள். மீண்டும் மீண்டும் மனசு சோர்ந்து போனது.

தன்னால் யாருக்கும் மகிழ்ச்சி கிடைக்காது போல , தான் அடுத்த- வரை காயப்படுத்தப் பிறந்தவள் போல என்று மனசு துடித்தது.

இன்று ஒரு நாள் சமாளித்தால் போதும் , நாளை முதல் மீண்டும் ஷீலா மேடமோடு பேச நேரம் கிடைக்கும் , அது தனக்கு ஒரு வடிகால் என்று ஆவலோடு காத்திருந்தாள்.

அதற்கு முன்பு மீண்டும் அந்த குரல் போனில் கேட்டது .

ஹலோ மேடம்.....

மலர் கொஞ்சம் தயங்கியபடி ....

சொல்லுங்க சார்..?!

நீங்க பேசப் பேச போனை கட் பண்ணிட்டேன் , ரொம்ப நேரமா எனக்கு ஒரு கால் வெயிடிங்ல இருந்தது அதுதான், சாரி ஏதாவது சொல்ல வந்தீங்களா ?

மலருக்கு இப்போது கொஞ்சம் நிம்மதியாக இருந்தது.

முக்கியமா எதுவும் இல்லை சார் , எப்போதும் தேங்ஸ் சொல்லி தான் போனை கட் பண்ணுவேன். அத சொல்றதுக்குள்ள நீங்க கட் பண்ணீட்டிங்க .....

இவ்வளவு தானா ......நான் கூட ஏதோ ஆபீஸ் விசயம்னு நினைச்-சேன். ஏன் மேடம் எதுக்கு இந்தப் பழக்கம்?? ஆபீஸ் விசயம் பேசுனா அத மட்டும் பேசிவிட்டு வைக்க வேண்டியது தானே , எதுக்கு தேங்ஸ்.

சொல்லி விட்டு போனை கட் செய்தான். மலருக்கு பைத்தியம் பிடித்த மாதிரி இருந்தது. எதற்காக இவன் திரும்ப கூப்பிட்டு காயப்படுத்-தினான் ?? இதற்கு முதல் சம்பவமே பரவாயில்லை என்று தோன்றியது.

மனதின் ஓரத்தில் இவன் தினமும் தனக்கு பிரச்சினை கொடுக்கும் நபராக தான் இருக்கப்போகிறான் என்று தோன்றியது.

4

மனதின் ஓரத்தில் இவன் தினமும் தனக்கு பிரச்சினை கொடுக்கும் நபராக தான் இருக்கப்போகிறான் என்று தோன்றியது.

கண்களில் நீர் முட்டிக் கொண்டு நின்றது. எப்போது இந்த கடிகாரம் ஆறறை மணியை தொடும் என்று காத்துக்கொண்டு இருந்தாள்.

அப்பாடா ....ஆகி விட்டது. ஓட்டமும் நடையுமாக பையை எடுத்துக் கொண்டு ஓடினாள். வண்டியை பார்க்கிங்கில் இருந்து எடுத்துக் கொண்டு மின்னல் போல பறந்தாள்.

ஷீலா மேடம் இதை எதிர்பார்க்கவில்லை. எப்படி என்னை மறந்தாள். அப்படி என்றால் ஏதோ பிரச்சனை போல... என்று புரிந்தது. மெதுவாக பஸ் ஸ்டாண்டை நோக்கி நடை போட்டார்.

பாதி வழியில் ஷீலாவின் ஞாபகம் வந்தது. மலர் பதறிப் போய் உடனே போய் போன் செய்தாள்.

ஹலோ மேடம்.....

சொல்லு மலர் , எங்க இருக்க ?

சாரி மேடம் , மறந்துட்டேன் . ரொம்ப தூரம் வந்துட்டேன் மேடம் வெரி சாரி.....

சொல்லும் போதே அழுகை வந்தது.

சீ......வாய மூடு முதல்ல!! எனக்கு தெரியும் மலர் , உனக்கு என்னவோ பிரச்சினை ! அதான் மறந்துட்டே...

மலர் சத்தமாக அழுதபடி ...

ஆமா மேடம்...தேங்ஸ் ஃபார் அண்டஸ்டேண்டிங் !!

பின்ன நான் புரிஞ்சுக்காம ? பேசாம போயிப் படு ....நாளைக்கு பேசலாம். மெல்ல போ ....

மலர் சமாதானம் ஆகி மீண்டும் வண்டியை ஓட்டத் தொடங்கினாள். மனசு கொஞ்சம் லேசான மாதிரி இருந்தது. நம்மையும் புரிந்து கொள்ள ஒரு ஜீவன் இருக்கிறது என்கிற சந்தோஷம்.

வீட்டில் வழக்கம் போல அம்மா.....

அபி ஓடி வந்து கட்டிக் கொண்டாள். மலருக்கு தலைவலி காரண-மாக அவளோடு விளையாட முடியவில்லை. போனதும் டீ யை குடித்து விட்டு தூங்கிப் போனாள்.

சிறிது நேரத்தில் தானாக முழிப்பு வந்தது. அம்மா தூங்கிக்கொண்டி-ருந்தார். அபி, மலரின் மீது கால் போட்டபடி தூங்கிக்கொண்டிருந்தாள்.

அந்த இரவு நேரம் மலருக்கு எப்போதும் பிடிக்கும். அதுவும் கணவன் அருகில் இருந்த சமயத்தில், நாள் முழுவதும் இந்த நடு நிசிக்காக காத்திருப்பாள். காரணம் யாருடைய தொந்தரவும் இல்லாமல் ரம்மியமான குளிர்ந்த இரவு ...மயங்காத மனம் கூட மயங்கும். மலர் விதி விலக்கு அல்லவே !?

ஆனால் கடந்த சில வருடங்களாக இந்த இரவு வெறுப்பை தந்தது. எப்படி எல்லாம் ரசித்து, ரசித்து வாழ வேண்டும் என்று நினைத்தாளோ ....அந்த கனவு கருகி போன துக்கம். இடைப்பட்ட காலகட்டத்தில் இந்த இரவு ரசிக்கப்படவில்லை.

ஆனால் இன்று தன்னால் ஏற்பட்ட விழிப்பு பழைய ஞாபகங்களை வெளிக்கொண்டு வந்தது.

இந்நேரம் அவர் என் கூட இருந்திருந்தால் ? தன்னை ஒருவன் இப்படி பேச முடியுமா ?தான் இப்படி அடங்கித்தான் போவேனா ?

தனக்கு ஒரு பாதுகாப்பு வேண்டும் என்று மலர் முதல் முறையாக சிந்திக்க ஆரம்பித்தாள்.

பாதுகாப்பு என்பது என்ன ? ஒருவர் நம்மை கத்தி எடுத்து குத்த வர வேண்டுமா ?? அதை தடுக்க நம் அருகில் ஆள் வேண்டுமா ??

இல்லை ...!!

பாதுகாப்பு என்பது நம்மை ஒருவர் தம் நிலையில் இருந்து இறக்க நினைத்தால் கூட அது தாக்குதல் தான். அப்படி அவர்கள் நினைக்கும் போது நமது பின்புலம் அவருக்கு பயத்தை கொடுக்குமானால் அதுதான் பாதுகாப்பு.

அப்படி பார்த்தால் மலருக்கு பாதுகாப்பு இல்லை. அவளுடைய மனசு நொந்து போய் இருந்தது. என்ன இது கொடுமை? ஆம் ,பெண் எப்போது எதற்கு சோர்ந்து போவாள் என்று தெரியாது.

மலையை உருட்டிப் போடுவாள் பெண்....வீட்டில் கரப்பானுக்கு பயந்து போவாள். இன்று மலர் பயந்தது , கரப்பான் பூச்சியை கண்டு , ஆனால் அவளுடைய மனசு கரப்பானை , அனகோண்டாவாக கற்-பனை செய்து வைத்து இருப்பது அவளுக்கு இப்போது புரியாது.

நீண்ட நேரம் தனியாக அமர்ந்து இருந்துவிட்டு மீண்டும் படுக்க சென்றாள். தூக்கம் வரவே இல்லை. தனக்கே இப்படி தோன்றும் போது தன் மகளுக்கு தினமும் பகலில் என்னவெல்லாம் தோன்றும் என்று அவளை நினைத்து மனசு சிந்திக்க ஆரம்பித்தது.

அம்மா தூக்கம் கலைந்து மலரின் நடவடிக்கைகளை கவனித்தபடி படுத்து இருந்தார்.

மறுநாள் லீவு போடலாம் என்று தோன்றியது. ஆனால் ஷீலா விடம் பேசவேண்டும் என்பதற்காக கிளம்பிச் சென்றாள்.

மறுநாள் காலை:

ஆபீஸ் புதுத் தெம்போடு காணப்பட்டது. இன்று மாதத்தின் முதல் நாள் மீட்டிங் வேறு நடக்கும். பெரிய தலைகளுங்கு உள்ளே மீட்டிங் .

கைப்பிள்ளைகளுக்கு இன்று சம்பளத்துடன் விடுமுறை என்று சொல்லலாம். இன்று அதிகமாக வேலை இருக்காது. மலர் வசதியாக ஷீலாவின் அருகில் அமர்ந்து நாயம் பேச ஆரம்பித்தாள்.

அழுகை வரவில்லை , வருத்தத்தோடு சொல்ல ஆரம்பித்தாள். குடும்ப விசயத்தில் பெரிய ரியேக்சன் காட்டாத ஷீலா , அந்த மிரட்டல் குரல் பற்றி சொன்னதும்...

யாரு அவன் ? எனக்கு தெரியாம ? போனப்போடு பார்ப்போம் - என்றார்.

மலர் அவர் அருகில் இருக்கும் தைரியத்தில் போன் செய்தாள். எடுத்ததும் பழைய குரல்...

ஹலோ...

மலருக்கு உயிர் வந்தது.

அந்த பழைய பொண்ணு திரும்ப வந்துட்டா ....

ஷீலா வைப் பார்த்து சொல்லியபடி....

ஹலோ ....நான் மலர் பேசறேன்.

சொல்லுங்க மேடம் , இன்னைக்கு ரிப்போர்ட் கேக்க மாட்டிங்களே...

ரிப்போர்ட் வேண்டாம்....- முடிப்பதற்குள் ஷீலா போனை வாங்கி....

ஏம்மா ..இந்த ரெண்டு நாளா யார் ரிப்போர்ட் கொடுத்தது. ?

சார் தான் மேடம்...

எந்த சார் ...?

மேடம் டிவிசன் மேனேஜர் ....

அடுத்து ஷீலா விற்கு குரல் வரவே இல்லை.

யாரு ....ஹரி சாரா ?

ஆமா மேடம் ..இன்னிக்கு அங்க தான் இருக்காரு....ஏதாவது கேக்-கனும்னா அவரைக் கேளுங்க....

சத்தம் இல்லாமல் போன் வைக்கப்பட்டது. ஷீலா ,மலரைக் கோபித்-துக் கொண்டார்.

மலர் .... இனிமேல் பேர கேட்டுட்டு பேசு ..

ஏன் மேடம்...அவன் யாரு ?

உஷ்..... அது ஹரி சார் ...

மலருக்கு உடல் வியர்த்தது...

அடக் கடவுளே ...சுவிட்ச் பாக்சுல கை வெச்சா பரவாயில்லை , நேர போய் டிரான்ஸ்ஃபாரத்தில கை வெச்சா !!!

மலர் தன் இருக்கையில் வந்து சத்தம் இல்லாமல் அமர்ந்து கொண்-டாள் . ஷீலா வைப் பற்றி கேட்கவே வேண்டாம். பயந்து போய் தன் இருக்கையில் அமர்ந்து கொண்டார்.

மீட்டிங் முடிந்ததும் ...மலர் உள்ளே அழைக்கப்பட்டாள்.

5

❦

அத்தியாயம் - 5

மலர் தன் இருக்கையில் வந்து சத்தம் இல்லாமல் அமர்ந்து கொண்-டாள் . ஷீலா வைப் பற்றி கேட்கவே வேண்டாம். பயந்து போய் தன் இருக்கையில் அமர்ந்து கொண்டார்.

மீட்டிங் முடிந்ததும் ...மலர் உள்ளே அழைக்கப்பட்டாள். அதே போல வேறு சிலரையும் அழைத்து இருந்தார்கள். வந்த பெருந்தலைகள் , அழைக்கப்பட்டவர்களின் வேலை பொறுப்பை மாற்றி அமைத்து இருந்-தார்கள்.

ஒவ்வொரு முறையாக வந்தது. ஹரி இருக்கும் ஆபீஸ் பொறுப்புக்-களை இங்கே இருந்து கோ ஆர்டினேட் செய்யும் பொறுப்பை கூடுதலாக வழங்கினார்கள் . மலருக்கு முகம் வாடியது.

மற்றவர்களுக்கு தனியாக ஒப்படைத்தார்கள், தனக்கு மட்டும் கூடுத-லாக....! கேட்க வாய் துடித்தது. ஆனால் கேட்கவில்லை.

ஹரி அங்கே இருந்த யாரையும் நிமிர்ந்து கூடப் பார்க்கவில்லை. மலருக்கு இந்த ஆள் சரியான வேடதாரி என்று தோன்றியது. போனில் எப்படி பேசினான் , இப்போது நிமிர்ந்து கூட பார்க்கவில்லை.

ஆண் எப்போதும் வேடதாரிகளே என்று மனதில் திட்டி தீர்த்தாள். எல்லா விளக்கமும் சொன்னதும் அனைவரும் திரும்ப அனுப்பி வைக்-கப்பட்டார்கள். டீ பிரேக்கும் வந்தது.

மலருக்கு , இந்த ஆளை நிச்சயம் கேட்டாக வேண்டும் என்று தோன்றியது. ஹரி அதே இடத்தில் அமர்ந்து எதையோ லேப்டாப் - ல் தேடிக்கொண்டு இருந்தார்.

மலர் அனைவரும் வெளியில் செல்லும் வரை காத்திருந்து விட்டு , அவர் அருகில் வந்து ...

சார் ..சாரி சார் .

ஹரி நிமிர்ந்து பார்த்தபடி ...

எதுக்குமா ?

சார் போன்ல .....தெரியாம பேசிட்டேன் .

என்ன பேசுன ?

அதான் சார் , ரிப்போர்ட் கேக்கும் போது, கோபமா பேசிட்டேன்.

சாரிம்மா...நீங்க என் கிட்ட போன்ல பேசல...தப்பா புரிஞ்சுகிட்-டிங்க....

மலருக்கு உடல் படபட வென்று இருந்தது. அப்ப இவர்கிட்ட பேச-லயா ?

மறுபடியும்....பதட்டமாக !!

சார் , வெரி சாரி சார் ...

கேட்டுக்கொண்டே அந்த ஹாலை விட்டு வேகமாக வெளியே வந்-தாள். வந்ததும் பக்கத்தில் இருந்த தண்ணீரை எடுத்து மடமடவென குடித்தாள்.

(ஹரி : ஒரு சின்ன அறிமுகம் நடுத்தர வயதைக் கடந்தவர். இந்த கம்பெனி மூடும் தருவாயில் இருந்த நேரம் இவரது முயற்சியால் இன்று வெற்றிகரமாக இயங்கிக் கொண்டிருக்கிறது. கம்பெனி ஓனருக்கு மிக நெருக்கமானவர் , உறவுக்காரர். அமெரிக்காவில் படித்தவர் , சினிமா-வில் கவுரவ வேடம் கொடுக்கலாம் ,நாகரிகமான தோற்றம் + மனசும்.)

கடவுளே என்ன நடக்கிறது இங்கே ? நான் யாரிடம் பேசினேன். ஹரி சார் இப்படி பேசவே மாட்டார். அப்படி இருந்தும் நான் எப்படி நம்பினேன் . மனதில் குழப்பம். எப்போது லன்ச் டைம் வரும் என்று எதிர்பார்த்து காத்துக்கொண்டு இருந்தாள்.

லன்சில் ஷீலா மேடம் கிட்ட மலர் கதி கலங்க, நடந்ததைச் சொன்-னாள்.

மலர் , என் மனதுக்கும் பட்டது ....அவரு அந்த மாதிரி ஆள் இல்லை. எதுக்கும் அந்தப் பொண்ணு கிட்ட மறுபடியும் கேட்டுப் பாரு ....

ம்.... அந்தப் பொண்ணு என்னை பழி வாங்கீட்டா....

இல்ல மலர் அவளுக்கு தெரிஞ்சிருக்காது......

அவன் யாரு மேடம் ?

தெரியலை மலர் ....முதல்ல சாப்பிடு அப்புறம் பேசுவோம்.

இருவரும் , யார் அவன் என்கிற அனுமானத்திலேயே சாப்பிட்டு முடித்தார்கள்.

மலர் அவளுடைய இடத்தில் வந்து உட்கார்ந்ததும் போன் வந்தது, அந்த பிரான்ச்சில் இருந்து.

ஹலோ மேடம்....

அதே குரல் ....மலருக்கு வாயில் கலர்கலராக வந்தது , இருந்தாலும் கட்டுப்படுத்திக் கொண்டு...

யார் நீங்க ? எதுக்கு தேவையில்லாமல் ஹரி சார உள்ள இழுத்-தீங்க..?

மேடம் , மேடம் சாரி ....அந்த பொண்ணு தெரியாம சொல்லீட்டா !!! நீங்க அவர் கிட்ட எதுவும் கேக்காதீங்க ...ப்ளீஸ்

எல்லாம் கேட்டாச்சு....முதல்ல போனை வைங்க...

மறு முனையில் அமைதி .....

மலர் அதைக் கண்டு கொள்ளாமல் , போனை வைத்தாள்.

மறுபடியும் போன் ...

மலர் கோபமாக ..

ஹலோ !!

நான் ஹரி பேசறேன் , லாஸ்ட் மன்த் ரிப்போர்ட் எடுத்துட்டு உள்ள வாங்க ....

மலர் அதை இன்னும் சரியாக முறைப்படுத்தாமல் இருந்தாள் . ஷீலாவின் உதவியுடன் ஐந்து நிமிடத்தில் அதை ஹரி டேபிள் மீது கொண்டு வைத்தாள்.

ஏன் இன்னும் ஃபைல் பண்ணல.....?

சார் , நேத்து சாயந்தரம் தான் பிரிண்ட் கொடுத்தோம் ....அதான் ஃபைல் பண்ண முடியல.....

காலையில இருந்து என்ன பண்ணீங்க....?

....

சொல்லுமா ....?

சார்......சாரி சார் , இனி இந்த மாதிரி லேட் பண்ண மாட்டேன்.

ம்.....சரி அத விடுங்க....காலையில என்ன சொல்ல வந்தீங்க ....

மலருக்கு இன்று தனக்கு சந்திராஷ்டமம் என்று தோன்றியது.

இல்ல சார்....ரிப்போர்ட் கொடுக்கும் போது....கொஞ்சம் ...பிரச்-சினை.

யார் கூடப் பிரச்சனை ?

பேர் தெரியலை ...நீங்கன்னு தப்பா நினைச்சுட்டேன்.

என்ன நடந்தது...?

மலர் வேறுவழியின்றி....சொல்ல வேண்டியதாயிற்று ...ஹரி முகம் மாறிப் போனது. உடனே அந்த ஆபீசுக்கு போன் செய்து...

அந்தப் புதுப் பையன வீட்டுக்குப் போக சொல்லுங்க ...

மலருக்கு ஏன் சொன்னோம் என்று இருந்தது.

வேண்டாம் சார், பாவம் தெரியாம பேசிட்டான். என்கிட்ட இப்ப தான் பேசினான். சாரி சொன்னான்...!

இல்லம்மா....எதுவும் தெரியாட்டி பேசக்கூடாது. அதுதான் அறியா- மையின் அடையாளம். எல்லாம் பேசி விட்டு , தெரியாமல் சொல்லி விட்டேன் என்று சொல்வது பக்கா வில்லத்தனம்.

சார்....

இது உங்களுக்காக எடுத்த முடிவு அல்ல...இங்கே இருக்க மத்த பெண்களுக்கும் சேர்த்து எடுத்த முடிவு. நீங்க ஆபிஸில ஏதாவது பிரச்சனை என்று வந்தால் முதலில் வெளிப்படையாப் பேச பழகுங்க ..வெளியே சொன்னா பிரச்சனை என்று, தவறு செய்பவனை காப்பாற்ற வேண்டாம். நீங்க போகலாம்.

மலர் அமைதியாக திரும்ப தன் இருக்கையில் வந்து அமர்ந்தாள். ஹரி சார் மனதில் உயர்ந்த இடத்தில் நின்றார்.

6

இது உங்களுக்காக எடுத்த முடிவு அல்ல...இங்கே இருக்க மத்த பெண்களுக்கும் சேர்த்து எடுத்த முடிவு. நீங்க ஆபிஸில ஏதாவது பிரச்சனை என்று வந்தால் முதலில் வெளிப்படையாப் பேச பழகுங்க ..வெளியே சொன்னா பிரச்சனை என்று, தவறு செய்பவனை காப்பாற்ற வேண்டாம். நீங்க போகலாம்.

மலர் அமைதியாக திரும்பத் தன் இருக்கையில் வந்து அமர்ந்தாள். ஹரி சார் மனதில் உயர்ந்த இடத்தில் நின்றார்

ஷீலா டீ இடைவேளையில் அருகில் வந்து..

மலர்...தயவுசெய்து அந்த பையன திரும்ப வேலைக்கு சேக்கச் சொல்லிக் கேளூ , இது பெரிய பாவம் , அவன் ஏதோ விளையாட்டா பண்ணப் போயி ....

இல்ல மேடம் , சார் இத பத்தி பேச விடவே இல்லை. என்னை போகச் சொல்லிட்டாரு....

மலர் , இப்படி பேசாத , இதே நிலை நமக்கும் வரலாம்.

மலருக்கு ,ஷீலா இப்படி பேசியது வருத்தமாக இருந்தது. தன்னை தவறாக நினைத்து விட்டார்கள் போல என்று தோன்றியது.

ஹரி யிடம் சென்று மீண்டும் இதை பற்றிப் பேச பயமாக இருந்தது. இந்த விசயம் கொஞ்சம் கொஞ்சமாக வெளியே கசிந்தது.

எப்போதும் இதுபோன்ற விசயங்கள் வேகமாக பரவும் , அன்று மாலைக்குள் ஆபீஸ் முழுவதும் இதுதான் பேச்சு.....

என்ன இருந்தாலும் இந்த மலர் இப்படி செய்திருக்கக் கூடாது. ஒரு பொண்ணுக்கு இவ்வளவு திமிர் கூடாது.....

அதென்ன ஹரி சார் கிட்டயே போய் சொல்ற பழக்கம். எல்லாம் ஓனர் கொடுக்குற இடம். அப்படி என்ன தான் செய்தாளோ !!!

மலருக்கு இதெல்லாம் காதில் விழுந்தது. மனம் ஏற்கனவே தீப்புண்-போல எரிந்து கொண்டிருந்தது.

முதலில் தனக்காக பேச யாரும் இல்லை என்று தோன்றியது.... தன்னை தவறாக நினைக்கும் மனிதர்கள் எப்போது வேண்டாம் என்று தோன்றியது.

சமுதாயத்தில் பல ஆண்கள் தனியாக வாழும் பெண்களுக்கு ஏன் குரல் கொடுப்பதில்லை என்று புரிந்தது.

என்ன உலகம் இது ......அன்றைய நாள் மிக மோசமானதாகத் தோன்றியது.

வீட்டிற்கு செல்ல பயமாக இருந்தது, காலையிலேயே அம்மா முகத்தை தூக்கி வைத்துக் கொண்டு இருந்தாள். வேறு வழியில்லை வீட்டிற்குத்தான் போகவேண்டும்.

ஷீலா வை பஸ் ஸ்டாண்டில் இறங்கி விட்டாள்.

மலர் எம் மேல கோபமா ?

இல்ல மேடம்...நீங்க சொன்னது உண்மைதான்.

நீ சின்ன பொண்ணு மலர், இதுக்கு பின்னால் எவ்வளவு பேச்சு வரும்னு உனக்கு தெரியாது . எனக்கு நல்ல அனுபவம் இருக்கு ....அதுவும் இல்லாம அந்தப் பையன் நம்ம நினைக்கிற அளவுக்கு இல்லை. ரொம்ப சின்னப் பையன் .

பரவாயில்லை மேடம் ...அவன் யாரா இருந்தாலும் பரவாயில்லை. எனக்கு தான் இப்ப நேரம் சரியில்லை....

சொல்லும் போதே குரல் கம்மியது...ஷீலாவிற்கு மனசு கேட்க-வில்லை...

மலர்....உன் தப்பு எதுவும் இல்லடா.....

அவளை சமாதானம் செய்ய முயற்சி செய்தார். மலர் அதைக் கேட்-கும் நிலையில் இல்லை. வண்டியை எடுத்துக் கொண்டு புறப்பட்டு சென்றாள்.

ஷீலா விற்கு மனசு பாரமாக இருந்தது. மலர் இன்னும் பக்குவம் இல்லாமல் இருக்கிறாள் என்று கவலைப் பட்டார்.

மலர் கவலையோடு வீட்டிற்கு வந்தாள். வீட்டிற்குள் யாரோ இருப்-பதை கண்டு எதையும் காட்டிக் கொள்ளாமல் உள்ளே நுழைந்தாள்.

அம்மாவும் , அக்கா உமாவும் வந்தவர்களை உபசரித்துக் கொண்டு இருந்தார்கள்.

அக்கா , மலரின் அறைக்குள் வந்து ...

மலர் , இவங்க யார் தெரியுமா ?

தெரியாது...

உமா மனதில் திமிர் பிடித்தவள் என்று திட்டிக் கொண்டே...

அம்மா சொல்லல....?

இல்ல.... !

இவங்க தம்பிக்கு உன்னைப் பெண் கேட்டு வந்து இருக்காங்க ...

மலருக்கு லேசாக உடல் உதறியது...

என்னது..... - குரலை உயர்த்தினாள்.

ஏய் , மெல்ல பேசு ....!! உனக்கு தெரியாதா ?

எனக்கு தெரியாது. இதுல எனக்கு விருப்பம் இல்லை அவங்களைப் போக சொல்லுங்க....

மலர்...அவசரப்பட்டு பேசாத ...பொறுமையா கேளு .....

இல்ல அக்கா....எனக்கு இது பிடிக்கல.....தயவுசெய்து என்னை விட்றுங்க...

உமாவிற்கு....தர்ம சங்கடம் !! கணவன் வழியில் உறவு வேறு ...என்ன சொல்லி அனுப்புவது...

சரி ....அமைதியா இரு , டீ மட்டும் கொடுத்துட்டு போ .....மத்தத நான் பாத்துகுறேன்.

இல்ல , நான் வர மாட்டேன்.

உமா கடுப்பாகிப்போனாள் ...

மலர்...உன்னோட அவசர புத்தியால தான் இப்படி தனியா நிக்கிற ....கொஞ்சம் முகத்தை காட்டிட்டுப் போ ......

அக்கா குத்திக் காட்டினாள். மலர் வேறுவழியின்றி வெளியே வந்தாள்.

வந்த பெண்மணி.....மலரிடம் பேச்சு கொடுத்தாள்.

மலர், எங்க வேலைக்குப் போற ..?

மலர் சொன்னாள் .

எத்தனை வருசமா ?

இரண்டு வருசமா!

கல்யாணம் ஆன பின்னால எந்த கஷ்டமும் இல்லை , தம்பி உன்னை நல்லா பாத்துக்குவான்.

மலர் உள்ளே செல்ல முயற்சி செய்ய ....

உட்காரும்மா....இப்ப அவனும் வந்துடுவான், பாத்துட்டு போகலாம்.

மலர் , உமாவை பார்த்து முறைத்தாள் . அபி ஓடிவந்து மலர் மடியில் அமர்ந்து கொண்டாள். மலருக்கு அவமானமாக இருந்தது. மகள் ஏதாவது கேட்டு விடுவாளோ என்று.....

அபி, ஏற்கெனவே பாட்டி சொல்லி இருந்ததால் எதுவும் கேட்கவில்லை.

சிறிது நேரத்தில் ஒரு நடுத்தர வயது ஆண் உள்ளே வர ...மலர் உண்மையில் பயந்து போனாள் , இதெல்லாம் நம் வாழ்க்கையில் தான் நடக்கிறதா ?

வந்தவர் மலரை பார்த்து விட்டு...

நீ மேற்கொண்டு பேசுக்கா..எனக்கு பிடிச்சு இருக்கு....

அம்மாவுக்கு சந்தோஷம். எப்படியோ கடமை முடிந்தது என்று தோன்றியது. காரணம் தன் மறைவிற்குப் பிறகு மலர் தனியாக நிற்கக் கூடாது என்கிற பயம் தான். தாய் மனசு வெளியே சொல்ல முடியாமல் தவித்தது.

மலர் , அபியை அழைத்துக் கொண்டு உள்ளே சென்றாள். படுக்கையில் முகத்தை புதைத்துக் கொண்டு சத்தம் வெளியே கேட்காமல் அழுதாள்.

காதல் கணவன் கண் முன்னே வந்து நின்றான். மனசு ஏங்கியது..... நான் என்ன பாவம் செய்தேன். இந்த ஜென்மத்தில் நீ ஒருவன் தான் என்று நினைத்தேன். என்னை ஏமாற்றி விட்டாயே ?! உன் மனைவியை வேறு ஒருவன் வந்து பெண் பார்க்கிறான்..இதெல்லாம் உனக்குத் தெரி-யுமா ?

உண்மையில் உன் மனது இதை ஏற்றுக் கொள்ளுமா ?? உன் மகளை அவன் அவனுடைய மகளாகப் பார்ப்பானா ? அந்தக் குழந்-தைக்காக என்னை விட்டுப் பிரியாமல் இருந்திருக்கலாம். மலரின் மனம் பிரிந்த கணவனின் நினைவால் வாடியது.

எதிர்கால பயம் வந்து கரகாட்டம் ஆடியது. மலருக்கு உடல் குளிர்-வது போல தோன்றியது. அம்மா அழுவதை கண்டு அபியும் அழுக ஆரம்பித்தாள். மலர் அவளை சமாதானம் செய்து தன்னோடு படுக்க வைத்துக் கொண்டாள்.

மனம் அவள் விரும்பிச் சென்று செய்து கொண்ட காதல் திரும-ணத்தை நினைத்தது.

மலருக்கு அப்போது இருபத்தியொறு வயது இருக்கும்....அப்போது தான் டிகிரி முடித்து இருந்தாள்.

காதலில் விழுந்தது அந்த சமயத்தில் தான்...வருடக்கணக்கில் தன்னை தொடர்ந்து வந்தவன் மீது காதல் பார்வை வீசத் தொடங்கியது அப்போது தான்.

தினமும் கோயிலில் சந்திப்பது வாடிக்கை ஆனது. அவன் படிப்பு என்னவென்று கேட்கவில்லை, ஜாதி கேட்கவே தேவையில்லை...அது பற்றி யோசிக்க வேண்டிய அவசியமில்லை. படித்தவள் என்பதால் இதை கேட்டு காதலிப்பது நாகரீகமில்லை என்று நினைத்தாள்..

ஆனால் வாழ்க்கை அதுவல்லவே ..!! முதலாவது அவசியமானது ....வாழ்க்கை நடத்த அல்ல வேலை தேட ....கட்டாயம் தேவை.

இரண்டாவது நிச்சயமாக தேவையில்லை என்று வெறும் வாய் அளவில் இன்றும் சொல்லப்படும் விசயம்....ஆனால் ஒழியவே இல்லை....

அப்படியா ? படித்தவர்கள் அதிகமாகிக்கொண்டே இருக்கிறார்கள் , இதெல்லாம் பொய் , ஜாதி ஒழிந்து விட்டது...என்கிற கூட்டமும் இருக்-கிறது.

அப்படி பார்த்தால் எங்கே ஒழிந்தது ஜாதி ?

இரண்டு இடங்களில் ஒழிந்து விட்டது....

எங்கே ?

பணத்தை வைத்துக் கொண்டு என்ன செய்வது என்று தெரியாத இடத்தில் ஜாதி பேசப்படுவதில்லை.....

இரண்டாவது.....விலை போகாத சரக்கை விற்க இங்கே ஜாதி தேவைப்படுவதில்லை ....

மலர் தான் என்ன ஜாதி என்பதை மட்டும் அல்ல , இந்த உலகை மறந்து காதலில் மிதந்தாள் ...

எந்த அளவிற்கு.....கையை கத்தியால் காயப்படுத்தி தன் காதலை வீட்டிற்கு சொன்னவள்....

பைத்தியக்காரி .....இதெல்லாம் மாயை என்று தெரியாத பேதை....

7

அத்தியாயம்- 7

மலர் தான் என்ன ஜாதி என்பதை மட்டும் அல்ல , இந்த உலகை மறந்து காதலில் மிதந்தாள் ...

எந்த அளவிற்கு.....கையை கத்தியால் காயப்படுத்தி தன் காதலை வீட்டிற்கு சொன்னவள்....

பைத்தியக்காரி .....இதெல்லாம் மாயை என்று தெரியாத பேதை....

பாபு , மலர் காலேஜ் சேர்ந்ததில் இருந்து சுற்றி வந்தான். காரணம் வேறு வேலை இல்லை , ஆரம்பத்தில் அவளை காதலிக்கும் எண்ணம் இல்லை.

பாபு ஏதோ ஒரு இடத்தில் பஸ் பயணத்தில் , கிண்டல் செய்ய ...அதில் இருந்து இருவருக்கும் மோதல் ஆரம்பமானது.

அப்போது பாபுவும் வேறு ஒரு காலேஜில் படித்துக் கொண்டு தான் இருந்தான். மலர் முகம் சுளிப்பதைக் காண்பதில் அப்படி ஒரு ஆனந்-தம்.

மலர் ஓவராக ரியேக்ஷன் காட்ட .....பாபு தினமும் காலேஜ் கேட் வரை வந்து டார்ச்சர் செய்ய ஆரம்பித்தான்.

அதற்கு பிறகு அவனுடைய காலேஜ் க்கு போக நேரம் இல்லாமல் போனது.....ஆரம்பத்தில் அட்டென்ஸ் இல்லாமல் பரிட்சை எழுத முடியாமல் போனது. நீண்ட போராட்டங்களுக்கு பின் பரிட்சை எழுத அனுமதி வழங்கப்பட்டது.

எழுதிப் பயன் இல்லை......இதற்கு எழுதாமல் இருந்திருக்கலாம். பேப்பரை திருத்தியவர் அதில் , காரித் துப்பினார்.

பாபுவுக்கு படிப்பில் அதிக நாட்டம் இல்லை.

அதன் காரணமாக ஏதாவது ஒரு காரணம் சொல்லி காலேஜை கட் அடிப்பது வழக்கம் தான், ஆனால் இப்போது அதற்கு சரியான காரணம் கிடைத்தது....அது !

மலர்....

நண்பர்களிடம் பாபு அடிக்கடி மலரை பற்றிப் பேசிப் பேசி .....அவளுடைய நினைவுகளை வளர்த்துக் கொள்ள ஆரம்பித்தான்.

அதேன்டா...அவ அப்படி மூஞ்சிய தூக்குறா ? அதான் என்னனு கேட்கலாம்னு, அவ காலேஜ் வரைக்கும் போயிட்டு வந்தேன்...

அதுக்கு எதுக்குடா காலேஜ் வரைக்கும் போன ? எங்க பாத்தாலும் அவ முஞ்சி அப்படியே தான் இருக்கும் மாப்பிள்ள.....

இல்லை மாப்பிள்ள .....அவ உன் தங்கச்சி, என்ன தான் நான் கிண்டல் பண்ணாலும் நீ அப்படி சொல்லக்கூடாது. இனி அவ இவ ன்னு சொன்ன !!!

கையை முறுக்கிக் காட்டினான்.

இல்ல மாப்பிள்ள ... விளையாட்டா வந்துடுச்சு.....

இனி வரக்கூடாது மாப்பிள்ள....

இப்படி வார்த்தைக்கு கூட மலரை விட்டுக் கொடுக்காத நல்லவன். காடு ,தோட்டம் என்று நல்ல வசதி.....

அக்கா திருமணம் ஆகி வசதியாக செட்டில் ஆகி இருந்தார்.

பாபு படிப்பது பெயருக்கு பின்னால், கழுத ரெண்டு எழுத்து கெடக்கட்டும் என்று அப்புச்சி சொன்னதால, பாவம் பாபு காலேஜை சுற்றிப் பார்த்துக்கொண்டு இருந்தான்.

அந்த பாலைவன நாட்களை அழகாக்கிய தேவதை மலர்...

ஏனோ தெரியவில்லை, பாபுவிற்கு மலரை பிடித்து விட்டது. மலரை துரத்தித் துரத்தி இரண்டு வருடங்கள் கழிந்தது.....

மலருக்கு ஆரம்பத்தில் இவன் தொடர்வதால் ஏற்பட்ட மன உளைச்சல் பயத்தைத் தந்தது. பிறகு ஜாக்கிரதை உணர்வோடு பார்க்க ஆரம்பித்தாள் , மெல்ல மெல்ல அது பழகி காமெடி ஆனது.

மலர் எங்கே சென்றாலும் பாபு ....ஒரு பத்தடி தூரத்தில் இருப்பது உறுதி. மலர் இப்போதெல்லாம் பாபுவை ஒரு பொருட்டாக நினைப்பதே

இல்லை.

பாபு , மலரை தொடர்வதால் ஏற்பட்ட ஒரே நன்மை , வேறு யாரும் மலரை பார்க்க கூட நினைப்பதில்லை . அவ்வளவு பயம் . மலர் அரு- கில் நிற்க கூட பயம் . பாபு அந்த அளவிற்கு அவளைச் சுற்றிலும் ஒரு பாதுகாப்பு வளையத்தை அமைத்து இருந்தான்.

மலர் , மூன்று வருடங்கள் நன்றாக படித்து நல்ல முறையில் டிகி- ரியை முடித்தாள். பாபு பிளஸ் டூ முடிந்ததே உலக அதிசயம் . இப்- போது டிகிரி .....கேட்கவே வேண்டாம்.

எல்லா வருடமும் அரியர்ஸ் வைத்து எப்படியோ மூன்று வருடங்- களை முடித்தான். வீட்டில் பெரிய எதிர்பார்ப்பு ஒன்றும் இல்லை என்ப- தால் இதெல்லாம் பெரிய விசயமாகப் பேசப்படவில்லை.

மூன்று வருடங்களுக்குப் பின்னும் மலர் , பாபுவை விரும்பவில்லை , காரணம் பாபு இதுவரை காதலைச் சொன்னதில்லை. அவனுடைய நினைப்பு மலர் அதை புரிந்து கொள்வாள் .....என்று...?!

ஆனால் மலருக்கு , பாபுவின் காதல் புரியவில்லை. அது பொறுக்- கித் தனமாகவே தெரிந்தது.

8

அத்தியாயம்- 8

மூன்று வருடங்களுக்கு பின்னும் மலர் , பாபுவை விரும்பவில்லை , காரணம் பாபு இதுவரை காதலை சொன்னதில்லை. அவனுடைய நினைப்பு மலர் அதை புரிந்து கொள்வாள் .....என்று...??!!!

ஆனால் மலருக்கு , பாபுவின் காதல் புரியவில்லை. அது பொறுக்-கித் தனமாகவே தெரிந்தது.

பாபு நாட்கள் செல்லச் செல்ல மலர் மீது வந்த காதல் வெறியாக மாறியது. மலரை நேரிடையாக எதுவும் செய்ய முடியாமல் , அந்தக் கோபத்தை தன்னோடு பழகி கொண்டிருந்தவர்கள் மீது காட்ட ஆரம்-பித்தான்.

நண்பர்கள் வட்டம் சுருங்கிப் போனது. பாபுவிற்கு வீட்டு சூழ்நிலை கொஞ்சம் கொஞ்சமாக மாறத் தொடங்கியது.

வீட்டில் பாபுவின் படிப்பை அட்டாலியில் போட்டு விட்டு , ஏதாவது தொழில் செய்ய சொல்லி அம்மா புலம்ப ஆரம்பித்தார். நாளைக்கு பெண் தேட ஏதாவது ஒரு தொழிலை காட்ட வேண்டுமே....!!

அக்காவை கட்டியவர் ஃபைனான்ஸ் பண்ணச் சொல்லி அறிவுரை சொல்ல....மச்சான் சொல்லே மந்திரம் என்று....பைனான்ஸ் தொழில் செய்ய ஆயத்தமானான்.

பாபுவை பொருத்தவரை சும்மா இருந்தாலே போதும் வாடகை வரு-மானம் வந்து சேரும், தோட்டத்தில் கையை கட்டிக்கொண்டு விவசாயம் பார்த்தாலே பணம் தான், இருந்தாலும் பாபுவின் அப்பா இருப்பதால் இப்போதைக்கு அங்கே பாபுவின் அட்டென்ஸ் வேஸ்ட் , அதனால் பாபு மைனர் வேடத்தில்.....அதாங்க வெள்ளையும், சொள்ளையுமா , கழுத்தில கைப்பிடி அளவுக்கு தங்க சங்கிலி போட்டுகிட்டு......ஊருக்கு

நடுவில் ஒரு ஆபீஸ் போட்டு ....சும்மா ஹீரோ மாதிரி இருந்த பாபுவை பார்த்து மலர் அசந்து போனாள்.

தன் கல்லூரி தோழிகளிடம். ...

என்னடி இது ஒரு மாசத்தில....ஊரச்சுத்தின பன்னிக் குட்டி , கன்னு குட்டி ஆயிட்டுச்சி ??

மலரு....அப்படி இல்லடி....அவன் காசு திமிர காட்டி மயக்க பாக்கு-றான்...

அதுக்கெல்லாம் நான் மயங்க மாட்டேன்...!!

மலர் சொன்னாலே தவிர ....பாபுவின் மாற்றம் பிடித்து இருந்தது. தன்னோடு படித்த மற்றவர்கள் வெட்டியாக ஊரை சுற்ற ...அவர்கள் முன் பாபு கெட்டிக் காரனாகத் தெரிந்தான்.

மலர் , பாபுவின் மீது இருந்த கெட்ட அபிப்பிராயத்தை மாற்றிக் கொண்டாள். வெறுப்பு கொஞ்சம் , கொஞ்சமாக மாற தொடங்கியது.

பாபு அம்மாவின் நகையை வைத்து தொழில் தொடங்கி இருந்தத-தால் , அதில் கண்ணும் கருத்துமாக இருந்தான். அதற்காக மலரை பின் தொடர்வது தவற வில்லை , குறைந்து இருக்கிறது அவ்வளவு தான்.

மலர் வீட்டை விட்டு அதிகமாக வெளியே வரவில்லை. அக்கா உமா விற்கு திருமணம் என்பதால் வீட்டில் வேலை அதிகமாக இருந்தது.

மலர் அந்தப் பரபரப்பில் பாபுவை மறந்து போனாள் என்று சொல்-லலாம். அக்காவின் திருமண ஏற்பாடுகள் மலருக்கு கனவை அதிகப்-படுத்தியது.

அவ்வப்போது அருகில் இருக்கும் கடை , கோயில் என்று மலர் தலையைக் காட்ட ....அங்கே நிச்சயமாக பாபு இருப்பான். மலருக்கு ஆச்சரியமாக இருக்கும். எப்படி இவனுக்கு தெரிந்தது ? என்று...

அந்த அளவிற்கு மலரை ஃபாளோ செய்து கொண்டிருந்தான். மலர் முன்பு முகத்தைக் காட்டியதைப் போல இப்போது அதிகமாக ரீயேக்சன் காட்டுவதில்லை.

இதுவே பாபுவிற்கு அதிகமாக நம்பிக்கையை ஏற்படுத்தியது. பாபு , மலர் வீட்டில் அக்கா திருமணம் என்றதும் அடக்கி வாசித்தான். இந்த நேரத்தில் தன்னைப் பற்றி அங்கே தெரியக்கூடாது , அதனால் மலருக்கு எந்தக் கெட்ட பெயரும் வரக்கூடாது என்று பயந்தான்.

உமாவின் திருமணம் நல்ல முறையில் நிறைவடைந்தது. மலர் மனத-ளவில் தனிமைப்பட்டு போனாள். அக்கா நல்ல தோழியாக இல்லை என்பது உண்மை தான் ஆனால் உடன் பிறந்தவள் அல்லவா ...! மனது கனத்தது.

அப்பா அடிக்கடி மலரை மேற்கொண்டு ஏதாவது படிக்கச் சொல்லி கட்டாயப் படுத்த , மலர் அருகில் இருந்த ஒரு சென்டரில் ஹிந்தி கற்-றுக் கொள்ள ஆரம்பித்தாள்.

அங்கே படிக்கும் ஒரு சிலர் நட்பாக

சிலர் கிடைக்க , மலர் ஓரளவிற்கு அக்கா வின் நினைவுகளை மறந்து நடைமுறை வாழ்க்கை வாழ ஆரம்பித்தாள்.

பாபு அங்கே தான் மலரை நெருங்க ஆரம்பித்தான். அவனும் அந்த கிளாசிற்கு வர ஆரம்பித்தான். அங்கே இருக்கும் மற்றவர்களுக்கு இவர்-களின் முன்கதை தெரியாததால்....மலரிடம் , பாபு பேச முயற்சி செய்-ததை யாரும் தவறாக நினைக்க வில்லை.

இம்முறை மலர் , பாபுவை வெறுக்கவில்லை....பாபு பழைய விளை-யாட்டு குணங்களை உதறிவிட்டு புதிய பாபுவாக மாறி இருந்தான்.

மலர் அதை கவனித்தாள். அவளுக்கு அது பிடித்து இருந்தது. பாபு , மலர் காதல் நட்பு என்கிற போர்வையில் பலமாக வளர ஆரம்பித்தது.

மலர் எப்போதும் போல நன்றாக படித்தாள் , கூடவே காதலும் நன்-றாக வளர்ந்தது. பாபுவுக்கு எப்போதும் போல காதல் மட்டும் நன்றாக வந்தது.

பாபு , மலர் காதல் ஆறு மாதங்களை தாண்டியது. மலர் வீட்டில் உமா பிரசவத்திற்கு தாய் வீடு வந்தாள். வந்தவள் தங்கையின் மாற்-றத்தை ஆராய ஆரம்பித்தாள்.

ஆமாம் கண்டுபிடித்து விட்டாள். அதை அம்மாவிடம் சொல்ல அம்மா பயத்தோடு அப்பாவிடம் சொல்ல......

முதல் அடி அம்மாவுக்கு...அடுத்தடுத்த அடி மலருக்கு...வீடு ரெண்-டானது. உமா வின் கவலை என்னவென்றால் , மலரின் காதல் தன் புகுந்த வீட்டிற்கு தெரியாதபடி இருக்க வேண்டும் என்று...

அப்பாவிற்கும் அதே கவலை தான் ...ஒருவரின் தவறு அடுத்தவ-ருக்கு பாதிப்பை ஏற்படுத்தக் கூடாது என்று....

ஒரு மாத காலத்திற்குள் விசயம் பூதாகரமாக வெடித்தது. ஆமாம். ....வீட்டில் பிரச்சனை நடந்து கொண்டு இருக்கும் போதே மலர் , பாபு

உடன் ஒரு நாள் சினிமாவிற்குச் செல்ல...அதை உமா புகுந்த வீட்டில் யாரோ பார்க்க....

அடடா ....மலருக்கு ''அடி'' மழை பொழிந்தது . இரண்டு நாட்க-ளுக்கு எழுந்து நடக்க முடியவில்லை. அம்மா கதறி அழுதார். என்ன இருந்தாலும் பெற்ற வயிறு அல்லவா !!, துடித்தது.

அப்பா கருணை காட்ட வில்லை. அவசரமாக மாப்பிள்ளை பார்த்-தார் , பாபு இவ்வளவு சீக்கிரம் பிரச்சனைகள் வரும் என்று எதிர்பார்க்-கவில்லை . ஒரு பக்கம் தொழில், மறு பக்கம் காதல் என்று போராட ஆரம்பித்தான்.

பாபுவின் வீட்டிற்கு இன்னும் எதுவும் தெரியாத நிலையில் , பாபுவே அதை ஆரம்பித்து வைத்தான்.

அம்மா ஒப்பாரி வைத்தாள். அப்பா குடித்து விட்டு வந்து பாபு காலில் விழுந்தார்.

கண்ணு...இதெல்லாம் வேண்டாம் . அப்பா சொல்றத கேளு....அப்-புச்சி இதை கேட்ட உசிர விட்ருங் கண்ணு.....

அப்பா குடி போதையில் பேசுவதாக நினைத்தான். போகப் போக எதிர்ப்பு அதிகமானது. அப்புச்சி என்றால் பாபுவுக்கு உயிர் , அவருக்கும் அப்படித்தான் , ஆனால் இந்த விசயத்தில் அவர் பாபுவை ஆதரிக்க வில்லை.

ஆத்தா ....காலையில் இருந்து இரவு வரை புலம்பித் தவித்தாள். எல்லோரும் சேர்ந்து பாபுவின் தாயை குற்றம் சொல்ல ஆரம்பித்தார்கள்.

தாய் என்ன செய்வாள் ...பாவம்

பாபு ....என் சாமி , அம்மா சொல்றத கேளு கண்ணு ...நாளையும் பின்னயும் சொந்தக் காரங்க மூஞ்சில முழிக்க முடியாது. அப்பாவ யாரும் மதிக்கமாட்டாங்க ராசா ....உங்க அக்காவ கொடுத்த இடத்தில அவளப் பேசுவாங்க சாமி .....

அம்மா , அன்பால் ஆயுதம் ஏந்தினாள். இதெல்லாம் காதில் விழும் என்றால் , அங்கே காதல் இல்லை என்று அர்த்தம். பாபு அதீதக் காத-லில் இருந்ததால் , இதெல்லாம் காதில் விழவில்லை.

பாபுவுக்கு சொந்தத்தில் பெண் தயாராக இருந்தது. பாபுவுக்கு வேறு வழி தெரியவில்லை. தொழிலுக்கு வைத்து இருந்த பணத்தை எடுத்துக் கொண்டு , மலருக்கு தகவல் அனுப்பினான்.

பதிவு திருமணம் , தனிக்குடித்தனம் என்று உறுதி செய்யப்பட்டது. மலர் ஏற்கனவே விட்டுச் சிறையில் இருந்தாள். மலருக்கு பல நாட்கள் முன்பே தோழி ஒருத்தி மூலம் தகவல் அனுப்பப்பட்டது. மலர் சமயம் பார்த்து காத்திருந்தாள், அக்கா தனது முதல் குழந்தையை பெற்றுக் கொண்டு வீட்டில் இருந்தாள்.

அப்பா மலரை நம்ப மறுத்தார் . கேட் வரை எல்லாம் பூட்டி இருந்-தார்கள். மலர் தன் ரூம் கதவை யார் திறப்பார்கள் என்று காத்துக்-கொண்டு இருந்தாள். அம்மா கொஞ்சம் இறக்கம் காட்டி கொஞ்சம் கதவைத் திறந்தார். அப்பா வெளியே சென்று இருந்தார்.

அக்கா குழந்தையை அம்மா கொஞ்சிக் கொண்டு இருக்க....சிறிது நேரத்தில் மலரைக் காணவில்லை. அம்மா அங்கும் இங்கும் ஓடினாள். வெளியே கேட் பூட்டி இருந்ததால் பாவம் ஏமாளி அம்மா , எப்படியும் மலர் வீட்டிற்குள் தான் இருப்பாள் என்று நம்பி வீட்டை சுற்றி சுற்றி வந்தார்.

காதலுக்கு மதில் சுவர் என்ன பெரிதா என்ன ?

9

காதலுக்கு மதில் சுவர் என்ன பெரிதா என்ன ?

ஆமாம் கேட் பூட்டி இருந்ததால் மலர் சுவர் ஏறி குதித்து ஓடிப்-போனாள். இதற்கு எதிரில் இருந்த மளிகை கடை சாட்சி ஆனது , அப்போது கடையில் வெற்றிலை வாங்கிக்கொண்டு இருந்த ஒரு கிழவி சாட்சி ஆனார்.

அரைமணி நேரத்தில் செய்தி பரவியது.....அதற்கு பின்பு தான் மலரின் அப்பா வீட்டிற்கு வந்தார்.

அம்மா நடு நடுங்கிப் போய் அப்பா அருகில் வந்தார். அப்பா அம்-மாவின் முகத்தை பார்த்து ...

என்ன ? அந்த கழுத ஏதாச்சும் தின்னுச்சா..?

!!!!!!

என்னடி....ஏதாவது பதில் சொல்லு?!

அம்மா பேச முடியாமல் நிற்க , உமா அம்மாவின் துணைக்கு உமா அருகில் வந்து....

அப்பா ....

என்னம்மா ?

மலர காணோம்......

அப்பா வேகமாக மலர் இருந்த அறைக்குள் சென்று பார்த்தார். போன வேகத்தில் திரும்ப வந்து ....

அந்தக் கதவ யார் திறந்து விட்டது....??

அம்மா பயத்தோடு

புள்ள குளிக்கனும்ம்னு சொன்னா ?

அதுக்கு.....

இல்லைங்க....பக்கத்தில தான் நின்னுகிட்டு இருந்தேன். அதுக்குள்ள குழந்தை அழகுற சத்தம் கேட்டு உள்ளே வந்தேன்....திரும்பி போய் பாத்தா....

சொல்லி முடிப்பதற்குள் அம்மா கன்னத்தில் பளார் என்று அரை விழுந்தது. அம்மா வலியில் சுருண்டு போனார்.

அப்பா ஒன்றும் தோன்றாமல் அப்படியே சுவற்றில் சரிந்தபடி உட்-கார்ந்தார். உமா யாரை தேற்றுவது என்று தெரியாமல்.....கையில் குழந்-தையை ஏந்தியபடி அள்ளாடினாள்.

அப்பா அரைமணி நேரத்திற்கு மேல் எதுவும் செய்யவில்லை. மலர் தன்னை இந்த நிலைக்கு தள்ளுவாள் என்று எதிர்பார்க்கவில்லை, சிறிது நேரத்தில் சுதாரித்துக் கொண்டு தன் மச்சானுக்கு போன் செய்தார்.

மாப்பிளை.......

மாமா சொல்லுங்க....குரல் ஒரு மாதிரி இருக்கே....உடம்புக்கு ஏதா-வது....

அப்பா உடைந்து போய்....

சங்கர்.....என்னத்த சொல்ல , உங்க அக்கா வளர்ப்பு அப்படி....நீ உடனே நேரில வா ....

பாவம் மலரின் தாய்மாமன் , அலறிஅடித்துக் கொண்டு அடுத்த பத்து நிமிடத்தில் வீட்டில் இருந்தார். அவருக்கு மலர் விசயம் கொஞ்சம் தெரியும்.....மலருக்கு மாமா மீது அதிக மரியாதை. காரணம் அம்மா.....

அம்மா சொல்லுவதில் தான் நமக்கு நம் தாய் மாமாவின் மீது ஏற்-படும் மரியாதை. அம்மா அவருடைய வாழ்க்கை பயணத்தை அவரு-டைய தம்பியை சார்ந்தே பயணித்து வந்திருக்கிறார். அதை எந்த இடத்-திலும் மாற்றி சொல்லாமல் , ஒரு வேளை தவறுகள் இருப்பின் அதை மறைத்து தன் பிள்ளைகளுக்கு நல்லதையே விதைத்து இருந்தார்.

மலர் அம்மா வாழ்க்கையில் எல்லாமே தம்பி தான். காய்ச்சல் என்-றால் உடனே "சங்கருக்கு ஒரு போன போடு " என்பார் அப்பா. மலர்

காதல் விவகாரத்தில் அப்பா தன் மகளின் எதிர்காலம் கருதி அதைச் சொல்லவில்லை. அம்மாவும் அப்படிதான் எங்கே தன் மகளின் விசயம் கொஞ்சம் கொஞ்சமாக வெளியே கசிந்து விடும் என்று அஞ்சி , மேலோட்டமாக ''மலர் யாரோ ஒரு பையன விரும்பரான்னு நினைக்கிறேன்'' என்று ஏதோ , எங்கோ கேள்விப்பட்ட மாதிரி சொல்லி இருந்தார். ஆனால் மலர் அம்மா, அப்பாவை ஏமாற்றி விட்டு ஓடிப் போகும் அளவிற்கு விரும்புகிறாள் என்று சொல்லவில்லை.

அதுதாங்க அம்மா, அப்பா . தன் பிள்ளைகளின் வாழ்க்கை என்று வரும்போது. எல்லா சொந்தங்களையும் தள்ளி வைத்துவிட்டு நன்றி பிள்ளைகளின் வாழ்க்கையை மட்டுமே நினைக்கும் அற்புதமான மனிதர்கள்.

அந்த இதயங்களை தயவுசெய்து ஏமாற்றாதீர்கள். நாம் செய்யும் தவறுக்கு முதலில் பலிகடா ஆவது நம் தாய் தான். ஒரே வார்த்தையில் இந்த உலகம் அவருக்கு உயிரோடு கொல்லி வைத்து விடும்.

தாய் , அந்த உறவின் வலிமையை நாம் அந்த நிலையை அடையும் போதே உணர முடியும். வாழ்க்கையில் எவ்வளவு உயரத்தில் நின்றாலும் , நம்மை எந்த வித எதிர்பார்ப்பும் இல்லாமல் வாழ்த்தும் இதயம் அது ஒன்று தான்.

எம் பிள்ளைய நான் எப்படி பெற்று வளர்ந்தேன் தெரியுமா ? எப்படி கஷ்டப்பட்டு படிச்சா தெரியுமா ?

எம் பையன் காய்ச்சலோட பரிட்சை எழுதி பாஸ் பண்ணினான் தெரியுமா ?

நம்ம வாங்கின மொக்கை சர்டிபிகேடை கூட நம்ம அம்மாவால் மட்டுமே உலக அதிசயமாகப்பார்க்க முடியும்.

சரியோ , தவறோ அவர்களின் அறிவுரையை எடுத்து கொண்டு செய்யுங்கள்.

[காதலை எதிர்க்கும் நிலை இன்று மாறிவிட்டது. ஓடிப் போய் திருமணம் செய்தவர்கள் இன்று குறைவு , இந்த கதை காதலை எதிர்க்கும் சூழ்நிலையில் நடந்ததாக நினைத்துக் கொள்ளுங்கள்]

இன்று காதலுக்கு எதிரி பெற்றவர்கள் இல்லை, காதலர்களே !!!

வீட்டில் சம்மதம் வாங்கி செய்த திருமணங்கள் இன்று ஈகோ பிரச்-சனையால் குடும்ப நீதி மன்றங்களில் காத்துக் கிடக்கிறது.

சரி நாம் கதைக்கு வருவோம்.

சங்கர் மாமாவுக்கு அதிர்ச்சி ....மலர் இவ்வளவு தீவிரக் காதலில் இருந்ததை அக்கா தன்னிடம் சொல்லவில்லை என்று வருத்தமாக இருந்தது. மனசு கேட்கவில்லை.

மாமா நீங்க கவலைப்படாமல் இருங்க...நைட்டு மலர் வீட்டுல இருப்பா.....

இல்ல சங்கர் , இனி அவ எங்களுக்கு வேண்டாம்.

மாமா .....

ஆமா சங்கர் , இனி எனக்கு ஒரே பொண்ணு தான்.

அம்மா மௌனமாக அழுதாள். அப்பா பிடிவாதமாக இனி மலர் வேண்டாம் என்று ஒதுக்கி விட்டார்.

சங்கருக்கு , மலர் போனால் போகட்டும் என்று விட முடியவில்லை. அங்கே இருவருக்கும் ஆறுதல் சொல்லி விட்டு , வெளியே வந்து தனக்கு அறிமுகமான நண்பர்கள் மூலம் மலரை தேட ஆரம்பித்தார்.

தெருவில் இருந்த எல்லோரும் மலர் ஏறி குதித்து வெளியே வந்ததை சொன்னார்கள் , அதற்கு மேல் யாருக்கும் தெரியவில்லை.

சங்கர் மாமா , முடிந்தவரை தேடி மலரின் தோழிகளை நெருங்கி விட்டார்.

மணிக்கணக்கில் சுற்றித் திரிந்து நயமாக பேசி ....அவர்கள் வீட்டை கண்டு பிடித்து விட்டார்.

மலர் , தோழி ஒருத்தி வீட்டில் பாபுவின் வரவை எதிர்பார்த்து காத்-துக் கொண்டு இருந்தாள். வீட்டில் அணிந்து இருந்த அதே உடை ....முகத்தில் துளி கூட சிரிப்பு இல்லை.

சங்கர் மாமா , மலரை பார்த்து விட்டார். மனதளவில் உடைந்து போனார் . தான் தூக்கி வளர்த்த மருமகள் , மகள் போன்றவள்.

மலரின் உடை , முகத்தில் ஒரு பயம் , பதட்டம் ....பார்க்க சகிக்-கவில்லை. மாமாவாக இந்த நிலைமையில் என்ன செய்ய வேண்டும் என்று தோன்றவில்லை.

மலர் , வீட்டை விட்டு வெளியே வந்த செய்தி இன்னும் பாபுவை போய்ச் சேரவில்லை. காரணம் அவன் செல் நம்பர் கிடைக்க வில்லை.

பாபு , ஊருக்கு வெளியே கலெக்ஷன் செய்ய போகும்போது , போன் கனெக்ட் ஆகாது என்பது மலருக்கு தெரிய வாய்ப்பில்லை.

பாபு தகவல் அனுப்பி வெகு நாட்களாக காத்துக்கொண்டு இருந்தான். அப்போது மலரால் வீட்டை விட்டு வெளியே வர முடியவில்லை. பாபு ஏறக்குறைய இனி மலர் வர மாட்டாள் என்று நினைத்த நேரத்தில் மலர் வந்து விட்டாள்.

பாபு ஒரு இக்கட்டான சூழ்நிலையில் சிக்கி இருந்தான் , மலர் பற்றிய தகவல் அவனுக்கு தெரிய இரண்டு நாட்கள் ஆனது. பாபுவின் நண்பர்களும் பாபுவுக்கு தகவல் சொல்ல அவனை தேடிக்கொண்டு இருந்தார்கள்.

சங்கர் மாமாவிற்கு இப்படி ஒரு சூழ்நிலையில் மலரை அந்த வீட்டில் விட்டுவிட்டு போக மனமில்லை. ஒருவேளை காதல் செய்தவன் வராமலேயே இருந்து விட்டால்?

நம் வீட்டுப் பிள்ளை திருமணம் ஆகாமல் வெளியே ஒரு இரவு தங்கினாள் என்கிற கெட்ட பெயர் வரக்கூடாது என்று எண்ணினார்.

இரவு பத்து மணிவரை காத்திருந்தார். பாபு பற்றி எந்தத் தகவலும் வரவில்லை. தாமதிக்காமல் தன் வண்டியில் மலரை ஏற்றிக் கொண்டு தன் வீட்டிற்கு சென்றார்.

மலருக்கு வேறு வழியில்லை. ஏன் பாபுவை தொடர்பு கொள்ள முடியயவில்லை என்று தெரியாமல் குழம்பிப் போய் இருந்தாள்.

அன்று முழுவதும் சாப்பிடவில்லை. மலர் உடல்அளவில் சோர்ந்து காணப்பட்டால் .....

மாமா வீட்டிற்கு வந்தாகி விட்டது. மாமி நல்லவள் தான் ஆனால் சூழ்நிலை அவளை கெட்டவளாக மாற்றி இருந்தது. மலரிடம் முகம் கொடுத்து பேசவே இல்லை.

கதவை திறந்த கையோடு , போய் படுத்து விட்டாள். வீட்டில் சங்கருக்கு மட்டும் உணவு தயாராக இருந்தது.

சங்கர் புரிந்து கொண்டர். உடனே மலருக்கு பிரிட்ஜ் -ல் இருந்த மாவை எடுத்து , தோசை சுட்டுக் கொடுத்தார். மலருக்கு ரோசப்பட உடலிலும் , மனதிலும் தெம்பு இல்லை.

சாப்பிட்ட கையோடு , ஒரு மூலையில் முடங்கிப் போனாள். அம்மாவின் முகம் வந்து போனது. மௌனமாக. அழுதபடி தூங்கிப் போனாள்.

தரஹி கண்ணன்

தரஹி கண்ணன்

10

சாப்பிட்ட கையோடு , ஒரு மூலையில் முடங்கிப் போனாள். அம்மா-வின் முகம் வந்து போனது. மௌனமாக. அழுதபடி தூங்கிப் போனாள்.

நடுநிசியில் முழிப்பு வந்தது , முட்டாள் தனமான செயல் செய்த விட்டதாக உணர்ந்தாள்.

ஐயோ கடவுளே ! ஒருவேளை பாபு வரவே இல்லை என்றால் என்ன செய்வது ?

இதயம் படபடத்தது ஏன் பாபு வரவில்லை ?

உடம்பு சரியில்லை என்று சொல்ல முடியாது ! அப்படி இருந்தால் தன்னோடு போனில் பேசி இருப்பான், ஒரு வேளை அவனையும் அடைத்து வைத்து இருப்பார்களோ !!

மனம் அமைதி இன்றி தவித்தது. ஒருவேளை பாபு வரவில்லை என்-றால் , தான் ஏதாவது செய்து கொண்டு இறந்து விடுவது என்று முடிவு செய்தாள்.

பாபு போன இடத்தில் ஒரு விபத்தில் சிக்கி , கையில் இருந்த பணம் , செல் என்று எல்லாம் இழந்து வாடகைக்கு வண்டி பிடித்து வந்து கொண்டு இருந்தான்.

மலர் , வீட்டை விட்டு வெளியே வந்தது அவனுக்குத் தெரிய-வில்லை. உடல் முழுவதும் அடி , கண்களில் நீர் கரைந்து ஓடிக்கொண்-டிருந்தது. ஓட்டி சென்ற வண்டி , இனி ஓட்டும் நிலையில் இல்லை.

கழுத்தில் இருந்த சங்கிலி காணவில்லை. மோதிரம் கழட்ட முடிய-வில்லை போலும் , அது மட்டும் இருந்தது. நல்லவேளை இன்று பாதி பணம் தான் வசூல் ஆனது. இல்லையென்றால் முழுப் பணமும் பறி-போய் இருக்கும்.

பாபுவின் மனதில் மலருக்கு ஏதாவது நடந்திருப்பது போல உள்ளுணர்வு தோன்றியது. இது பாபுவின் செண்டிமெண்ட் , தனக்கு ஏதாவது கஷ்டம் வந்தால் அதே மாதிரி மலருக்கும் வரும் என்று நினைப்பான். அதே போல பலமுறை நடந்தும் இருக்கிறது.

எப்படியோ ஊர் போய் சேர்ந்தால் போதும் என்கிற நிலையில் வந்து கொண்டு இருந்தான். உடலில் பட்ட காயம் மருத்துவ உதவியை நாடியது

மலருக்கு அதற்கு பிறகு தூங்கவே இல்லை. இதற்கு இடையில் மாமா , மலருக்குத் தெரியாமல் அவளை கண்காணித்த படி இருந்தார். பின்ன ஊரான் வீட்டுப் பிள்ளை ஆயிற்றே!!, எல்லாம் நன்றாக போய் கொண்டிருக்கும் வரை சரிதான். ஒருவேளை மலர் ஏதாவது தவறான முடிவை தேடிக்கொண்டால் ?

இது யோசிக்க வேண்டிய விசயம் அல்லவா ??

பல இடங்களில் உதவி செய்பவர்கள் படும் அவஸ்தை இது. மலர் ஒவ்வொரு முறை உடல் அசைவ ஏற்படுத்தும் போதும் , மாமா கண்களை முழித்து கவனித்தார்.

மாமி இதை கவனிக்க தவற வில்லை, பொருத்துப் பொருத்து பார்த்து விட்டு , மனது கேட்காமல், மலர் அருகில் ஒரு பாயை போட்டு படுத்துக் கொண்டார்.

மலருக்கு புரிந்தது , ஆனாலும் காட்டிக் கொள்ளவில்லை. மாமி மெல்ல அவளுடைய உடையை தன் சேலையின் தலைப்பில் கட்டிக்கொண்டு படுத்தாள். இது பழைய முறை என்றாலும் , மாமி க்கு அதில் மனசு நிம்மதி கிடைத்தது.

மலர் இதை தெரியாதது போல படுத்துக் கொண்டிருந்தாள். அம்மா நினைவு வந்தது , பாவம் தன்னை பிடிக்காத மாமியே இவ்வளவு பயப்படும் போது , அம்மா எப்படி துடித்துக் கொண்டிருப்பார் என்று மனசு துடித்தது.

மாமி , மலர் அருகில் படுத்ததும் , மாமா நிம்மதியாக தூங்க ஆரம்பித்தார். மலர் தன்னை அறியாமல் தூக்கிப் போனாள். அங்கே மாமி மட்டுமே தூங்காமல் பாவனை செய்தபடி படுத்துக் கிடந்தார். இங்கு உறவை விட மனிதம் முன்னே வழிக்காட்டிக் கொண்டு இருந்தது.

மறுநாள் காலையில் மாமி அதிகாலையிலேயே எழுந்து விட்டாள் என்று தோன்றியது. பிள்ளைகளை ஸ்கூலுக்கு அனுப்பி விட்டு , மலரை

எழுப்பினார்.

மலருக்கு அவருடைய முகத்தை பார்க்க அவமானமாக இருந்தது. மாமி மெல்ல பேச ஆரம்பித்தாள்.

மலரு.....

ம்.....- மலரின் குரல் கம்மிப் போனது.

மலரு ....எதுக்கு இப்படி ஒடைஞ்சி போய் கிடக்க ?

....!!!

அத்தை சொல்றதக் கேளு , சரியோ தப்போ வந்துட்ட.....கொஞ்சம் பொறுமையா இரு. அந்த பையனுக்கு என்ன ஆச்சுன்னு விசாரிப்போம் . அப்படி அவன் வராட்டியும் உனக்கு உங்க மாமா இருக்காரு , நான் இருக்கேன் , சரியா ??

மலருக்கு அழுகை வந்தது. மாமி கைகளை பிடித்துக்கொண்டு அழ ஆரம்பித்தாள். மாமிக்கும் அழுகை வந்து விட்டது. பாவம் சின்ன பிள்ளை , பெற்றவர்கள் ஆதரவை கொடுத்து , அன்பால் மனதை மாற்றி இருக்கலாம். மாமி மனதிற்குள் மலரின் அப்பாவை திட்டிக் கொண்டு இருந்தாள்.

மலரை சமாதானம் செய்து , மாற்று உடைகளை கொடுத்து , சாப்பிட வைத்தார். மாமா நிம்மதியாக காணப்பட்டார் . சாப்பிட்டுக் கொண்டே...

மலர்....மாமா இருக்கேன்டா , கவலைப்படாமல் இரு . அந்த பையனுக்கு என்ன சூழ்நிலையோ ?! அவசரப்பட்டு ஏதாவது நினைச்சுக் கவலைப்படாதே ...

ம்......

மலர் சிறிது மன இறுக்கம் கலைந்து , மாமியோடு வீட்டு வேலையில் மும்முரமானாள்.

மாமா , பாபு எங்கே என்று தெரியாமல் , அவனுடைய பைனான்ஸ் ஆபீசை சுற்றிச்சுற்றி வந்தார். அவனுடைய நண்பர்களுக்கு அவன் ஏன் இரண்டு நாட்களாக காணவில்லை என்று தெரியவில்லை.

மாமா அவர்களிடம் கெஞ்சினார் . பாவம் அவர்களுக்கு மட்டும் என்ன சொல்ல கூடாது என்கிற எண்ணமா என்ன !? அவர்களும் பாபு-

வின் வீட்டை நோட்டம் விட்டுக் கொண்டே இருந்தார்கள் , மாலை வரைப் பார்த்து விட்டு அவரவர் வீட்டுக்கு நடையைக் கட்டினார்கள்.

பாபு உடலில் பட்ட அடி காரணமாக வழியில் இருந்த ஒரு ஆஸ்-பத்திரியில் ஒரு நாள் தங்க வேண்டி இருந்தது. வேறுவழியின்றி அங்கே தங்கி விட்டு , காலையில் ஊருக்கு கிளம்பினான்.

அவன் வீட்டிற்கு வந்து சேர இரவானது. அம்மா பதறிப்போனார் .

என் சாமி....என்ன கண்ணு இப்படி வந்திருக்க.....ஒரு போன் பண்ணி இருக்க கூடாதா ??

பாபு நடந்த விபத்தில் எல்லாம் திருடு போனது பற்றி சொல்ல ....அம்மா,திருடியவனை சபித்தாள்.

அவனுக நாசமா போயிடுவானுக ....நீ போய் படு கண்ணு.....

பாபு உடலில் இருந்த வலி காரணமாக படுத்தவன் உடனே தூங்கிப்-போனான்.

11

அத்தியாயம் - 11

பாபு உடலில் இருந்த வலி காரணமாக படுத்தவன் உடனே தூங்கிப்-போனான்.

இரண்டாவது நாள் மலருக்கு, பாபு மேல் இருந்த கோபம் மாறி, அவனுக்கு ஏதாவது நடந்ததிருக்குமோ !? என்று எதிர்மறை எண்ணங்-கள் ஓடத்தொடங்கியது.

மலருக்கு மட்டும் அல்ல, மாமாவுக்கும் அதே தான் தோன்றியது. மாமி கவலைப்பட்டாள், நல்ல வேளை இன்னும் திருமணம் ஆகவில்லை ,இந்த நிலைமையில் வேறு மாப்பிள்ளை பார்ப்பது கூட சுலபம் தான் என்று தோன்றியது.

மாமாவுக்கு மட்டும் ஓரத்தில் ஒரு நம்பிக்கை இருந்தது, பாபுவுக்கு மலர் வீட்டை விட்டு வெளியேறியது தெரியாது என்கிற நிலையில் அவன் உண்மையில் ஏதாவது சூழ்நிலை கைதியாகத்தான் இருப்பான் என்று நம்பினார்.

மலர் பயத்தில் தூங்கவே இல்லை , இரவு முழுவதும் அழுதபடி இருந்தாள்.

மாமி எப்போதும் போல விடியற்காலையில் எழுந்து வேலை செய்ய ஆரம்பித்தார். மலருக்கு எழுந்து வேலை பார்க்க ஆசை தான் இருந்தா-லும் மனம் மறுபக்கம் அடிபட்டு கதறிக் கொண்டு இருந்ததால் அமை-தியாக படுத்தபடி எண்ணங்களை நேர்மறை யாக மாற்ற முயற்சி செய்து கொண்டிருந்தாள்.

பாபு வீட்டில் விடிந்தும் விடியாமல் ஒரு நண்பன் வந்து கதவைத் தட்டினான். ஆத்தா, மாட்டுக்கு தண்ணீர் வைத்து விட்டு தொழுவத்தில் வேலை செய்து கொண்டிருந்தார். அம்மா காப்பி தண்ணியை தம்ளரில்

ஊற்றி வைத்துக்கொண்டு கணவனை எழுப்பிக் கொண்டு இருந்தார்.

அம்மா , அம்மா...

யார் சாமி , இந்த நேரத்தில.....

நான் தானுங்க ....வேலுசாமி...

வா ....கண்ணு , என்ன இந்த நேரத்தில?

அம்மா , அவசரமா பணம் தேவைப்படுது...தங்கச்சி , பிரசவ நேரம்..!

யாரு , நம்ம சாந்திக்கா ?

இல்லீங்க , சித்தப்பா புள்ள !

ஓ..சரி சரி ...அவனுக்கு உடம்பு சரியில்லை , கொஞ்சம் பொறுத்து வரக்கூடாதா ?

இல்ல அம்மா , ஆஸ்பத்திரியில பணத்தை கட்ட சொல்லிட்-டாங்க....அதான் நம்ம பாபு , எப்பவும் கையில பணத்தை வைச்சிருப்-பான்னு.....

சரி....இரு

அம்மா பாபு வை எழுப்பிக் கூட்டி வந்தார் ,

பாபு காலை நொட்டிக் கொண்டு வருவதைப் பார்த்து ....

டேய் பாபு என்ன ஆச்சு...

இல்ல மாப்பிள்ள சின்ன ஆக்சிடண்ட ....சரி விடு , உனக்கு எவ்-வளவு பணம் வேணும்? இப்ப இருக்கிறத வாங்கிக்க...கொஞ்சம் பணம் மிஸ் ஆயிடுச்சி.....

வந்தவன்....பேசிக்கொண்டே பாபுவை ஓரம் கட்டி...

மாப்பிள்ள ...நான் பணத்துக்காக வரலடா...

மலர் வீட்டை விட்டு வந்து ரெண்டு நாளாச்சு...நீ எங்கடா போன ? பாவம் டா அந்தப் பொண்ணு.

பாபுவுக்கு இடி விழுந்தது போல இருந்தது.

என்னது ரெண்டு நாளா ? கடவுளே !! இப்ப எங்க இருக்கா ??

வேலுசாமி நடந்த விபரத்தைச் சொல்லி விட்டு...

மாப்பிள்ள அடுத்து ரெண்டு , மூணு நாளைக்கு , நாள் சரியில்லை . முதல் வேளையா அந்தப் புள்ளைய கலியாணம் பண்ற வேலையைப் பாரு ....இந்த விசயம் உங்க அப்பனாத்தாலுக்கு தெரிஞ்சா , உன்னை வெளிய விட மாட்டாங்க ஜாக்கிரதை. உனக்காக தான் மாப்பிள்ள இவ்-வளவு தூரம் வந்தேன். ஏதாவது உதவி வேணும்னா சொல்லு மாப்பிள.

பாபு அவனுக்கு சில தகவல்களை பரிமாறினான். முதலில் மலருக்கு தான் அவளை வந்து பார்ப்பதாகச் சொல்ல சொன்னான்.

அவசரமாக மூளை வேலை செய்தது. ஊருக்கு வெளியே இருந்த கோயிலில் அவசர கல்யாணத்துக்கு ஏற்பாடு செய்ய சொல்லி அனுப்பினான். இதெல்லாம் ஏற்கனவே போட்ட பிளான் தான். நண்பன் வீட்டில் தாலியும் , சேலையும் தயாராக இருந்தது.

பாபு வேகமாக கிளம்புவதைப் பார்த்த அம்மா ....

என்ன சாமி , உடம்பு சரியில்லாதப்ப எதுக்கு இவ்வளவு வெரசா கிளப்பிட்ட..

இல்லம்மா....வேலுசாமி வேற பணம் கேட்டு இருக்கான். கையில் கொஞ்சம் பத்தல ...

எவ்வளவு சாமி வேணும், நான் தாறேன்!.

அம்மா கொடுத்த பணத்தை வாங்கிக் கொண்டு , நண்பன் ஒருவன் வண்டியை எடுத்துக் கொண்டு , மலரை காண கிளம்பினான்.

பாபு , போகும் வழியில் மலருக்கு சொந்தமாக வேண்டிய தாலி , சேலையை நண்பன் வீட்டில் இருந்தும் மாலையை மார்கெட்டிலும் தயா-ராக வாங்கிப் போனான்.

மலருக்கு , இன்றும் பாபு வரவில்லை என்றால் , மாமா வீட்டில் இருக்க வேண்டாம் , எங்காவது சென்று ஏதாவது செய்து கொள்ளலாம் என்று உள் மனதில் ஒரு ஈனக் குரல் கேட்டுக்கொண்டே இருந்தது. காதுகளை இரண்டு கைகளையும் கொண்டு இறுக்கமாக மூடிக்கொண்டு படுத்துக் கிடந்தாள்.

காலை ஏழு மணி , வாசலில் மாமா யாருடனோ பேசும் குரல் கேட்-டது. இருந்த மனநிலையில் அந்தக் குரல் பாபு உடையது

என்று கூட உணர முடியவில்லை .

தன் மனபிரம்மை என்று நினைத்தாள்.

மலர்...மலர்.

மாமாவின் குரல் கேட்டு....மெல்ல எழுந்து வந்தாள். ஹாலில் பாபு சின்ன சின்ன காயங்களோடு அமர்ந்து இருந்தான்.

மலருக்கு கத்தி அழ வேண்டும் என்று இருந்தது. அமைதியாக அழுதபடி நின்றாள். பாபுவுக்கு அவளைப் பார்க்க பாவமாக இருந்தது. மாமி முகத்தில் சிரிப்போடு பாபுவுக்கு காபி கொண்டு வந்து கொடுத்தார்.

பாபு மாமா முன்னால் மறுபடியும் மலரிடம் மன்னிப்பு கேட்டான்.

மலர்....சாரி , ஒரு ஆக்சிடண்ட் ல சிக்கிட்டேன்.

அதெல்லாம் விடுங்க தம்பி , இனி ஆக வேண்டியத பார்ப்போம் .

மலருக்கு புது பட்டாடை, பூ , மாலை என்று ஆசை ஆசையாய் அவளுடைய கையில் கொடுத்தான். பாபு நொண்டிக் கொண்டு நடப்பது கண்டு மலருக்கு கண்களில் நீர் வழிந்தது.

மாமா அவசரமாக பாபுவுக்கு வேட்டி , சட்டையை தேடி அலைந்து வாங்கி வந்தார். மாமி மனம் முழுவதும் மகிழ்ச்சியாக மலருக்கு அலங்-காரம் செய்தாள்.

மலரு....அத்தை சொல்றேன்னு தப்பா நினைக்காத ...பையன் நல்-லவனா இருக்கான். நீதான் பொறுத்து போய் இந்த வாழ்க்கையில் ஜெயிச்சு காட்டனும். எனக்கு உம்மேல கோபம் தான் , ஆனா நீ தனி-யாக நிக்கும் போது எனக்கு மனசுக் கேக்கல....

மலர் எல்லாம் புரிந்தது போல தலையை ஆட்டினாள் .

கார் வந்தது மாமாவும் , மாமியும் மலரை அழைத்துக் கொண்டு கோயிலுக்கு பயணமானார்கள்.

பாபு , நண்பன் ஒருவன் வீட்டில் இருந்து தயாராகி வந்து கொண்டு இருந்தான் .

12

பாபு , நண்பன் ஒருவன் வீட்டில் இருந்து தயாராகி வந்து கொண்டு இருந்தான் .

மலர் , மாமா மாமி உடன் கோயிலில் காத்திருந்தாள், ஏற்கனவே கோயிலில் காத்திருந்த நண்பர்கள் அவர்களுக்கு துணை இருந்தார்கள்.

நீண்ட நேரமாக பாபு வரவில்லை. மாமாவுக்கு படபடப்பு அதிகமானது. மலர் நிலைமை கேட்கவே வேண்டாம்.

நண்பர்கள் மாற்றி , மாற்றி போன் செய்து கொண்டே இருந்தார்கள். போன் ரிங் போய்க் கொண்டே இருந்தது.

ஐயர் நேரத்தை பார்த்துக்கொண்டே நண்பர்களிடம்....

என்ன தம்பிங்களா!! யாராவது வீட்டுக்குப் போய் பாத்துட்டு வந்-துட்டா பரவாயில்லை...

மாமா , மாமியிடம் ஜாக்கிரதையாக இருக்கச் சொல்லி விட்டு...பாபுவை தேடிச்சென்றார்.

மாமா சென்று சில நிமிடங்களில் பாபு பரபரப்பாக வந்து சேர்ந்தான். ஐயர் வேகமாக மந்திரங்களைச் சொல்ல ஆரம்பித்தார்.

அந்த நிமிடம் , திருமணம் என்கிற அற்புதமான உணர்வை இருவ-ரும் உணர முடியாத நிலையில் பாபுவும் , மலரும்.

நண்பர்கள் கண் கோயில் வாசலைப் பார்த்தபடி, மாமா வேறு இன்-னும் வரவில்லை , மாமிக்கு நெஞ்சு வெடிப்பது போல இருந்தது.

எல்லா மந்திரங்களும் முடிந்து பாபு தாலி கட்டிவிட்டான். மாமி கண்கள் வேகமாக மாமாவைத் தேடியது. நல்ல காலம் மாமா எப்போது வந்தார் என்று தெரியவில்லை, ஆனால் தாலி கட்டி முடிந்ததும் அரு-

கில் நின்று கொண்டு இருந்தார். யாரும் அவர் வந்ததைக் கவனிக்க வில்லை.

ஆனால் அவருடைய முகம் பயங்கர டென்சனாக இருப்பது போல தோன்றியது. மாமி புரிந்து கொண்டாள் , ஏதோ பிரச்சனை என்று....

புது மணமக்கள் சடங்குகளை முடித்துக்கொண்டு வேகமாக காரில் ஏறினார்கள்.

மாமா மெல்ல அருகில் வந்து....

தம்பி , அடுத்து என்ன பண்ணலான்னு இருக்கீங்க ....

இந்த கேள்வி பாபுவை சங்கடப் படுத்தியது. ஆனால் புரிந்து கொண்டான் , அவர் இதோடு ஒதுங்க நினைக்கிறார் என்று....

உண்மையில் மாமா வெளியே வந்து பாபுவை தேடிக்கொண்டு இருக்-கும் போதே , மலரின் அம்மா போன் செய்து இருந்தார். பாபு விட்-டார் வந்து வீட்டை அடித்து , உடைத்து தகராறு செய்தார்கள் என்றும் , அடுத்து மாமாவின் வீட்டை தேடிக்கொண்டு இருக்கிறார்கள் என்றும் ஒரு குண்டை தூக்கிப் போட்டார். மாமாவின் நிலை திரிசங்கு உலகத்-தில்.....இங்கே இருந்து மலரின் திருமணத்தை நடத்துவதா ? இல்லை-யென்று தன் வீட்டை காப்பாற்றுவதா இல்லை , அக்கா வீட்டுக்கு சென்று அவர்களுக்கு துணை நிற்பதா என்று தெரியவில்லை.

அந்த குழப்பத்தை மனதில் தாங்கியபடியே , மலரின் திருமணம் முடியும் வரை காத்திருந்தார்.

பாபு மாமாவை கையெடுத்து கும்பிட்டு....

சார் , உங்க உதவிக்கு ரொம்ப நன்றி.

மாமா பதட்டமாக பாபுவை அணைத்துக் கொண்டு...

தம்பி பெரிய வார்த்தை சொல்லீட்டிங்க ....இதெல்லாம் முறையா நடந்து இருந்தா இவ்வளவு பிரச்சினை இல்லை...சரி ஏதாவது ஒரு இடத்தில போய் சீக்கிரம் செட்டில் ஆயிடுங்க.....அப்புறம் பேசலாம். உங்க வீட்டுல உங்களைத் தேட ஆரம்பிச்சுட்டாங்க ....

தெரியும் சார்.....எங்க மாமா ரொம்ப பிரச்சனை பண்றார் போல , அதனால தான் நான் வர நேரம் ஆயிடுச்சி....

சரி விடுங்க...இதெல்லாம் கட்டாயம் நடந்து தான் ஆகும். என் உதவி வேணும்ன்னா கூப்பிடுங்க....

பாபுவின் புது நம்பரை வாங்கிக் கொண்டு இருவரையும் வழியனுப்பி வைத்து விட்டு , வீட்டிற்கு வந்தார்.

வீட்டிற்கு முன் ஒரே கூட்டம். புதிய ஆட்கள் நிறையபேர் இருந்தார்-கள். மாமா கொஞ்சம் சுதாரித்துக் கொண்டு , தனக்கு சப்போர்ட் ஆக சில ஆட்களை வரவழைத்துக் கொண்டு அவர்களிடம் பேச ஆரம்பித்-தார்.

அவர்கள் வாய் பேசவில்லை , கைப்பேசியது. மாமா அவசரமாக மாமியை உள்ளே அனுப்பி கதவை வெளி பக்கம் தாழிட்டார்.

நிலைமை பதட்டமாக இருந்தது. யாரோ ஒரு பொது மனிதர் வந்து புதியவர்களை சத்தம் போட்டார்.

யாருப்பா....பேசும் போது வந்து கை வைக்கிறது. எங்களுக்கும் கைப் பேசும் தெரியுமில்ல....

ஓரளவுக்கு சண்டை குறைந்து பேச ஆரம்பித்தார்கள். மாமாவுக்கு நல்ல அடி சண்டை கிழிந்து தொங்கிக் கொண்டிருந்தது.

மாமி ஜன்னல் வழியாக பார்த்து கதறி கொண்டு இருந்தாள்.

வந்தவர்களில்....ஒரு பெரிய தலை போச ஆரம்பித்தது.

ஏம்பா பெரிய மனுசா....நல்லா பேச வந்துட்ட...இவன் வீட்டுப் பொண்ணு , எங்க பையன மயக்கி இழுகிட்டு ஓடி போயிட்டா ....இது உன் வீட்டில நடந்தா சும்மா வா இருப்ப....பிழைப்புக்காக வந்த நாயிங்க ....நல்ல வசதியான வீட்ல பையன் கிடைத்ததும் , குடும்பமே சேர்ந்து பிளான் பண்ணி மயக்கிட்டாணுங்க.....

இரண்டு பக்கமும் வார்த்தைகள் தடித்தது. மாமா தலை குனிந்து நின்றார். காரணம் பையனுக்கு பெரிய கூட்டம் துணை நின்றது.

வந்தவர்கள் சொன்னது உண்மைதான், மலரின் குடும்பத்தில் எல்-லோரும் இங்கு பிழைப்புக்காக வந்தவர்கள். இங்கே சொந்தங்கள் குறைவு , அப்படி இருந்தாலும் இந்த பிரச்சனைக்கு வரவே மாட்டார்-கள். சொந்தக்காரர்கள் எல்லோருக்கும் ஒரே மாதிரி அமைவதில்லை.

13

வந்தவர்கள் சொன்னது உண்மைதான், மலரின் குடும்பத்தில் எல்-லோரும் இங்கு பிழைப்புக்காக வந்தவர்கள். இங்கே சொந்தங்கள் குறைவு, அப்படி இருந்தாலும் இந்தப் பிரச்சனைக்கு வரவே மாட்டார்-கள். சொந்தக்காரர்கள் எல்லோருக்கும் ஒரே மாதிரி அமைவதில்லை.

பாபு, மலரை காருக்குள் உட்கார வைத்துக் கொண்டு எங்கே போவது என்று தெரியாமல் தடுமாறிப் போனான். பாபுவும், மலரும் அத்தை கொடுத்த மாற்று உடையை அவசரத்திற்கு இடம் தந்த ஒரு நண்பர் வீட்டில் மாற்றிக் கொண்டு சென்னைக்கு ரயில் ஏறினார்கள்.

மலருக்கு புரியவில்லை ....

பாபு எதுக்கு சென்னை போறோம், அங்கே யாரு இருக்கா ?

இங்க மட்டும் யார் இருக்கா ?

......அப்படி இல்லப்பா அங்க ஏதாவது ஏற்பாடு பண்ணி இருக்கிங்-களா..?

இல்ல மலர் ...பாத்துக்கலாம் வா ! கடவுள் இருக்காரு..

இருவரும் சென்னை நோக்கி பயணமானார்கள். மலருக்கு கடந்த இரண்டு நாட்களாக இருந்த பயம், கவலை மறந்து பாபுவின் தோளில் சாய்ந்து உறங்கிப் போனாள்.

பாபுவிற்கு மன வலியும், அடிப்பட்ட வழியும் சேர்ந்து ...மனதி-டத்தை லேசாக ஆட்டிப் படைத்தது.

தூக்கம் வரவில்லை, பதிலாக பயம் வந்தது. தன் வீட்டாரின் செயல் மலருக்குத் தெரிந்தால் ?

பாபு இந்த அளவிற்கு தன் வீட்டில் இருந்து எதிர்ப்பு வரும் என்று நினைக்கிறேன் வில்லை ...

பாபு , மலருக்கு அவள் வீட்டில் நடந்த பிரச்சனைகள் எதுவும் தெரியாமல் பார்த்துக் கொண்டான்.

இது தெரியவந்தால் மலருக்கும் தனக்குமான நெருக்கம் குறைந்து போகும் என்று பயந்தான்.

மலர் தன்னை நம்பி வர மாட்டாளா என்று ஏங்கி தவித்த நிலை மாறி , தோள் கணத்தது....

கையில் அம்மா தந்த பணம் அப்படியே இருந்தது. அம்மா நகையை விற்றுத் தந்த பணத்தில் பாதி திருடிக் கொண்டு போனார்கள் பாவிகள் , போதாதென்று இன்று மீண்டும் அம்மாவின் பணம் . அதை தொட்டுப் பார்க்கும் போதெல்லாம் அம்மாவின் மனம் வீசியது.

ஐயோ அம்மா !! என்னை நம்பி , நம்பி நீ எத்தனை முறை ஏமாந்து போய் இருப்பாய் , இனியாவது என்னை நம்பாதே அம்மா , நீ ஊட்டிய சோறு கூட இன்னும் செறிக்கவில்லை , வாங்கிய பணத்-தில் உன் வியர்வை வாடை போகவில்லை , அதற்குள் உன் வளர்ப்பை சோதித்து விட்டேனே .

மனசு புழுவாய்த் துடித்தது, இந்நேரம் அப்புச்சி அம்மாவை பேசியே கொன்றிருப்பார்.

அக்கா வீட்டில் கேட்கவே வேண்டாம், மாமா ஆடிய ஆட்டம் தான் இதெல்லாம்....

அப்பா இந்நேரம் குடிக்க ஆரம்பித்து இருப்பார். ஆமாம் அவருக்கு வாழ்க்கையில் எல்லா நிகழ்வுகளிலும்.....குவாட்டர் எடு கொண்டாடு அல்லது குவாட்டர் எடு அழு ....இதுமட்டும் தெரிந்த தகப்பன், அதனால் தான் அம்மா பாபுவை மட்டுமே நம்பி வாழும் நிலையில் இருந்தாள்.

பாபுவுக்கு , தனக்கு திருமணம் ஆன சந்தோஷத்தை விட இன்று பயம் அதிகமாக இருந்தது. தனக்கு எதுவும் ஆகாது என்று தெரியும் , ஆனால் மலர் வீட்டை நினைத்தால் பயமாக இருந்தது.

ரயில் இரண்டு குடும்ப பாசம் நிறைந்த இதயங்களை சுமந்து கொண்டு சென்றது.

இங்கே மலர் வீட்டில் ஏகப்பட்ட பொருள் சேதம் , வந்தவர்கள் வீட்-டில் கைக்குழந்தை இருந்தால் மீதியை விட்டுச்சென்றார்கள்.

அதைவிட வந்தவர்கள் மலரை தரக்குறைவாக பேச ....அதனால் மலரின் அப்பாவுக்கு அதிகமாக கோபம் வரும் என்று எதிர்பார்த்தவர்க-

ளுக்கு ஏமாற்றம். அவர் , வந்தவர்களை விட அதிகமாக திட்ட ஆரம்-பிக்க , வந்தவர்கள் பின் வாங்கினார்கள் .

சங்கர் மாமா வீட்டில் அப்படி எதுவும் இல்லை....அவர்கள் மலர் என்று ஆரம்பிக்கும் முன்பே மாமா அவர்களிடம் கோபப் பட்டார்

வந்த கூட்டம் , பணத்திற்காக வந்தது என்பதால் அவருடைய உணர்வுகளை மதிக்கவில்லை, மாறாக அவர் மீது தாக்குதல் நடத்த ஆரம்பித்தது.

அவர் ஒரு சராசரி மனிதன் , சூப்பர் மேன் இல்லை என்பதால் , அன்றைய தினம் வாங்கிய அடி அவருக்கு வாழ்க்கையில் பல திருப்-பங்களை ஏற்படுத்த தயாராக இருந்தது.

வந்தவர்கள் , வந்த வேலையை முடித்துவிட்டு , பாபு , மலர் இரு-வரையும் குறிவைத்து தேட ஆரம்பித்து. பாபுவின் அக்கா புருஷன் தான் படு வேகமாக இருந்தார்.

அவருடைய உறவில் ஒரு பெண் , பாபுவுக்கு தயாராக இருந்தாள் , அதுவும் இந்த வெறிக்கு ஒரு சிறு காரணம் .

அப்படி என்றால் பெரிய காரணம் ஜாதியா ?

இல்லை....இல்லாவே இல்லை . ஜாதி என்கிற போர்வையில் வசதி வாய்ப்புகள், இங்கு மனிதனின் நிறத்தை வெளுத்து வெளியில் காட்டிக் கொண்டிருந்தது.

பாபு , பல ஏக்கர் நிலத்திற்குச் சொந்தக் காரன். அதை வித்து தின்-னாக் கூட பத்து தலைமுறை வாழுங்க.....

மலர் வீட்டில் அப்படி இல்லை , அப்பா ஒரு மில் தொழிலாளி . கடன் வாங்கிக் கட்டிய ஓட்டு வீடு. மீண்டும் கடன் பட்டு உமாவின் கல்யாணம் வேறு...

வீட்டில் என்ன நடந்தது ?மாமாவின் நிலை என்ன என்பதை பற்றித் தெரியாத பேதை மலர். தன் கனவில் வெற்றி அடைந்ததாக நினைத்து , வெற்றிக்களிப்பில் பாபுவின் அரவணைப்பில் மலர்.

14

வீட்டில் என்ன நடந்தது ? மாமாவின் நிலை என்ன என்பதை பற்றி தெரியாத பேதை மலர். தன் கனவில் வெற்றி அடைந்ததாக நினைத்து , வெற்றிக்களிப்பில் பாபுவின் அரவணைப்பில் மலர்.

ரயில் சென்னையை வந்து சேர்ந்தது. பாபு அவசரமாக இறங்கி , மலரை வெயிட்டிங்

ரூமிற்கு அழைத்துச் சென்றான்.

மலர் சீக்கிரம் ரெடியாயிடு நான் வெளியே வெயிட் பண்றேன்.

நாம எங்கே போறோம்.

சொல்றேன்.....சீக்கிரம் !

மலர் வேகமாக குளித்து விட்டு தயாராகி வந்தாள். அவள் வந்தப்- பின் பாபு தயாராகி வந்தான்.

பாபு , கண்ணில் பட்டதை வாங்கி பையில் வைத்தான். டிக்கெட் கவுண்டரில் நின்று டிக்கெட் வாங்கினான்.

இப்ப எங்க போறோம் ....

சொல்றேன் ..

சென்னையில் இருந்து ஊருக்கு செல்லும் ரயில் தயாராக நின்று கொண்டு இருந்தது.

மலர்...வா.

என்னது திரும்ப ஊருக்கா...?

ஆமா ....

மலருக்கு புரியவில்லை , இருந்தாலும் ஏறி இருவரும் எதிர் , எதிர் சீட்டில் அமர்ந்தார்கள்.

பாபு ...உடனே எதுக்கு ஊருக்கு? ஏதாவது பிரச்சனையா ?

இல்ல மலர்...நம்மளத் தேடி ஒரு கூட்டம் இப்ப தான் நம்ம ஊர்ல இருந்து வண்டி ஏறி இருக்கு....

மலர் பயத்தோடு...

எங்க வீட்ல இருந்தா ?

ஆமா உங்க வீட்ல தேடிட்டாலும் .....என்று மனதில் நொந்து கொண்டு...

இல்ல மலர் , எங்க வீட்ல இருந்து....

என்னது உங்க வீட்ல இருந்தா ?! நீங்க உங்க வீட்ல ஒரு பிரச்சி-னையும் வராதுன்னு சொன்னீங்க...?!

அதெல்லாம் சொல்றது தாம்மா ....ஆனா இப்ப பிரச்சனை தான் .

மலர் பயத்தோடு அமர்ந்து இருந்தாள்.

மலர் பயப்படாத.....நான் ஒரு வீடு பாத்து இருக்கேன் , அங்கே போய் செட்டில் ஆயிட்டா ஒன்னும் பிரச்சனை இல்லை. அதுவரைக்கும் சமாளிப்போம்.

ம்.......

சரி சாப்பிடு.....-பையில் இருந்த பாக்கெட் சாப்பாட்டை நீட்டினான். இருவருக்கும் நல்ல பசி , சாப்பிட்டதும் தூக்கம் வந்தது.

பகல் நேரம் என்பதால் நீண்ட தூரம் பயணம் செய்பவர்கள் குறை-வாகவும் , ஆங்காங்கே ஏறி இறங்குவார்கள் அதிகமாகவும் இருந்தார்-கள்.

பாபு மலரை தூங்கச் சொல்லி மேலே ஏற்றி விட்டான். பாவம் பாபு-வின் உடல் முழுவதும் வலித்தது. காட்டிக் கொள்ளவில்லை. ஆண் என்றால் அப்படி தான். பல நேரங்களில் வலியை வெளியே காட்ட முடிவதில்லை. காரணம் ரெஸ்பான்சிபிளிட்டி ....

இங்கே பாபு உடல் வலியாக இருந்தாலும் , மலர் என்கிற பூங்-கொத்தை பாதுகாக்கும் பொறுப்பு இருந்ததால் , எதையும் காட்டிக் கொள்ளவில்லை.

மலர் அதை புரிந்து கொண்டாலும் வேறுவழியின்றி ஒருவரை ஒரு-வர் ஆதரித்துக் கொண்டு பயணத்தை தொடர்ந்தார்கள்.

பாபு இடையில் நண்பர்களோடு போனில் பேசி தகவல்களைத் தெரிந்து கொண்டே வந்தான்.

இரவு நெருங்கி விட்டது. ஊர் இன்னும் ஒரு மணிநேரத்தில் வந்து விடும் , பாபு முகத்தை மறைத்து முண்டாசு கட்டிக்கொண்டான். அறி-முகமான முகங்கள் தெரிய ஆரம்பித்தது.

எல்லோரும் பாபுவிடம் கடன் வாங்கியவர்கள். பாபு ஊருக்கு இரண்டு , மூன்று நிறுத்தங்கள் இருக்கும் நிலையில் , மலரை அழைத்-துக் கொண்டு அவசரமாக இறங்கினான்.

பாபு ...இருங்க , வண்டி நிக்கட்டும்.

பரவாயில்லை, அதுவரைக்கும் போனா எல்லோருக்கும் தெரிஞ்சிடும் சீக்கிரம்....

மலர் பயந்தபடி ஓடும் ரயிலில் இருந்து ஏறக்குறைய குதித்தபடி இறங்கினாள். பாபு அதன் பிறகு குதித்து இறங்கினான். ஏற்கனவே அடி-பட்ட கால் மேலும் வேதனையைத் தந்தது.

சிறிது தூரத்தில் நண்பர்கள் வந்து இருவரையும் ஒரு ஆட்டோவில் அழைத்து சென்றார்கள்.

அந்த ஊரில் எல்லோரும் வீட்டிற்குள் அடைந்து இருந்தார்கள். இவர்களின் வரவை அங்கே யாரும் கண்டுகொள்ளவில்லை.

ஆட்டோ சிறிது தூரம் பயணப்பட்டு தோட்டத்தின் நடுவில் நின்றது. மலருக்கு உதறல் எடுத்தது.

பாபுவின் கைகளை இறுக்கமாக பற்றிய படி இறங்கினாள் , அடி வயிற்றில் ஏதோ பிரட்டியது .....

பாபு நண்பர்கள் பின்னால் நடக்க , மலர் பாபுவின் பின்னால் நடந்-தாள். அங்கே கோழிப் பண்ணை இருந்தது , அதை ஒட்டிய ஒரு பாதையில் , ஓலைவேயப்பட்டு ஒரு குடிசை....

கோழியின் வாசம் தலையை வலித்தது. வேறுவழியின்றி மலர் மனதைத் தேற்றிக் கொண்டாள்.

பாபு நண்பர்களை வழியனுப்பி விட்டு , மலரின் அருகில் வந்து அமர்ந்தான். புதிதாக திருமணம் ஆன மகிழ்ச்சி கொஞ்சம் கூட இல்லை , பாபு மலரின் கையை பிடித்துக் கொண்டு ....

மலர் ,ஊர்ல ரொம்ப பிரச்சனை ஆயிடுச்சி...என்ன ஆனாலும் நம்ம பிரியவே கூடாது. ஒருவேளை அப்படி ஒரு நிலை வந்தா !!

மலர் அழுதபடி ...

வந்தா !!

நம்ம ஏதாவது பண்ணிக்குவோம்.

சீ.......

மலர் வேகமாக பாபு அடித்து விட்டு , அவன் கைகளை பிடித்துக்-கொண்டு ....

அப்படி ஒரு எண்ணம் உனக்கு வரவே கூடாது , பாபு ...ஒருவேளை நம்ம குடும்ப நலன் கருதி பிஞ்சாக் கூட ....வேற கல்யாணம் பண்ணாம வாழ்ந்து காட்டி , அவங்களுக்கு நம்ம அன்பை காட்டணும்.

பாபு , அவள் அடித்ததை சந்தோஷமாக ஏற்றுக் கொண்டான். அவள் கைகளில் முத்தமிட்டு....

நீ இதே மனநிலையில் இருந்தாலே எனக்கு போதும். என்ன எதிர்ப்பு வந்தாலும் நான் அதை தாக்கிக்குவேன்.

இருவரும் கஷ்டப்பட்டு தரையை சுத்தம் செய்து படுக்க தயாரானார்-கள். இரண்டு நாட்களாக படுக்கையில் தூங்காமல் , சுற்றி அலைந்த-தால் கிடைத்த உடல்சோர்வு .....கோழியின் நாற்றத்தை தாண்டி தூக்கம் கண்களைச் சொருகியது.

சரியான உணவு , தண்ணீர் இல்லாமல் இருவரும் விடியும் முன்பு எழுந்து விட்டார்கள்.

பாபு தண்ணீர் பாட்டிலை கழுவி எடுத்துக் கொண்டு டி வாங்க வெளியே சென்றான். அது கிராமம் என்பதால் ஓரளவிற்கு மக்கள் புழக்-கம் இருந்தது.

டி கடை அப்போது தான் திறக்கப்பட்டது. பாபு காத்திருந்து டி வாங்கிக் கொண்டு சென்றான். அதில் யாரோ அடையாளம் கண்டு கொண்டு...

அட நம்ம தவணைக்காரர். எங்கப்பா இந்தப் பக்கம் .....இந்த நேரத்தில...?

பாபு பிறகு விபரம் சொல்லுவதாச

சொல்லி விட்டு , மலருக்கு டியை எடுத்துக் கொண்டு பறந்தான்.

மலர் , பசியோடு காத்திருந்தாள். பையில் வைத்து இருந்த பழைய பிஸ்கடும் , அந்த தண்ணீயான டி யும் அந்த நேரத்தில் தேவாமிர்தமாக இருந்தது.

மலரை , பாபு நன்றாகப் பார்த்து கொண்டான் , பாபுவின் உடல் நிலை சரியில்லாத நிலையில் கூட.மலருக்கு உதவியாக வேலைகள் செய்து கொடுத்து நல்ல கணவனாக இருக்க முயற்சி செய்தான்.

விடிவதற்குள் நண்பர்கள் , இரண்டு மூட்டை சாமான்களோடு வந்து சேர்ந்தார்கள். ஒரளவுக்கு சமையல் சாமான்கள் சேர்ந்து போனது.

நண்பர்களில் ஒருவர் , மலரை தங்கையாக பாவித்து , பாய்த்தலை-யணை வாங்கி வந்தான்.

பாபுவுக்கு அப்போது ஒரு விசயம் உணரப்பட்டது.

என்ன தான் ஆசை ஆசையாக காதல் செய்தாலும், பெரியவர்கள் ஆசிர்வாதம் மட்டுமே அந்த வாழ்க்கையை அமைதியாக , அந்நி-யோன்யமாக ஆரம்பிக்க உதவும் என்று புரிந்தது.

மனசு ஒரு பக்கம் அடி பட்ட நாயைப் போல கத்திக் கொண்டு இருந்தது.

மலர் , பின்னால் நடந்த எந்த விசயத்தையும் அறியாததால் , காதல் கணவனோடு சேர்ந்து வாழப் போகும் வாழ்க்கையை எண்ணி மனசு சிற-கடித்துப் பறந்து கொண்டிருந்தது.

15

அத்தியாயம்- 15

மலர் , பின்னால் நடந்த எந்த விசயத்தையும் அறியாததால் , காதல் கணவனோடு சேர்ந்து வாழப் போகும் வாழ்க்கையை எண்ணி மனசு சிற-கடித்துப் பறந்து கொண்டிருந்தது.

பாபு - மலர் வாழ்க்கை சராசரி எதிர்ப்புகளோடு ஆரம்பிக்கப்பட்டது. பாபு அந்த ஊரில் இருந்தப் பழக்கத்தை வைத்து கையில் இருந்தப் பணத்தை , தினத் தவனைக்குப் பணத்தை கொடுக்க ஆரம்பித்தான்.

பணத்தின் தேவை அதிகமாக இருந்ததால் , மக்கள் பாபுவை தேடி வந்தார்கள். பாபு யாருக்கும் அதிகமாக வீட்டைக் காட்டாமல் , நண்பர்-கள் வீடு , கடை என்று வெளி இடங்களில் தன் வியாபார சந்திப்பை ஏற்படுத்திக் கொண்டான்.

மலர் தினமும் ஊருக்குள் என்ன நடக்கிறது என்பதை கேட்டுக்-கொண்டே இருப்பாள். பாபு வழக்கம் போல தன் வீட்டார் தன்னைத் தேடிக்கொண்டு இருப்பதாகச் சொல்லி சமாளித்தான்.

அவர்களின் வீடு ஒரு தோட்டத்தின் நடுவில் ஒரு கோழிப் பண்-ணையில் இருந்ததால் மலர் வெளி உலக தொடர்பு இல்லாமல் இருக்க வேண்டியதாயிற்று....

அங்கே பண்ணையில் வேலை செய்பவர்கள் தவிர வேறு யாரையும் பார்க்க முடியாத நிலை.

தன் உலகம் பாபு என்கிற எண்ணம் மட்டுமே இருந்ததால் , மலருக்கு அது பெரிதாகத் தெரியவில்லை.

மலர் வீட்டில் , பாபுவின் விருப்பம் தெரிந்து பார்த்துப் பார்த்து சமைத்துப் போட்டாள். தன் வீடு பற்றிய நினைவுகள் மறந்து போனாள் , மலரைப் பொருத்தவரை அம்மாவின் முகம் மட்டுமே மனதில் நின்று

கொண்டிருந்தது.

அப்பாவை நினைக்கப் பிடிக்கவே இல்லை. அந்த அளவிற்கு அவருடைய கண்டிப்பு மனதிற்குள் பயத்தை உண்டு பண்ணியது. அவர் எப்படியும் இந்நேரத்தில் தனக்கு காரியம் செய்து இருப்பார் என்று நப்பினாள்.

மாமாவுக்கு எந்த பாதிப்பும் இருக்காது என்று மலரின் எண்ணமாக இருந்தது. அவருக்கும் இந்தப் பிரச்சினைக்கும் எந்த சம்பந்தமும் இல்லை என்று நினைத்தாள்.

ஆனால் மாமா தான் பெரிய அளவில் பாதிக்கப்பட்டார் என்பது மலருக்குத் தெரியாது.

பாபு கையில் இருந்த பணத்தை வைத்து தொழில் செய்வதா இல்லை , குடும்பம் நடத்த பணத்தை செலவு செய்வதா என்று தெரியாமல் திணறிப் போனான்.

இரவில் வீடு திரும்ப தாமதமானது , பகலில் மற்றவர்கள் கண்ணில் பட்டுவிடுவோம் என்கிற பயத்தில் பெரும்பாலும் வீட்டிற்குள்ளேயே இருந்தான்.

மலர் , பாபு வின் அருகாமையில் மகிழ்ச்சி யில் இருந்தாள்.

நண்பர் ஒவ்வொருவராக அவரவர் வேலையை பார்க்க ஆரம்பித்தார்கள். இரண்டு மாதங்கள் ஓடிப்போனது.

பாபு முகத்தை மறைத்துக் கொண்டு ஊருக்குள் எட்டிப் பார்த்தான். அவனது வீட்டில் சூடு இன்னும் குறையாமல் இருந்தது.

மலர் வீட்டில் அப்பா மலரின் நினைவுகளை மறந்ததாக காட்டிக் கொண்டார். ஆனால் உண்மையில் மனது மலர் எப்படி இருப்பாளோ ! பாவிகள் வீட்டை அடித்து நொறுக்கிய கூட்டம் ஆயிற்றே என்று புலம்பிக் கொண்டு தான் இருந்தது.

உமா வீட்டில் வந்து அவளை அழைத்துச் சென்றார்கள். மாமியார் ஜாடை பேசினார். அப்பாவும் கூட சேர்ந்து மலரைத் திட்ட , மாமியார் வாயடைத்துப் போனார்.

பாபு , மாமாவைக் காண அவருடைய வீட்டிற்குச் சென்றான். மாமா கழுத்தில் காலர் பெல்ட் போட்டபடி வந்த வரவேற்றார்.

பாபு தன்மையாக விசாரித்தான்.

சார் என்ன உடம்புக்கு ?

அதெல்லாம் ஒன்னுமில்ல , லேசாக கழுத்து வலி .....

உள்ளே இருந்து மாமி கையில் டீ டம்ளரோடு வந்து ....

என்னங்க .....இப்பவாவது அவருக்கு உண்மையச் சொல்லுங்க ....
....

ஏன் என்ன ஆச்சு சார் ?

அதெல்லாம் ஒன்னுமில்ல மாப்பிள்ள ....நீங்க டீ சாப்பிடுங்க ....மலர் எப்படி இருக்கா ?

நல்லா இருக்கா , நீங்க சொல்லுங்க ?! உடம்புக்கு என்ன ஆச்சு ? மாமி தொடர்ந்தார்...

தம்பி ,........தப்பா நினைக்காதீங்க ! என்ன இருந்தாலும் உங்க வீட்டு ஆளுங்களுக்கு இவ்வளவு திமிர் , கவுரவம் கூடாது. மலர பெத்தவங்க இருக்கும் போது , இவர் மேல கோபத்தை காட்டி என்ன பண்றது.

எனக்குப் புரியல ....என்ன பண்ணாங்க?

உங்க மச்சான் ஆளுங்க அடிச்சு அவருக்கு கழுத்தில் எழும்பு முறிஞ்சு போச்சு தம்பி .....ஒரு மாசம் ஆஸ்பத்திரியில் இருந்தார். யாருமே பாக்க வரல.....அவங்க அக்கா மட்டும் அவங்க வீட்டுகாரருக்-குத் தெரியாம வந்தாங்க....

அடக் கடவுளே !!! [பாபு பதட்டமாக] சார் என்னை மன்னிச்சு-டுங்க...எனக்கு இதெல்லாம் தெரியாது.

பரவாயில்லை தம்பி , நடக்கனும்னு இருக்கு....நீங்க ரெண்டு பேரும் சந்தோஷமா இருந்தா எங்களுக்கு அதுவே போதும் ....

பாபு கனத்த இதயத்தோடு வீட்டிற்கு கிளம்பினான் , அக்கா கணவர் மீது ஆத்திரமாக வந்தது. இதை மலருக்கு சொல்லலாமா ?வேண்டாமா ? என்று குழப்பத்தில் இருந்தான்.

எப்போதும் மலர் , பாபுவை எதிர்பார்த்து காத்துக்கொண்டு இருப்-பாள் . மாலையில் அங்கே வேலை செய்பவர்கள் சென்று விட்டால் மலருக்கு தனியாக இருக்க பயமாக இருக்கும். அதனால் பாபு எங்கே சென்றாலும் இரவில் வீட்டிற்கு வந்து விடுவான்.

அன்றும் பாபு வீட்டிற்கு வர கொஞ்சம் தாமதமானது , நண்பர்க-ளுக்கு எப்படி தெரியும் என்று தெரியவில்லை , வீட்டிற்கு முன்னால்

நிறைய நண்பர்கள் நின்று கொண்டிருந்தார்கள்.

பாபு ஆச்சரியமாக...

என்னடா இந்த நேரத்தில ? ஏதாவது முக்கியமான விசயமா ?

ஆமா மாப்பிள்ள ....இன்னைக்கு பகல்ல எங்க போன ?

சும்மா ஊர் வரைக்கும்....

சரியாகப் போச்சு.! உங்க மாமா இங்கே நீங்க தங்கி இருக்க இடத்தை கண்டு பிடிச்சுட்டாருடா!

எப்ப வந்தாரு ?

மதியம்.....

மலரப் பாத்தாரா...?

இல்ல , நாங்க அவளை இடம் மாத்திட்டோம்.

பாபு வீட்டை எட்டிப் பார்த்து ..

அப்ப அவ இங்க இல்லையா ? - பாபு பதட்டம் ஆனான்.

கவலைப்படாத மாப்பிள்ள......ஊருக்குள்ள ஒரு இடத்தில பாது- காப்பா இருக்காங்க , வா போகலாம்.

நண்பர்கள் பாபுவை அழைத்துச் சென்றார்கள். பாபு மீண்டும் ஓடி ஒளிய வேண்டும் போல... என்று தன்னை நொந்தபடி அவர்களோடு சென்றான்.

16

நண்பர்கள் பாபுவை அழைத்துச் சென்றார்கள். பாபு மீண்டும் ஓடி ஒளிய வேண்டும் போல என்று தன்னை நொந்தபடி அவர்களோடு சென்றான்.

பாபுவின் மனசு சங்கர் மாமாவைப் பற்றி அதிகமாக கவலைப்பட்டது.

நண்பன் ஒருவன் வீட்டில் மலர் நலமுடன் இருந்தாள். பாபு அவளைக் கண்டதும் அவனை அறியாமல் கண்ணீர் விட்டான்.

மலருக்கும் அதே நிலை தான் ஆனாலும் காட்டிக் கொள்ளவில்லை.

என்ன ஆச்சு பா ? ஏதாவது பிரச்சனையா ?

இல்ல மலர் நீ நல்ல இருக்க தான ?

எனக்கு என்னப்பா ! நீங்க இருக்கும் போது !!

பாபு அவளை அணைத்துக் கொண்டான். இவளை எப்படியும் பாது-காத்து விடுவேன் ஆனால் சங்கர் மாமா ...? பாவம் அவரைப்பற்றி இத்தனை நாட்களாக ஏன் யோசிக்காமல் விட்டோம் என்று தன்னை தானே நொந்து கொண்டான்.

மலரிடம் சொல்ல இப்போதும் துணிவு இல்லை.

மாமாவுக்கு முடிந்தவரை ஏதாவது பண உதவி செய்யலாம் என்ற முடிவில் இருந்தான். ஆனால் விதி விளையாட ஆரம்பித்தது.

பாபுவிடம் பணம் வாங்கியவர்களில் பலர் , அவனுடைய நிலையை தங்களுக்கு சாதகமாக பயன்படுத்திக் கொண்டார்கள். பணம் திரும்பி வரவே இல்லை.

திரும்ப கொடுத்தவர்கள் , அவனிடம் மேற்கொண்டு பணம் வாங்க பயந்தார்கள். எல்லாம் அக்கா புருஷனின் திருவிளையாடல்.

வேறு வழியில்லாமல் பாபு வேறு ஊருக்குச் செல்ல திட்டமிட்டான். மலர் உடலளவில் சோர்ந்து போனாள் , அடையாளம் தெரியாதபடி மெலிந்து இருந்தாள்.

இருவருக்கும் சரியான உணவு இல்லை. மனதில் காதல் இருந்ததே தவிர , வீட்டில் அரிசி டப்பா எப்பவும் காலியாக இருந்தது. மலர் முடிந்-தவரை ஏதாவது ஒரு உணவை தினமும் செய்து வைத்தாள்.

பாபு அதை பிடித்து சாப்பிடவில்லை என்றாலும் , அவளுடைய அன்பிற்கு மரியாதை கொடுத்து எது இருந்தாலும் அதை சிரித்தபடி சாப்பிட்டு அவளுக்கு மகிழ்ச்சியைக் கொடுத்தான் .

உணவில் வறுமை, ஒரு ஆண் அதை தாங்கிக்கொள்கிறான் ஆனால் பெண் சீக்கிரம் வாடிப் போகிறாள்.

மலர் மெலிந்து ஓய்ந்து போனாள். பாபு அவளுக்கு என்ன தேவை என்பதை தெரியாமல் பயந்து போனான்.

ஆசை ஆசையாக காதல் செய்து , குடும்ப எதிர்ப்பு காரணமாக ஒரு வேளை உணவை கூட நிம்மதியாக அவளுக்கு கொடுக்க முடியாத நிலையில் பாபு.

வருமானம் நின்று போனது. நண்பர் உதவியுடன் எத்தனை காலம் ஒரு குடும்பத்தை ஓட்ட முடியும்.

பாபு வேலைக்குச் செல்ல திட்டமிட்டான். அப்போதுதான் இருவ-ருக்கும் புரிந்தது வாழ்க்கை என்பது வெறும் வாய்,வார்த்தை , கனவு அல்ல...! நடைமுறையில் வேலை தேடும் போது பாபுவின் சர்டிபிகேட் பொய்த்துப் போனது.

வாழ்க்கை நிஜத்தைக் காட்டி சிரித்தது. உச்ச கட்ட காதலால் மலர் அவளுடைய எந்த சர்டிபிகேடையும் எடுத்து வரவில்லை.

பாபு கிடைத்த வேலைக்குச் சென்று சம்பாதிக்க ஆரம்பித்தான். உணவு தேவை ஓரளவிற்கு சரியாய் போனது.

அத்தை கொடுத்த துணிமணிகள் , கொஞ்சம் கொஞ்சமாக நைந்து போக ஆரம்பித்தது.

ஒருவழியாக , அவர்களின் வருமானத்திற்கு ஏற்றவாறு ஒரு வாடகை வீட்டை பார்த்துக் குடியேறினர்.

மலர் இந்த வாழ்க்கையில் சந்தோஷம் நிறைந்து இருந்ததாக நினைத்தாள். அதனால் தனது உடல் நிலை , உணவு , வசதி வாய்ப்பு என்று எதுவும் அவளுக்கு பெரிதாகத் தெரியவில்லை.

ஆனால் பாபுவின் நிலை வேறாக இருந்தது. நன்றாக சாப்பிட்டு வளர்ந்த பிள்ளை , வயிறு காய்ந்து போனது. அம்மாவின் முகமும் , சமையலும் அடிக்கடி கண் முன்னே வந்து போனது.

நண்பர்களோடு வெளியே சாப்பிட கூட மனசாட்சி இடம் தரவில்லை. அதற்காக நண்பனிடம் ''அவளுக்கு சேர்த்து வாங்கி கொடு ''என்று சொல்லவா முடியும்.

இடையில் யாருக்கும் தெரியாமல் பாபு , அம்மாவை பார்க்க வந்-தான்.

அம்மா அடிவயிற்றில் இருந்து பேசினாள்.

டேய் தம்பி ......இந்த உலகத்தில உன்னை மட்டும் தானடா நம்பி வாழ்ந்தேன். என்னை ஏமாத்த உனக்கு எப்படி மனசு வந்தது. தம்பி உனக்கு தெரியுமா ? உங்க அப்பனுக்கு ஒரு கூத்தியா இருக்கா ! ஊரே காறித் துப்புச்சு ......எல்லாம் தெரிஞ்சி தான் பொருத்துப் போனேன். எல்லாம் உங்க ரெண்டு பேருக்காக , நீ வந்து எல்லாத்தையும் தாண்டி சாதிப்பேன்னு நினைச்சேன் . குடும்ப கவுரவத்தை காப்பாத்துவேனு ஆசைப்பட்டேன் ... என்னை ஏமாத்திட சாமி.....

அம்மா கதறல் காதுகளில் நுழைந்து மூளையை குடைந்தது. அம்மா காலில் விழுந்தாள் . பாபு கதறினான் , அம்மாவை தடுத்து தன் நெஞ்-சில் சாய்த்துக் கொண்டான்.

சாமி .....அந்தப் புள்ளைய விட்டுட்டு வந்துடு சாமி....

அய்யோ அம்மா அவ பாவம் மா ....

இல்ல கண்ணு நம்ம ஆளுங ந்த புள்ளய சேத்துக்க மாட்டாங்க ....உம் பிள்ளைகளை கேவலமாப் பேசுவாங்க சாமி.....

பாபு தலை குனிந்து நின்றான்.

அம்மா இனி அதப் பத்தி பேசி என்ன பண்றது , எதுவானாலும் ஏத்துக்க வேண்டியது தான்.

இல்ல சாமி ....இன்னும் அந்தப் புள்ளைக்கு குழந்தை உண்டாகல இல்லை....?

இல்லை என்று தலையை ஆட்டினான்.

அந்த சாமி தான் காப்பாத்தி இருக்காரு....நல்லதாப் போச்சு ....! அந்தப் புள்ளைக்கு பணம் ஏதாவது கொடுத்து அத்து விட்ரலாம் சாமி ....

அம்மா ......

சாமி....அம்மா உன்னை நம்பி தான் இருக்கேன். நம்ம சாதியிலே ஒருத்திய கட்டிகிட்டு நிம்மதியா இரு சாமி ....உங்க அப்பன் குடிச்சிட்டு வந்து என்னை மானங் கெடா பேசறான் ....நீ வந்திடு சாமி ....

கையெடுத்து கும்பிட்டார்.

அம்மா .....என் கூட நீ வந்திடும்மா ......அவள விட்டுட்டு .....நான் வரவே மாட்டேன். என்னை மன்னிச்சிடுமா.....

அம்மா தன் குரல் மகனின் காதுகளில் விழவில்லை என்றதும் , வருத்தம் கோபம் எல்லாம் கலந்து சாபமாக மாறியது.

நீ நல்லாவே இருக்கமாட்ட டா ....பெத்த வயிறு பத்தி எரியுது டா பாவி ....என் கண்ணு முன்னால நிக்காத....போ ....

குரல் வெடிக்க கத்தினார். அக்கம் பக்கம் இருப்பவர்கள் வேடிக்கை பார்த்தார்கள். பாபுவுக்கு அவமானமாக இருந்தது. முதல் முறையாக அம்மாவின் கோபத்தை தாங்கிக் கொள்ள முடியாமல் தவித்துப் போனான் . பாவம் அம்மா என்னதான் செய்வாள் , தன் எதிர்காலம் நீயே என்று நினைத்தவன் , இன்று வேறு ஒரு பெண் தான் தனது எதிர்காலம் என்று சொன்னால் எப்படி தாங்கிக்கொள்ள முடியும்.

பாபு அந்தச் சம்பவத்திற்கு பிறகு ரொம்பவே உடைந்து தான் போனான். தாய்க்கு தான் பெரிய துரோகத்தை செய்ததாக உணர்ந்தான். தாயின் அவலக்குரல் காதுகளில் ஒலித்துக் கொண்டே இருந்தது.

நாளுக்கு நாள் உறவும் , நொந்து போக ஆரம்பித்தது. மலர் பாபுவை எதிர்பார்த்து தினமும் காத்திருந்தாள்.

மெல்ல மெல்ல பாபு தன்னை மறக்க நண்பர்கள் தயவால் குடிக்க ஆரம்பித்தான். மலர் இன்று ஒரு நாள் தானே என்று தொடர்ந்து மாதக் கணக்கில் இந்த கொடுமையைச் சகித்துப் போனாள்.

பாபு , மலரை விட்டு சற்றே தள்ளி இருக்க ஆரம்பித்தான். அவளை நெருங்கும் போதெல்லாம் அம்மாவின் குரல் மிக அருகில் ஒலித்தது.

மனதளவில் பாபு அதிகமாகவே பாதிக்கப்பட்டான்.

17

பாபு , மலரை விட்டு சற்றே தள்ளி இருக்க ஆரம்பித்தான். அவளை நெருங்கும் போதெல்லாம் அம்மாவின் குரல் மிக அருகில் ஒலித்தது.

மனதளவில் பாபு அதிகமாகவே பாதிக்கப்பட்டான்.

வருமானம் போதிய அளவில் இல்லை. மலர் வெளியே சொல்ல முடியாமல் தவித்துப் போனாள்.

தன்னை விட்டு ஏன் ஒதுங்கிப் போகிறான் என்று தெரியாமல் மனசு புழுவாய் துடித்துப் போனது.

பாபு அதிகமாக வீட்டில் இருப்பதைத் தவித்தான். மனதில் அம்மா- வின் அழுகை மேலோங்கி இருந்தது. மனசு என்னவோ செய்தது.

அம்மாவை எப்படி சமாதானம் செய்வது என்று தெரியாமல் சுற்றித் திரிந்தான். இடையில் அம்மா , அவனுக்கு போன் செய்தார்.

சாமி.....எங்க சாமி இருக்க ...?

அம்மாவின் குரல் பாபுவை மேலும் பலவீனப்படுத்தியது.

சொல்லுமா! சாப்பிட்டியா !

எனக்கென்ன சாமி ....அத விடு ...அம்மா மேல கோவமா ?

இல்லம்மா....தப்பு எம் மேல தாம்மா ! மன்னிச்சிடுமா.....யோசிக்காம செய்துட்டேன் . என்னால உனக்கு தான் அவமானம் ...

அம்மா அழுதாள்....

அம்மா அழுகாதம்மா.....இந்த விசயம் தவிர வேற ஏதாவது விச- யத்தில உம் பேச்சை மீறி இருப்பேனா ?

இதுதான் சாமி முக்கியம்....ஆயூசு முச்சூடும் ஊரு பேசும் , உன் வம்சத்துக்கே கெட்ட பேரு சாமி......

அம்மா வேற ஏதாவது பேசும்மா.....எனக்கு எங்கேயாவது போய் செத்துப் போகலாமான்னு இருக்கு .....

அம்மா பதட்டமாக...

ஐயோ என் ராசா .... அப்படி சொல்லாத ராசா , அம்மாவுக்கு நீ தான் கொல்லி போடோனும் , என்னை ஏமாத்திடாத சாமி . இனி இதப்பத்திப் பேசல....

பாபு சமாதானம் ஆனான் .

சாமி , ஒரு முக்கியமான விசயம் அதான் கூப்பிட்டேன். கல்யாண விசயத்தை மறந்துட்டேன் சாமி ...!!

சொல்லுமா ?

உங்க அப்புச்சி சொத்து பிரிக்குதாம சாமி, உம் மேல இருக்க கோவத்துல ...உனக்கு எதுவும் எழுத மாட்டேனு சொல்றாரு..

சரி...

என்ன சரி ? நீ வந்து அவரைப் பாரு சாமி .

எனக்கு எந்த சொத்தும் வேண்டாம்மா !

அடப் பாவி .....அதெல்லாம் பரம்பரை சொத்து , அத வேண்-டான்னு சொல்லக்கூடாது. அது உன்னோட உரிமை.

இல்லாம்மா எனக்கு வேண்டாம்.

இனி எதாச்சும் பேசுன...எனக்கு கோபம் வந்திடும். அது உங்க அப்பன் வழி சொத்து , அத வேண்டானு சொல்ல உனக்கு உரிமை இல்லை. அதெல்லாம் எம் பேரன் , பேத்திக்கு போக வேண்டியது. நீ வா ....நான் சொல்ற மாதிரி பேசு ....

அம்மா....

வா சாமி .....உம் மேல கோபப்பட்டுட்டு நான் எங்க போவேன். எனக்கு எல்லாமே நீ தான் சாமி , நீ என்ன பண்ணிலும் உன்னை என்னால வெறுக்க முடியாது.

அம்மா......

எதுக்கு சாமி கலங்குற...நானிருக்கேன் நீ தைரியமா வா ...
சரிம்மா.....அம்மா !
சொல்லு சாமி ....
மலர் ...
சாமி ....உங்க அம்மா சாதாரணமான பொம்பள ...உடனே எல்லாத்-
தையும் மறந்து ஏத்துக்க முடியாது. இப்ப முதல்ல சொத்து பிரச்சனையை
முடிப்போம் , அப்புறமா இதப் பத்தி பேசுவோம்.

சரிம்மா ....எப்பம்மா வரட்டும்?
நாளைக்கு வெள்ளன வந்துடு...
அம்மா ,நான் வந்தா மாமா ஏதாவது பிரச்சனை பண்ணுவாரு ,
அப்புறம் அப்பா என்ன சொன்னாரு ?
அடப் போடா ...இங்க எவன் யோக்கியம் ? எம் பிள்ளைய குறை
சொல்ல எவனுக்கு தகுதி இருக்கு ....நீ வா சாமி ! அம்மா இருக்கேன்.
பாபுவுக்கு ஏதோ கோடி ரூபாய் லாட்டரி அடித்தது போல இருந்தது.
இனி என்ன ? இந்த உலகமே எதிர்த்து நின்றாலும் ஜெயித்து விடலாம்
என்ற தைரியம் வந்தது.
மலருக்கு பூ வாங்கிக்கொண்டு , வீட்டிற்கு நேரத்திலேயே கிளம்-
பினான். மலருக்கு ஆச்சரியமாக இருந்தாலும்....முகத்தை திருப்பிக்
கொண்டாள்.
பாபு ,அவளை கண்டு கொள்ளாமல் நண்பனுக்கு போன் செய்தான்
அட ஆமா மாப்பிள்ள...அம்மா தான் போன் பண்ணாங்க....
......
ஆமடா வீட்டுக்கு வரச் சொன்னாங்க !!
மலர் காதுகளை கூர்மையாக்கிக் கொண்டு , அவன் அருகில் ஏதோ
பெரிய வேலை இருப்பது போல அடிக்கடி அவன் அருகில் வந்து
சென்று கொண்டிருந்தாள் .
பாபுவுக்கு , மலரின் இந்த நடவடிக்கை பிடித்து இருந்தது. அவளே
கேட்கட்டும் என்று தொடர்ந்து நண்பனிடம் பேசிக்கொண்டு இருந்தான்.
மலர் இதற்கு மேல் பொறுமை இல்லாமல் இரண்டு டம்ளரை தூக்கி
எறிந்தாள். பாபு வேகமாக சமையல் அறைக்கு ஓடி வந்தான். மலர் எது-

வும் நடக்காதது போல வேலையில் ஆர்வமாக இருந்தாள்.

என்னடி ....என்ன ஆச்சு ?

ம்...டம்ளர் கீழ விழுந்துடுச்சு....

எப்படி?

இரண்டு டம்ளரை மீண்டும் தரையில் எறிய எடுத்தாள் , பாபு வேக-மாக கையை பிடித்துக் கொண்டு....

ஆனா ...சரியான ஆளுடி நீ ! எதுக்கு இப்ப இவ்வளவு பிரச்சினை பண்ற..?

....

இப்ப என்ன எங்க அம்மா எதுக்கு கூப்பிட்டாங்கன்னு தெரியனும் அவ்வளவு தான ?

இல்ல...

அப்புறம் !

நீங்க என்ன பதில் சொன்னீங்கன்னு எனக்கு தெரியனும்..

பாபுவுக்கு , மலரின் பயம் புரிந்தது.

அவள் கைகளைப் பற்றிக் கொண்டு ...

என்னோட மலர் இல்லாம நான் எங்கயும் வர மாட்டேனு சொல்-லிட்டேன்.

பாபு ...எங்கிட்ட எதுவும் பொய் சொல்லலையே....

இல்லம்மா ...நீ இல்லாமல் எனக்கு அங்க என்ன வேலை ? ஆனா !

அம்மா , சொன்ன சொத்து விசயத்தை மலரிடம் சொன்னான். மலருக்கு நம்பிக்கை இல்லை.

இல்ல பாபு , நீங்க அங்க போக வேண்டாம் , எனக்கு பயமா இருக்கு !

இல்லம்மா.... அம்மா சொன்னா ஏதாவது காரணம் இருக்கும் , அவங்க நமக்கு துரோகம் பண்ண மாட்டாங்க !

இல்ல பாபு , அவங்க மூலமாக உங்க அக்கா வீட்டுக்காரர் ஏதாவது சதி செய்வாரு...வேண்டாம் நீங்க போகாதீங்க...

பாபுவுக்கு , மலரிடம் இந்த விசயத்தை சொல்லி இருக்க கூடாது என்று தோன்றியது. கூடவே அவளுடைய சந்தேகம் நியாயமானது தான் என்று தோன்றியது. எதற்கும் நண்பர்களை கூடவே அழைத்து செல்வது என்று முடிவு செய்தான்.

மலருக்கு , பாபு பழையபடி தன்னிடம் அன்பாக இருப்பது பிடித்து இருந்தது , ஆனாலும் பயம் மனதின் ஓரத்தில் '' யாரையும் நம்பாதே'' என்று முனங்கி கொண்டிருந்தது.

மலருக்கு , பாபு பழையபடி தன்னிடம் அன்பாக இருப்பது பிடித்து இருந்தது , ஆனாலும் பயம் மனதின் ஓரத்தில் '' யாரையும் நம்பாதே'' என்று முனங்கி கொண்டிருந்தது.

18

மலருக்கு , பாபு பழையபடி தன்னிடம் அன்பாக இருப்பது பிடித்து இருந்தது , ஆனாலும் பயம் மனதின் ஓரத்தில் '' யாரையும் நம்பாதே'' என்று முனங்கி கொண்டிருந்தது.

மறுநாள் பாபு அவசரமாக கிளம்பிச் சென்றான். போவதற்கு முன்பு மலர் முகத்தை ஒரு முறை நின்று நிதானமாக ரசித்தபடி சென்றான்.

மலருக்கு என்னவோ போல இருந்தது. கண்கள் கலங்கிப் போனது. மனதில் ஏதோ ஒரு இடத்தில் தனிமை தோன்றியது.பாபுவை பார்க்க மனதில் ஏதோ ஒரு உள்ளுணர்வு ....கூடவே ஒரு வித பயம் பரவியது. பாபு எப்போதும் திரும்பிப் பார்த்தபடி செல்வான் , ஆனால் இன்று திரும்பிப் பார்க்கவே இல்லை.

பாபு நண்பர்களில் சிலரை அழைத்துக் கொண்டு , தன் வீட்டிற்குச் சென்றான். அங்கே அம்மா தவிர யாருமில்லை.

அம்மா....

வா சாமி....வா ..!

பாபு உள்ளே சென்றான் , அப்பா நல்ல குறட்டை சத்தம் போட்டு தூங்கிக் கொண்டிருந்தார்.

அம்மா , அப்புச்சி எங்க ?

வருவாரு சாமி .....சூடா இட்லி இருக்கு ரெண்டு வாய் சாப்பிடு .....

இல்ல ...எனக்கு பசி இல்லை.

சரி ....காப்பி தண்ணியாவது குடி ..

சரி ....

எல்லோருக்கும் அம்மா காப்பி கொடுத்தார். நீண்ட நேரமாகியும் அப்புச்சி வரவே இல்லை. நண்பர்கள் வெகு நேரமாக காத்திருந்து பார்த்து விட்டு ...

மாப்பிள்ள , நாங்க கிளம்பறோம். அவரு வர்ற மாதிரி தெரியல....ஏதாவது பிரச்சனைனா கூப்பிடு ...

பாபு , மனமில்லாமல் அனுப்பி வைத்தான்.

அவர்கள் சென்றதும் அம்மா , சூடான இட்லியை தட்டில் வைத்து ஊட்டி விட்டார். மறுக்க மனமில்லை. வயிறு ஏங்கியது.

எத்தனை சாப்பிட்டான் என்று தெரியவில்லை. சாப்பிட்டது கண்கள் சொருகி தூக்கம் வந்தது.

மலர் வீட்டில் அங்கும் இங்கும் நடந்து கொண்டிருந்தாள். வெகு நேரம் ஆகியும் பாபு போன் பண்ணாதது பயத்தை ஏற்படுத்தியது.

மதியம் ஒரு மணி ஆனதும் பொறுமை இழந்து போன் செய்தாள். பாபு செல் தொடர்பு எல்லைக்கு அப்பால் இருந்தது.

உடன் சென்ற நண்பர்களுக்கு போன் செய்தாள் . அவர்கள் காலை-யில் நடந்ததைச் சொன்னார்கள்.

மலருக்கு புரிந்தது....சதிதான் நடந்திருக்கிறது. நண்பர்கள் பாபுவை தேடி அவன் வீட்டிற்கு விரைந்தார்கள்.

அம்மா பதறிப்போய் ....

என்ன சாமி சொல்ற....அவன் அப்பவே கிளம்பி போய்டானே....

நண்பர்கள் நம்பவில்லை , வீடு முழுவதும் தேடினார்கள். பாபு அங்கே இல்லை.

நண்பர்கள் மனசு துடித்தது. மலருக்கு என்ன பதில் சொல்வது....

தொடர்ந்து பாபுக்கு போன் செய்து கொண்டே இருந்தார்கள். பாபு எல்லைக்கு அப்பால் இருப்பதாக தொடர்ந்து ஒரு குரல் சொல்லிக்-

கொண்ட இருந்தது.

மலருக்கு இடி விழுந்தது போல இருந்தது. பாவிகள் நினைத்தை சாதித்து விட்டார்கள். இத்தனை நாட்கள் கழித்து பிரித்து விட்டார்களே என்று தோன்றியது.

பாபுவை சல்லடை போட்டுத் தேடினார்கள். எங்கும் இல்லை ஒரு முடிவாக போலீஸ் ஸ்டேஷனுக்கு போவது என்று முடிவானது. இரவு மணி ஒன்பது.....

மலர் அழுதபடி ஆட்டோவில் ஏற தயாராகிக் கொண்டிருந்தாள். வாசலில் ஒரு புல்லட் வந்து நின்றது.

யூனிபார்மில் இருந்த இரண்டு போலீஸ்காரர்கள் இறங்கினார்கள். மலருக்கு ஏதோ நடக்க கூடாதது நடந்ததாக மனதிற்குப் பட்டது.

நண்பர்கள் அருகில் வந்து அவர்களிடம் விசாரித்தார்கள்.

யாரும்மா....இங்க மலர் ?
நான் தாங்க சார் ....

எங்கம்மா பாபு ...?

மலருக்கு புரியவில்லை.

நண்பன் விளக்கம் சொல்ல முயற்சி செய்தான். வந்த போலீஸ்காரர் அவனை அமைதியாக இருக்கும் படி சொல்லி விட்டு...மலரை பேச சொன்னார்.

சார் அவர் காலையில அவர் அவங்க அம்மா வீட்டுக்குப் போனார் , இன்னும் திரும்ப வரல....

அழுது கொண்டே சொல்லி முடித்தாள்.

அவங்க அம்மா இப்ப கேஸ் கொடுத்து இருக்காங்க ....காலையில அவர் அங்கே வந்தது உண்மை , அவங்க அம்மா கிட்ட பேசி இனி- மேல் அம்மா கூட வந்து தங்கறதா சொல்லிட்டு வந்தவர் இன்னும் வரலேன்னு சொல்றாங்க,...

மலருக்கு உலகம் இருண்டு போனது. என்னது.....அங்கேயே தங்கற-
தாச் சொன்னாரா ?

ஆமாம்மா ...உங்களுக்குள்ள ஏதாவது பிரச்சனையா? அவங்க
அம்மா உங்களால அவருக்கு ஏதாவது ஆபத்து ஏற்பட்டு இருக்கு-
மோன்னு பயப்படுவதாக ....

இல்லை சார்..

மலருக்கு தொண்டை அடைத்தது.

சரி ....அவர் இப்ப எங்க ? கண்ணுல பாத்தா போதும். மத்தபடி
உங்க குடும்ப விசயம். அவர வெளியே வரச் சொல்லு ...
மலருக்கு எப்படி புரிய வைப்பது என்று தெரியவில்லை.
சார் , அவர காணாம மதியத்தில இருந்து நானும் தேடிக்கிட்டு தான்
சார் இருக்கேன்.
அப்ப நீங்க போலீஸ் கிட்ட தான வந்து இருக்கணும்.....
மலர் ,தன்னைச் சுற்றி இருந்த பாதுகாப்பு வளையத்தை எல்லாம்
தாண்டி நடு தெருவில் நிற்பதாய் உணர்ந்தாள்.

19

மலர் ,தன்னைச் சுற்றி இருந்த பாதுகாப்பு வளையத்தை எல்லாம் தாண்டி நடு தெருவில் நிற்பதாய் உணர்ந்தாள்.

மனம் முழுவதும் பயம் சூழ்ந்து இருந்தது. வந்த போலீஸ்காரர் , காலையில் ஸ்டேசனுக்கு வரச் சொன்னார்.

மலர் தலையை அசைத்து விட்டு , இனி என்ன செய்வது என்கிற கேள்விக்குறியுடன் வீட்டிற்குள் சென்றாள்.

அன்றைய நிலையில் நண்பர்கள் வட்டத்தில் பாபு தவிர வேறு யாரும் திருமணம் ஆகவில்லை.

நண்பர்கள் , மலருக்கு வீட்டிற்குள் சென்று ஆறுதல் சொல்லும் நிலையில் இல்லை. மலருக்கு இந்த நிலைமையில் யாருடைய உதவியை நாடுவது என்றும் தெரியவில்லை.

மாமாவுக்கு இது தெரியாமல் பார்த்துக் கொள்ள வேண்டும் என்று நினைத்தாள். எப்படியும் ஒன்றிரண்டு நாட்களில் பாபு வந்து விடுவான் என்று நம்பினாள் .

நண்பன் ஒருவன் மட்டும் , தன்னுடைய வீட்டில் இருந்து தங்கையை மலருக்கு துணை யாக தங்க வைத்தான் , மற்றவர்கள் அவரவர் வீட்-டிற்குச் சென்றனர்.

மலருக்கு , பாபுவுக்கு என்ன நேர்ந்தது என்கிற எண்ணம் மனதை குடைந்தது. உண்மையிலேயே ஏதாவது நடந்திருக்குமோ ! ஏன் என்றால் , பாபு சுயநினைவில் இருந்திருந்தால் இந்நேரம் தன்னைத் தேடி வந்து இருப்பான் என்பதில் மலருக்கு சந்தேகமில்லை.

மலருக்கு அங்கே என்ன நடந்தது என்று முழுமையாகத் தெரிய-வில்லை. ஆனால் நிச்சயம் பாபுவை அவர்கள் தான் மறைத்து வைத்-

திருக்கிறார்கள் என்பதில் உறுதியாக இருந்தாள்.

ஆனால் மலரும் , பாபுவும் எதிர்பார்த்தது நேரிடையான மோதல்... இப்படி ஒரு சதி செய்து பாபுவை ஒளித்து வைப்பார்கள் என்று அவர்கள் எதிர்பார்க்கவில்லை.

மலர் , எந்த எதிர்ப்பு வந்தாலும் பாபு அருகில் இருக்கும் போது நமக்கு என்ன பயம் என்ற கற்பனையில் இருந்தாள்.

பாபுவை காணாமல் தேடும் நிலை வரும் என்று மலருக்குத் தெரி- யயில்லை. அவர்களின் குடும்ப பின்னணியை சற்று குறைவாக இருவ- ருமே எடை போட்டு இருந்தார்கள்.

குறிப்பாக பாபு மலர் வீட்டில் இருந்து தான் எதிர்ப்பு வரும் சமா- ளித்து விடலாம் என்று நினைத்து இருந்தான்.

தன் வீட்டில் தனக்கு கிடைத்த செல்லம் , அம்மாவின் அபரிதமான பாசம் , தனக்கு சாதகமாக இருக்கும் என்று கோட்டைக் கட்டி ஏமாந்து போனான்.

அப்புச்சி தெளிவாக இருந்தார் , வீட்டின் வாரிசு கட்டாயம் தனது , சாதிசனத்தின் மூலம் தான் வரவேண்டும் என்பது அவருடைய லட்சிய- மாக இருந்தது.

பாவம் தாயின் பாசம் என்ன செய்ய முடியும், தன் மகனுக்கு சேர வேண்டிய உரிமைகள் மறுக்கப்படும் நிலையில் தன் மகனுக்கு இதை செய்ய வேண்டிய கட்டாயத்திற்கு தள்ளப்பட்டார்.

ஆமாம் அன்று பாபு அழைக்கப்பட்டது ஒரு சதி தான். அப்புச்சி பாபுவுக்கு சொத்துக்களை எழுதி கொடுக்க வேண்டும் எனில் மலரை விட்டு அவன் பிரிந்து வர வேண்டும் என்பது தான் ஒரே வழி என்று சொல்லிவிட்டார்.

தாய்க்கு இதில் முழு உடன்பாடு இல்லை தான், இருந்தாலும் கணவன் ஏற்கெனவே தகாத வழியில் சென்று கெட்ட பெயரை எடுத்து இருந்தால் , மகனையும் விட்டுக் கொடுக்க விரும்பவில்லை.

இதுதான் சமயம் மகனையும் , இழந்து நிற்கும் குடும்ப மானம் , சொத்து எல்லாவற்றையும் பெற்று விடலாம் என்ற ஆசையில் இதற்கு ஒப்புக்கொண்டார்.

மகனுக்கு சிறுவயது , வேறு ஒரு அழகான பெண்களை திருமணம் செய்து வைத்தால் மனதை மாற்றிக் கொள்வான் என்று தப்புக் கணக்கு

போட்டாள் .

அன்று பாபுவுக்கு உணவில் தூக்க மருந்து கொடுக்கப்பட்டது. அன்று முதல் சரியான இடைவெளியில் அவனுக்கு மது கொடுக்கப்பட்டது. பாபு சுயம் இழந்து மதுவில் மிதந்தான்.

மலரின் கூற்று உண்மையானது. பாபு யாருக்கும் தெரியாத இடத்தில் கடத்தி வைக்கப்பட்டான் , மலருக்கு எங்கே சென்று , எப்படி பாபுவை தேடுவது என்று தெரியவில்லை, ஏன் என்றால் இங்கே எல்லோருக்கும் தெரியும் பாபு தொலைந்து போகவில்லை , கடத்தப்பட்டு இருக்கிறான் என்று....

மலருக்கு இரவு முழுவதும் தூக்கம் வரவில்லை, பதட்டமாக இருந்-தது. அப்போது மலரின் மனநிலை உண்மையில் பாபு இனி வரமாட்டான் என்று தெரிந்து இருந்தால் ,அன்றே தற்கொலை செய்து கொண்டு இருப்பாள். ஆனால் மலர் பாபு திரும்ப கிடைப்பான் என்று நம்பி காத்-திருக்க ஆரம்பித்தாள்.

மறுநாள் நண்பர்கள் துணையுடன் ஸ்டேசனுக்குச் சென்றாள்.

இன்ஸ்பெக்டர் நயமாகப் பேசினார்.

இங்க பாரும்மா....அவர் எங்கேன்னு சொன்னா இதோட பிரச்சனை முடிந்துவிடும் ....இல்ல ....

சிறிது இடைவெளி விட்டு....

உன்னோட சேர்த்து உன் குடும்பமும் கஷ்டபடும் , ஜாக்கிரதை .....

நேரிடையாக மிரட்டல் விடுத்தார்.

மலர் கதறி அழுதாள் .....

இல்ல சார்....எனக்கு அவர்தான் எல்லாம். அவர நான் என்ன பண்ணப் போறேன் ??இதுக்கும் என் குடும்பத்திற்கும் எந்த சம்பந்தமும் இல்லை. இது காதல் கல்யாணம், அவங்களோட நான் பேசறதே இல்லை.

என்னம்மா இப்படி சொல்ற.... அவன் உன்னை கல்யாணம் பண்ண மாட்டேனு சொல்லி இருக்கலாம்., நீ சொத்துக்கு ஆசைப்பட்டு அவனை ஒளித்து வைத்து மிரட்டலாம் ....இதற்கு வாய்ப்பு இருக்கில்ல ??

சார்...நான் அவரோட மனைவி தான். எங்களுக்கு கல்யாணம் ஆயிடுச்சு ......

ரிஜிஸ்டர் பண்ணி இருக்கீங்களா ?

இல்ல , சார் கோயில வெச்சு அவர் எனக்கு தாலி கட்டி இருக்-
காரு.....

எந்தக் கோயில்ல......? ரசீது இருக்கா ?

பக்கத்தில இருக்க கோயிலில்ல.....ரசீது இல்ல ..

என்ன டிராமா...போடுற..இப்படி எத்தனை பேர மயக்கி பணத்த
பறிச்ச ?

வார்த்தைகள் தடித்தது. நண்பர்கள் மிரண்டு போனார்கள். மலர்
விசாரணைக்கு பின் அனுப்பப்பட்டாள்.

வீடு வரை வந்த நண்பர்கள் , அடுத்த சில நாட்களுக்குத் தேவை-
யான பொருட்களை வாங்கிக் கொடுத்தார்கள். மலருக்கு அவமானமாக
இருந்தது. இத்தனை நாட்கள் இது வருத்தமாக தெரியவில்லை.

இன்று ஏதோ யாசகமாக பொருட்களை பெறுவது போலத் தோன்றி-
யது. மலருக்கு ஸ்டேசனில் கேட்ட கேள்விகள் வேறு இதயத்தை பதம்-
பார்த்தது.

இடையில் ஸ்டேசனுக்கு போவதும் , வருவதுமாக ஒரு மாதம் ஓடி-
யது. மலருக்கு தன் உடலில் ஏதோ மாற்றம் ஏற்படுவது போலத் தோன்-
றியது.

ஆம் கணவனைத் தேடி போராடிக் கொண்டிருக்கும் நேரத்தில்
வயிற்றில் குழந்தை உண்டானது.

அத்தனை நாட்களாக குழந்தையைக் கொடுக்காத இறைவன்.
கடைசியாக இந்த இக்கட்டான சூழ்நிலையில் மலருக்கு குழந்தை
வரத்தை கொடுத்து , வாழ்க்கையை பறித்து விட்டான்.

20

இறைவன் மலருக்கு வரத்தைக் கொடுத்து , வாழ்க்கையைப் பறித்து விட்டான். மலருக்கு தன் உடலில் ஏற்படும் மாற்றத்தின் காரணம் புரிந்து விட்டது.

முதல் முறையாக வாழ்க்கையின் மீது அதிகமான பயம் வந்தது. ஒருவேளை பாபு இனி வரவே மாட்டான் என்றால் , தனது நிலை ?

மனப்போராட்டத்தின் நடுவே நண்பர்கள் ஆதரவில் , அடுத்தடுத்த மாதங்களை கடந்தாள். தாய் வீட்டிற்கு எந்தத் தகவலும் தெரியப்படுத்-தவில்லை. சரியான உணவு இல்லை , முறையான மருத்துவம் இல்லை மெலிந்து உருக்குலைந்து போனாள்.

வயிற்றில் மூன்று மாத கர்ப்பம் ...

ஸ்டேஷனில் இருந்து தகவல் வந்தது. பாபு கிடைத்து விட்டதாக ....மலர் மனசு முழுக்க எதிர்ப்புகளோடு....விரைந்தாள்.

பெண்கள் ஸ்டேஷனில் வைத்து மலருக்கு அறிவுரை சொல்லப்பட்-டது.

மலர் விழி நீ தைரியமான பொண்ணு , அதிர்ச்சி அடையாத ...!!

பீடிகை பலமாக இருந்தது. மலருக்கு மறுபடியும் அடிவயிற்றில் ஏதோ செய்தது.

சொல்லுங்க மேடம் !

பாபு .....

ம்....பாபு ?!

அவனுக்கு வேற கல்யாணம் நிச்சயம் ஆயிடுச்சு மா ....நீ ஒதுங்கிப் போறதுதான் நல்லது.

மலருக்கு மயக்கம் வந்தது , தண்ணீர் குடித்து விட்டு தன்னை திடப்-படுத் கொண்டாள் .

அவர் இத்தனை நாட்களாக எங்க இருந்தாரு? மேடம் நான் தான் அவருடைய மனைவி , அவர் எப்படி வேற கல்யாணம் பண்ணலாம்??

வீணா கேள்வி கேட்டு பிரச்சினைப் பண்ணாத......உனக்கு எந்த பிரச்சினையும் வரலைன்னு சந்தோசப்படு....

உனக்கு இன்னும் புரியலையா ? உங்க கல்யாணம் செல்லாதும்மா ....உனக்கு பணம் கொடுத்து விலக்கி வைக்க நினைக்கிறாங்க....

யாரு மேடம்...

பாபு வீட்ல...

நான் கல்யாணம் பண்ணது பாபுவ தானே மேடம்...

அவன் ஸ்ட்ராங்கா இல்லம்மா....

மேடம் , நான் அவரைப் பாக்கணும்....

அவன் அதை விரும்பல மா, நீ பணத்தை வாங்கிட்டு ஒதுங்கிப்போ-யிடு.....

மலர் அழுதபடி ...

மேடம் ....நான் இப்ப கர்ப்பமா இருக்கேன் !.

அது தாம்மா இப்ப உனக்கு பிரச்சனை , பாபு அது தன் குழந்தை இல்லைன்னு சொல்றான்.

மலர் அதிர்ச்சியில் உண்மையாகவே மயங்கி விழுந்தாள் .அருகில் இருந்தவர்கள் தண்ணீர் தெளித்து எழுப்பி உட்கார வைத்தார்கள்.

மலருக்கு அந்த நிமிடமே இறந்து விட வேண்டும் என்று தோன்றி-யது.

மேடம் , எனக்கு அவரைப் பார்க்கணும் ...

அவரு உன்னைப் பார்க்க விரும்பும்பல....!

இல்லை , அவரது என்னைப் பார்த்தா மனசு மாறிடுவாரு.....
இல்லை மலர் ....அவர் உன் கூட இருந்தவரை குழந்தை இல்லை தானா ? அப்புறம் எப்படி??

ஆமா மேடம்.....அவர்தான் இந்த குழந்தைக்கு அப்பா ! டி என் ஏ டெஸ்ட் க்கு தயாரா இருக்கேன்.

அவரும் தான்... ஆனா அதுக்கு டெலிவரி வரைக்கும் வெயிட் பண்ணணும்.

பரவாயில்லை....

அதுக்கு அப்புறம் அவன் மனசு மாறி ஏத்துக்குவான்னு நினைக்கி-றியா ....?-

.....

சொல்லு மலர் ?
தெரியல மேடம்...
தப்பா நினைக்காத......உன்னை அவங்க சேத்துக்க மாட்டாங்க ....இப்ப அந்த பையனும் உன் பக்கம் இல்லேன்னு நினைக்கிறேன். நீ சின்னப் பொண்ணு....இத நிரூபிச்சு என்ன செய்யப் போற ....

அதுக்கு என்ன மேடம் பண்றது ? நான் தப்பானவ இல்லைன்னு நிரூபிக்க நினைக்கிறேன். அவ்வளவுதான்....

வேண்டாம்மா.... இத கலைச்சிட்டு வேற வாழ்க்கையைத் தேடிக்கோ....
அய்யோ......அப்படி சொல்லிதீங்க மேடம், அவருக்கு குழந்தை பெரிய கனவு, என்னை பாத்தா அவர் மனசு மாறும் மேடம்...
.....

அந்த மேடம் என்ன சொல்லுவது என்று தெரியாமல் அமைதியாக இருந்தார். பாவம் அவருக்கு மட்டும் என்ன ஆசையா..... ?! எல்லாம் மேலிடத்திருந்து வரும் பிரஷர்.

பாபு மதுவில் மயங்கி கிடந்தான் ....மலர் கர்ப்பம் என்றது மகிழ்ந்து தான் போனான் ஆனால் சூழ்ச்சியால் அந்தக் குழந்தை அவனுடையது அல்ல என்று நம்ப வைத்தார்கள்.

பாபு சுய புத்தியை இழந்தான். எல்லாம் மதுவின் வேகம். இப்போ-தெல்லாம் பாபு , மலரை விட மது இல்லாமல் இருக்க முடியாது என்கிற நிலைக்குத் தள்ளப்பட்டான்.

பாபு வின் அக்கா புருஷனின் கை ஓங்கி நின்றது. பாபு மீண்டு வந்தால் போதும் என்கிற ஆசையில் குடும்பம் முழுவதும் அவர் அசை-விற்கு ஏற்றபடி ஆடியது.

இடையில் சிக்கிய ஜீவன் மலரும் அவளுடைய குழந்தையும் தான். ஸ்டேஷனில் ஒரு விடுதலைப் பத்திரத்தை நீட்டினார்கள்.

மலர் ஒரு வாரம் அவகாசம் கேட்டாள். மனிதாபிமானம் கருதி அந்த மேடம் சம்மதித்து அவளை வீட்டிற்கு அனுப்பி வைத்தார்.

மலருக்கு வேறு வழியில்லை. நண்பர்கள் மூலம் மாமாவுக்கு தகவல் அனுப்பினாள். மாமா அலறியடித்துக் கொண்டு ஓடி வந்தார்.

மலரின் நிலைகண்டு கதறி அழுதார். பாபுவை தேடுவது வீண் முயற்சி என்று புரிந்தது. ஆனால் எதிர்த்துப் போராட உடலில் வழு இல்லை. சொந்தத்தில் ஆள் பலமும் இல்லை.

அவரால் முடிந்தவரை வக்கீல் ஒருவரை ஏற்பாடு செய்தார். நண்-பர்கள் வீட்டில் இருந்து மலரை தன் வீட்டிற்கு கூட்டிச்சென்றார்.

விசயம் கேள்விப்பட்டு மாமி ஒப்பாரி வைத்து அழுதாள்.

அடிப்பாவி....எம் புருஷன் பட்ட கஷ்டமெல்லாம் வீணாப்-போச்சே....பாதகத்தி , அவர் வாங்கின அடிக்காவாவது....நீ நல்லா வாழ்ந்து இருக்கக் கூடாதா ?

21

அடிப்பாவி....எம் புருஷன் பட்ட கஷ்டமெல்லாம் வீணாப்-போச்சே....பாதகத்தி , அவர் வாங்கின அடிக்காவாவது....நீ நல்லா வாழ்ந்து இருக்கக் கூடாதா ?

மலருக்கு என்ன பதில் சொல்வது என்றே தெரியவில்லை. மாமா-விற்கு அடி பட்டதை ஏன் பாபு தன்னிடம் சொல்லவில்லை என்று கோபப்பட்டாள் , பாபு எதற்கு மறைத்தானோ அது இன்று சரியாக நடந்து கொண்டிருந்தது. மலருக்கு பாபு மீது வெறுப்பு வர ஆரம்பித்தது.

அவன் தன் குடும்பத்தைப் பழி தீர்த்து விட்டதாக நினைத்தாள். அன்று அப்பா சொன்ன வார்த்தைகள் இன்று பழித்தாக உணர்ந்தாள்.

தான் எந்த அளவிற்கு ஏமாற்றப்பட்டு இருந்தோம் என்பதை நினைத்து துடித்தாள். இனி கோபமும் , சாபமும் எந்த பயனையும் தராது , வயிற்றில் குழந்தை ??

முதலில் அவன் மீது கொண்ட காதல் குழந்தை வேண்டும் என்று தோன்றியது. இன்று இப்படி ஒருவனுக்கு நாம் பிள்ளை பெற்றுக் கொடுக்கக் கூடாது என்று வைராக்கியம் வந்தது.

ஆனால் அது நிலைக்கவில்லை. குழந்தையின் இதயத்துடிப்பு , மலரை அவளையும் அறியாமல் தாய்மையை உணரச் செய்தது.

ஐயோ கடவுளே ?! நான் என்ன செய்வேன் ? தயவுசெய்து பாபுவை எனக்கு திரும்ப கொடுத்து விடு ?!!!!!! என்னை அவனுக்கு பிடிக்கா-விட்டாலும் பரவாயில்லை , என் குழந்தைக்காக அவன் வேண்டும். அவன் என்னை எவ்வளவு வெறுத்தாலும் நான் பொறுத்துக் கொள்-வேன்.

கடவுளிடம் மன்றாடினாள்....

மாமா , மலரின் அம்மாவிற்கு தகவல் சொல்ல , அவர் இனி அந்த வீட்டிற்கு மலர் வேண்டாம் , அவளை எங்காவது போகச் சொல்லிச் சொன்னார்.

மாமாவுக்கு இதை , மலரிடம் சொல்ல துணிவு இல்லை. வீட்டில் மாமி கணவனிடம் நாசுக்காக சொன்னாள்.

இதப் பாருங்க....இனி அவ இங்க இருந்தா நல்லா இருக்காது. நமக்கும் பிள்ளைக இருக்காங்க , உங்க அக்கா நம்ம கிட்ட , அவங்க பாரத்தை சுமக்க சொல்றாங்க , இது சரியா வராது. அதுவும் குழந்தையை வேற கலைக்க மாட்டேன்றா,....

கொஞ்சம் பொறுமையா இரு , மாமா கிட்ட பேசறேன்.

சரிதான் ....உங்க அக்காவே பரவாயில்லை ...அவரா இருந்தா இந்-நேரம் விஷத்தை வாங்கி குடிக்கச் சொல்லி இருப்பாரு....

.....

உங்க அக்கா கிட்ட பேசி ...குழந்தையை கலைக்கச் சொல்-லுங்க.....குழந்தை இருந்தா , இரண்டாவது கல்யாணம் கூட பண்ண முடியாது...

கடவுளே ...

மாமா தலையில் கை வைத்துக் கொண்டார்.

இனி என்ன என்று யோசிக்கும் நிலைக்கு தள்ளப்பட்டனர்.

மலருக்கு இன்னும் பாபு தன்னை தேடி வருவான் என்று ஒரு ஆசை மனதின் ஓரத்தில் இருந்தது. அப்படி வந்தால் எப்படி கோபப்பட வேண்-டும் என்று ஒத்திகை பார்த்துக் கொண்டாள்.

ஆனால் மறுபக்கம் விசயம் வில்லங்கமாக ஓடிக்கொண்டிருந்தது. மலருக்கும் , பாபுவிற்கும் வெறும் கள்ளத் தொடர்பு என்றும் , ஆசை காட்டி சொத்தை அபகரிக்க திட்டம் என்று கேஸ் பதிவு செய்ய முயற்சி நடந்து கொண்டிருந்தது.

ஸ்டேசனில் இருந்து மலருக்கு அழைப்பு வந்தது.

என்ன மலர் , ஒரு வாரம் ஓடிப்போயிடுச்சு... என்ன முடிவு பண்ணி இருக்க ?

மேடம் கட்டாயம் அவர் மனசு மாறும்....

நீ என்ன முட்டாளா , அவனுக்கு அடுத்த மாசம் கல்யாணம் . உன்னை விரும்பி இருந்தா அந்தக் கல்யாணத்துக்கு சம்மதம் சொல்லி

இருப்பானா ?!

மலருக்கு அழுகை வந்தது.

நான் சொல்றத கேளு மலர் , அவங்க உன்னை கேவலப்படுத்த பாக்குறாங்க, தயவுசெய்து இதோட சனி விட்டதுன்னு எழுதி குடுத்துட்டு போ ....உன் நல்லதுக்கு சொல்றேன் .

மலருக்கு பேச்சு வரவில்லை , மாமா வாங்கி பேச ஆரம்பித்தார்.

மேடம்...அந்தக் கல்யாணத்துக்கு நான் சாட்சி , நீங்க எங்க வரச் சொன்னாலும் வந்து சொல்றேன்.

நீங்க தான் சங்கரா ?

ஆமா மேடம் !!

மனச திடப்படுத்திக்கோங்க , அவங்க அம்மா , மலர் வயித்துல இருக்கிறது உங்க குழந்தைன்னு சொல்றாங்க , வீணா வாதாடி அசிங்-கப்படாதீங்க.....உங்க நல்லதுக்கு சொல்றேன் .

மாமா அதிர்ச்சியில் உறைந்து போனார். பாபு கட்டாயம் ஏதோ ஒரு சூழ்நிலையில் மாட்டிக்கொண்டு இருக்க வேண்டும் இல்லை என்றால் , இந்த மாதிரி வார்த்தையை அவன் நிச்சயமாக அனுமதிக்க மாட்டான் என்று புரிந்தது. மாமாவுக்கு இன்னும் பாபுவை தவறாக நினைக்க முடி-யயவில்லை.

ஆனால் அவனை நேரில் பார்க்க முடியாத நிலையில் எப்படி இதை சமாளிப்பது என்று தெரியவில்லை. மாமாவுக்கு உடலும் , மனமும் பலவீனமானது.

இனி தாமதிக்க கூடாது என்று உடனடியாக மலரின் அப்பாவிற்கு போன் செய்து விபரத்தை மெல்ல சொல்ல ஆரம்பித்தார்.

சங்கர்...அவளப் பத்தி என் கிட்ட பேசாத , அவ அன்னிக்கே செத்-துப் போயிட்டா....

சங்கர் அழுக ஆரம்பித்தார்.

மாமா , எனக்கு இத ஒரு உதவியா செய்ங்க , நான் இப்ப மலர் கூட , சும்மா போனாக் கூட அவளுக்கு கலங்கம் தான் ...

சங்கர் , ஸ்டேசனில் சொன்னதை சொல்ல , மலரின் அப்பா கலங்-
கினார்.

டேய் சங்கர் , எனக்கு இப்படி நடக்கும்னு தெரியும் டா !! எல்லாம்
நான் செய்த பாவம் , இப்ப நீ சுமக்கற ....உனக்காக வர்றேன். ஆனா
அவளுக்கு சாதகமா எதுவும் பேச மாட்டேன். ஏதாவது அனாதை ஆசி-
ரமத்தில அவள சேர்த்து விட்ருடா...இனி எனக்கு அவ வேண்டாம்.

மாமா அதப் பத்தி அப்புறம் பேசலாம், இப்ப அவளுக்கு ஏதாவது
நல்லது நடக்குமான்னு பாக்கலாம்....அவளைக் கொன்னு போடக் கூட
உங்களுக்கு உரிமை இருக்கு, ஆனா இப்ப அவளுக்கு நம்ம துணையா
இருக்க வேண்டிய நேரம். ஒன்னு அவ வாழனும் இல்ல அந்த குழந்-
தைக்கு ஒரு வழி பண்ணனும். இப்ப நீங்க இருந்தே ஆகனும். நான்
மாமா தான் அப்பா இல்லை.

மலரின் அப்பாவுக்கு கோபம் குறையவில்லை ஆனாலும் சங்கருக்-
காக வரச் சம்மதம் சொன்னார். மலருக்கு உடல் மிகவும் பலவீனமாக
இருந்தது.

மலரை அழைத்துக் கொண்டு மாமாவும் , மாமியும் ஸ்டேசனுக்கு
வந்தார்கள். மலரின் அப்பா அவர்களுக்கு முன்னாலேயே வந்து
அமர்ந்து இருந்தார்.

ஸ்டேசனில் மலருக்கு அறிவுரை சொன்னார்கள். மலரின் அப்பா
பொறுமை இழந்து கத்த ஆரம்பித்தார். என்ன இருந்தாலும் மகள் இல்-
லையா ?!

அந்தக் கடவுளுக்கே அடுக்காது , எம் பொண்ண ஏமாத்தி காதலிச்சு
, கல்யாணம் பண்ணி ஏமாத்தி இருக்கான். அவனைக் கேக்க இங்கே
யாரும் இல்லை. எம் பொண்ண ஒதுங்கிப் போகச் சொல்றீங்களா.....?

சார் ....இது நியாயம்னு சொல்லல...நீங்க அசிங்கப்பட கூடாதுன்னு
தான் சொல்றேன்.

இல்லைங்க மேடம் , நான் அந்தப் பையன பாக்கணும்...

இல்ல சார் , அது முடியாது. இவங்க கல்யாணத்துக்கு சரியான
சாட்சி இல்லை.

தாலி இருக்கு மேடம் ...

அது யார் கட்டினது ...பாபு இல்லேன்னு சொல்றாரு...

அவன நேரில் வரச் சொல்லுங்க...

இல்ல சார், அந்தப் பையன் இப்ப நேரில் வர்ற நிலையில இல்ல ...

மலர் துடித்தாள்..

அய்யோ அவருக்கு என்ன ஆச்சு..?

நீ ஒதுங்கிப் போனாப் போதும் , அவனுக்கும் பிரச்சனை இல்லை , உனக்கும் பிரச்சினை இல்லை...

மலரின் அப்பா கரைந்து போனார்.

மேடம்.. தயவுசெய்து அந்தப் பையன ஒரு தடவை வந்து பாக்கச் சொல்லுங்க ....

சார்...இதுவரை எப் ஜ ஆர் போடாம பேசிகிட்டு இருக்கேன்...

நாங்க என்ன தப்பு பண்ணோம்...?

ம்... பொண்ணா வளத்தி வெச்சிருக்கிங்க....வசதியான வீட்டுப் பையன மயக்கி அவன கொல்லப் பாத்திருக்கா....

மலருக்கு ஒன்றும் புரியவில்லை.

சார் ....இப்படி தான் கேஸ் போட போறாங்க ...ஜாக்கிரதை , இப்-படியே விலகிட்டா உங்களுக்கு நல்லது , இவங்க இந்த ஜில்லாவில பெரிய ஆளுக..... அவ்வளவு சீக்கிரம் விட்டுக் கொடுக்க மாட்டாங்க. இப்பவும் உங்க நல்லதுக்கு தான் சொல்றேன் .

மலரின் சார்பாக வந்தவர்கள் , மலருக்கு புத்தி சொன்னார்கள். மலரின் அப்பாவுக்கு இனி மலர் அங்கே போவாள் என்றோ !!, போனாள் நல்ல முறையில் வாழ்வாள் என்றோ நம்பிக்கை இல்லை. அவரை அவரே நொந்து கொண்டார்.

தான் விட்ட சாபம் தான் இப்படி மலர் கஷ்டப்படுகிறாள் என்று நினைத்துத் துடித்தார்.

ஸ்டேசனில் பாபுவைக் கண்ணில் காட்டாமலேயே கையெழுத்து வாங்கி கொண்டார்கள். பாபு சார்பாக ஒரு வக்கீல் மட்டும் வந்து வாதாடி , சமாதானம் பேசி அவருடைய தொழிலை நன்றாக செய்தார்.

போகும் போது....

அந்த மேடம் மலரிடம்....

மலர் , காதல் திருமணம் தப்பு இல்லை. கூடவே உங்க அம்மா , அப்பா சம்மதம் வாங்கி இருந்தா இப்ப அவங்களுக்கு கொஞ்சம் பயம் இருந்திருக்கும்.

.......எதுவா இருந்தாலும் அவங்க செய்தது துரோகம் மேடம்...

மலர் விம்மிய படி பேசினாள்.

அந்த மேடம் என்ன செய்ய முடியும் , மேலே என்ன சொன்னார்-களோ அதை சரியாகவே செய்தார்.

மலருக்கு இனி என்ன செய்வது , எங்கே போவது என்று தெரிய-வில்லை. எல்லோரும் அசந்த நேரம் ஏதாவது செய்து தனது முடிவைத் தேட நினைத்தாள்.

இங்கே தவறு செய்தவன் நிம்மதியாக வாழ்கிறான். பாதிக்கப்பட்டவன் தண்டனையை ஏற்றுக் கொள்கிறான்.

22

இங்கே தவறு செய்தவன் நிம்மதியாக வாழ்கிறான். பாதிக்கப்பட்டவன் தண்டனையை ஏற்றுக் கொள்கிறான்.

மலரை அழைத்துக் கொண்டு வீட்டிற்கு கிளப்பினார்கள். சங்கர் மாமாவுக்கு மனதிற்குள் பயமாக இருந்தது, எங்கே மலரை தன் வீட்டிற்கு அழைத்துச் செல்ல வேண்டி வருமோ என்று ....வெளியே காட்டிக் கொள்ளாமல் கடவுளை வேண்டிக் கொண்டார்.

ஒரு ஆண் ஒழுக்கமானவன் என்பதை மனைவி நம்பினால் போதும் , ஆனால் இந்த மானம் கெட்ட சமுதாயத்தில் ஒரு பெண் நல்லவள் என்பதை அவளை தெரிந்தவர்கள் எல்லோரும் நம்ப வேண்டும் , இதில் மகா கேவலம் என்னவென்றால் இந்த பிரச்சனையில் பல நேரங்க- ளில் கணவன் மௌன சாட்சியாக அவளை அவளே நிரூபிக்கட்டும் என்று நல்லவன் போல வேசமிடுகிறான். மற்றொரு சந்தர்ப்பத்தில் அதை கணவனுக்கே நிரூபிக்க வேண்டிய கட்டாயத்தில் பெண் தள்ளப்படுகி- றாள்.

இங்கே மலருக்கு நிரூபிக்க விரும்பவில்லை , அதை நிரூபணம் செய்து வாழ விருப்பம் இல்லை , ஆனால் குழந்தை ?

மனம் விரக்தியின் விளிம்பில் நின்று கொண்டு சிரித்தது. மலர் மாமாவோடு வீட்டிற்குச் செல்ல விரும்பவில்லை. எப்படியும் தன் முடிவை தேடிக்கொள்வது என்று முடிவு செய்து இருந்ததால் , சமயம் பார்த்துக் காத்திருந்தாள்.

அப்பா கனமான மனதோடு உடன் நடந்து வந்தார்.

சங்கரு ....ஒரு ஆட்டோ பிடிடா.....மலருக்கு வண்டில உக்காந்து வர முடியாது. பாவம் அழுது அழுது முகம் சிவந்து கெடக்கு.....

மலர் ,அப்பாவின் வார்த்தைகள் காதில் விழும் நிலையில் இல்லை .....அவர்கள் பேசிக்கொண்டே ஆட்டோவை தேட ......இடையில் மலர் அவளை கடந்து செல்ல லாரியின் மீது மோத பார்த்தாள்.

டிரைவர் நல்ல அனுபவசாலி போல , அவன் போட்ட பிரேக்கின் சத்தம் , அருகில் இருந்தவர்களை திரும்பிப் பார்க்கச் செய்தது.

மலர் தடுக்கி தரையில் விழுந்தாள். விழுந்ததும் தான் கவனித்தாள். தன் மீது லாரி மோதவே இல்லை என்று ....!

டிரைவர் இறங்கி வந்து , கோபத்தோடு..

என்னம்மா ஏதாவது பிளான் பண்ணீட்டியா ?

கேட்டவன் குரல் சற்றே இறங்கியது. காரணம் மலரின் வீங்கிய முகம் .....மனசு இறங்கி அருகில் வந்த , சன்ன குரலில் ...

என்ன பாப்பா ....ஏதாவது பிரச்சனையா ??

அப்பாவும் , மாமாவும் பதறிக் கொண்டே அருகில் வந்தார்கள் , கூட்டம் கூடியது. எல்லோரும் டிரைவரை திட்டித் தீர்த்தார்கள்.

டிரைவர் உண்மையிலேயே மிகவும் வருத்தமாக தலை குனிந்து பேச்-சுக்களை வாங்கிக் கொண்டான்.

மலர் என்னம்மா பாத்து வரக்கூடாது..?? எந்திரி ..!

டிரைவர் அப்பா என்பதை புரிந்து கொண்டு...

உங்க பொண்ணா சார் ?

ஆமாப்பா....

என்ன சார் நீங்க இருக்கும் போதே !!!

என்னப்பா , என்ன சொல்ற...?

கூட்டத்தை கலைத்துவிட்டு டிரைவர் அருகில் வந்து ...

பெத்த தகப்பன் இருந்தும் ஒரு பொண்ணு சாகத் துணிந்தால், ரெண்டு விசயம் இருக்கு சார் !

என்னது.....மலர் , நீ தான் போயி விழுந்தியா ?

அத விடுங்க சார் , அவசரப்பட்டு முடிவு பண்ணுருச்சு....

துடித்த அப்பாவை டிரைவர் தனியாக அழைத்து சென்று ...

சார் பிள்ளைய வீட்டுக்கு கூட்டிட்டுப் போய் மெல்ல பேசுங்க....வாழ வேண்டிய வயசு , ஏதோ விரக்தியில் இப்படி செய்திருக்கலாம்.

அப்பா மெல்ல சுதாரித்துக் கொண்டு ...

அந்த ரெண்டு விசயம் என்னப்பா ...?

சொன்னா தப்பா நினைக்க கூடாது ?!

அப்பா கண்ணீர் வடித்தபடி...

இல்லப்பா.....பரவாயில்லை வாழ்க்கையில எனக்கு எதுவுமே புரிய மாட்டேங்குது....அதான் உனக்கு தெரிஞ்சத சொல்லு ...?!

அப்பா நொந்து , நூலானார்.

பொண்ணு மனசு விட்டுட்டா ....புருஷன் காரணம் சார் ....உயிர விட துணிஞ்சுட்டா உலகமே அவளை கை விட்றுச்சுன்னு அர்த்தம். அப்பா இருந்தும் அப்படி நினைச்சா ?!........

நினைச்சா ?

நீங்க அவளை வெறுத்துட்டிங்கன்னு நினைக்கிறேன். இல்லை நீங்க இருந்தும் இல்லைன்னு நினைக்கிறாள் .நம்ம பிள்ளைகளை நம்ம தான் சார் பாத்துக்கணும்.....

அப்பாவுக்கு நெஞ்சு வலித்தது. அவன் சொன்னது தெய்வத்தின் குரலாக ஒலித்தது. இறைவன் எல்லா நேரங்களிலும் நேரில் வரு-வதில்லை. நாம் சந்திக்கும் நபர்களின் மூலம் நமக்கு செய்திகளை அனுப்பி வைப்பார்.

அப்பா அந்த டிரைவரை கையெடுத்து கும்பிட்டு விட்டு , மலரின் அருகில் வந்தார். டிரைவர் சொன்ன எதையும் காட்டிக் கொள்ளாமல் ....

மலர் ......

அப்பாவின் அந்தக் குரல் மலருக்கு மனதில் இருந்த துக்கத்தை அதிகப்படுத்தியது . அழ ஆரம்பித்தாள். சங்கருக்கு என்ன செய்வது என்று தெரியவில்லை.

மலர் ....அப்பா இருக்கேன்டா....நான் இருக்குற வரை நீ எதுக்கும் கவலைப்பட கூடாது.

அப்பா ....நான் தோத்து போய்டேன் பா ...!

யார் கிட்ட மா ?

மலருக்கு தன் தவறு புரிந்தது. தான் வாழ வேண்டும் என்பதை விட , தன் தகப்பன் முன்னால் தான் தோற்றதாகவே நினைத்தாள்.

அப்பா ...

மலர் , நீ தப்பு பண்ணிட்டே ! நானும் உன்னை நிறைய சபிச்சுட்-
டேன். ரெண்டு பேரும் தப்பு பண்ணீட்டோம் . அப்பா உன்னை மன்-
னிச்சுட்டேன். நீ அப்பாவ மன்னிப்பியா ?

மலர் அப்பாவின் கைகளை பிடித்துக்கொண்டு ....

நீங்க தப்பு பண்ணலப்பா , நான் தான் அவசரப்பட்டு , என் வாழ்க்-
கையை தொலைச்சுட்டேன்.

போனது போகட்டும் மலர் .....இனி அப்பா பேச்சு மீறக்கூடாது.
சரியா ?

சரிப்பா....இனி மீற மாட்டேன் .

மலர் நாய் குட்டி போல அப்பாவின் சொல்லுக்கு கட்டுப்பட்டாள்.
இழந்த பாதுகாப்பு தனக்கு மீண்டும் கிடைத்து போல தோன்றியது. ஏதோ
ஒரு பலம் கிடைத்தது.

இதுவரை இருண்ட உலகம் , புதிதாக விடிந்தது. அப்பாவே மன்-
னித்து விட்டார் இனி என்ன ? என்று தோன்றியது.

சங்கருக்கு நிம்மதியாக இருந்தது. எப்படியோ அப்பாவும் , மகளும்
சேர்ந்தாதே போதும்.

அப்பா ஆட்டோ பிடித்து மலரை வீட்டிற்கு அழைத்து வந்தார்.
அம்மா சண்டை போட்டார்.

எதுக்கு இவளை கூட்டி வந்தீங்க ? நம்மள மதிக்காமப் போனவ
தான ....வெளியே போடி ...!!

அம்மா கத்தி கூச்சல் போட்டாள். அப்பா கண்டு கொள்ளாமல் ...

மலர் உள்ளே போ ...உன்னோட ரூம் அப்படியே தான் இருக்கு
..அங்க போய் படு , அப்பா சாப்பிட ஏதாவது கொண்டு வர்றேன்.

மலர் தன் அறைக்குள் சென்றாள் , அந்த அறையில் இருந்த வாசம்
மனதிற்கு நிம்மதியை தந்தது. ஏதோ தாயின் கருவறைக்குள் வந்தது
போன்ற உணர்வு .

கட்டிலில் படுத்ததும் தூக்கம் வந்தது. இது தாய் வீட்டிற்கே உன்-
டான மகிமை.

அம்மா வாயடைத்துப் போனாள். மேற்கொண்டு ஏதாவது பேசினால், கிழவன் அடித்து விடுவான் என்கிற பயம் வேறு. ....

ஆனால் மனதிற்குள் அவர் மலரிடம் காட்டிய பரிவு பிடித்திருந்தது. மனதில் மலரை அருகில் சென்று தொட்டுப் பார்த்து கட்டி அழத் தோன்றியது. ஆனால் அவளால் பட்ட துன்பங்கள் கண் முன்னே தோன்றி வெறுப்பை அதிகப்படுத்தியது.

கதை தலை கீழ் ஆனது. அப்பா மலரை உள்ளங்கையில் வைத்து தாங்கினார். ஊரே கேவலமாகப் பேசியது.

அப்பா அதற்கு பதில் சொன்னார்.

ஆமா ....அவ ஓடிப் போய் தான் கல்யாணம் பண்ணா , இப்ப அவ புருஷன் இறந்து போயிட்டான். அதான் நான் கூட்டிட்டு வந்துட்டேன்.

ஊர் வாய் மூடியது. அவரவர் அவரவர் வேலையைப் பார்க்க ஆரம்பித்தார்கள். மலர் பழைய கசப்பான நினைவுகளை மெல்ல மெல்ல மறந்து குழந்தை பற்றி கனவு காண ஆரம்பித்தாள்.

அப்பா சொன்னது போல பாபு இறந்து விட்டதாக ஏற்றுக் கொண்டு வாழ ஆரம்பித்தாள்.

அப்பா முன்னை விட அதிகமாக தைரியம் கொடுத்தார். அம்மா பெரிய பெண்ணிற்கு ஆதரவாக நின்றார். மலர் மீது வெறுப்பு குறையா-மல் பார்த்துக் கொண்டார்.

மாதங்கள் ஓடியது.....

ஏழாம் மாதம் , மாமனும் மாமியும் வந்து வளையல் போட்டு விட்டுப் போனார்கள். மலருக்கு தனக்கு வளைகாப்பு செய்யவில்லை என்கிற ஏக்கம் வாட்டியது. கூடவே தான் செய்த தவறுக்கு கிடைத்த கூலியாக எல்லா ஏமாற்றத்தையும் ஏற்றுக் கொண்டாள்.

அம்மாவிடம் பிடித்தை கேட்க கூட பயமாக இருந்தது. ஆனாலும் அம்மா பார்த்துப் பார்த்து செய்தார்.

மலருக்கு நிறை மாதம் , மலர் படுத்தே கிடந்தாள். அம்மா மனசு கேட்கவில்லை.

இப்படியே படுத்து கிடந்தாள் எப்படி சுகப்பிரசவம் ஆகும் ?

வேகமாக மலரின் அருகில் வந்து ....

இங்கப்பாருடி.....இந்த வீட்டை பெருக்கி சுத்தம் பண்ணு ..எல்லா வேலைகளையும் நானே தான் பாக்கணுமா...எந்திரி எந்திரி !!

மலருக்கு சோம்பலாக இருந்தது .

அம்மா முடியலம்மா....

அம்மா மனசு உள்ளே கரைந்து ஓடியது . சே என்ன மனித வாழ்க்கை ? பெற்ற மகளின் குற்றத்தை இன்னும் மன்னிக்க முடியாத வறட்டு கௌரவம்.

அம்மா தன்னையே நொந்து கொண்டாள். மலரை மடியில் படுக்க வைத்துக் கொள்ள மனசுத் துடித்தது.

இன்னும் சிறிது நேரம் அருகில் இருந்தால், எங்கே பாசம் வெளியே வந்து தன் சுயரூபத்தை காட்டி விடும் என்கிற பயம் ....!!

எனக்கு தெரியாது....நீதான் சுத்தம் செய்யணும்....

மலர் மெல்ல எழுந்து , வீட்டை சுத்தம் செய்ய ஆரம்பித்தாள் . பிரசவத்துக்கு இன்னும் சரியாக ஒரு மாதம் இருந்து.

இடையில் அக்காகாரி வந்து நொந்து கொண்டாள்.

ஏம்மா...எனக்கு நீங்க தான கல்யாணம் பண்ணி வெச்சீங்க....

ஆமா .....

அப்பா எப்பவாவது என்னை இப்படி கவனிச்சு இருப்பாரா ?! எல்-லாம் நேரம் .

அம்மா எதுவும் சொல்லவில்லை. எப்படி பேசுவது இரண்டும், இரண்டு கண்கள் ஆயிற்றே !

மலருக்கு தன் குழந்தை வயிற்றில் செய்யும் குறும்பை யாரிடமாவது சொல்ல வேண்டும் போல இருந்தது. அம்மாவிடம் சொல்ல பயமாக இருந்தது.

மலருக்கு வயிற்றில் ஏதோ மாற்றம் தெரிந்தது. குழந்தை உருண்டு பிரண்டதைச் .... சொல்ல வேண்டும் போல இருந்தது. பாபுவின் எண்-ணம் வந்து சொல்ல முடியாத துன்பத்தை தந்தது. எதையும் காட்டிக் கொள்ளாமல் ....வயிற்றில் கையை வைத்து சொறிந்தபடி வாசலில் உட்-கார்ந்து இருந்தாள்.

அம்மா வேகமாக வந்து கையில் ஒன்று போட்டார். இப்படி அம்மா-
விடம் செல்லமாக அடி வாங்கி பல வருடங்கள் ஆனது.

அம்மா ...?

....

அம்மா....

ம் ....

குழந்தை நல்லா உதைக்குதும்மா.....

அம்மா கண்கலங்கினார். முகத்தை உம் என்று வைத்துக் கொண்டு
வயிற்றை தொட்டுப் பார்த்தார்.

ஆமா ....உன்னை மாதிரி ரெட்டை வாலு போல ....

மலருக்கு சந்தோசமாக இருந்தது , இந்த சம்பவத்திற்கு பின்னால்
பழைய இறுக்கம் குறைந்து, இல்லம் நல்லறமாக முயற்சி செய்து
கொண்டிருந்தது.

அம்மா மனதில் ஒரே ஒரு வேண்டுதல் தான் , பிறப்பது ஆண்
குழந்தையாக இருக்க வேண்டும் , மலருக்கு துணையாக அவன்
வாழ்க்கை முழுவதும் இருக்க வேண்டும் .

அம்மா தினமும் தன் பேரனிடம் பேச ஆரம்பித்தார் . அது
மலருக்கு சொல்லும் செய்தி , இப்படித்தான் தினமும் இருவரும் பேசிக்-
கொண்டார்கள் .

என்னடா பேராண்டி ....பசிக்கல ?

இல்ல- மலர் பதில் சொன்னாள்.

அதெல்லாம் பசிக்கும் , வந்து சாப்பிடு ?!

இப்படி ஏட்டிக்குப் போட்டியாக நாட்கள் நகர்ந்தது. அப்பா பிரசவம்
நெருங்க நெருங்க பரபரப்பானார்.

ஒரு நாள் நடு இரவில் மலருக்கு வலி வந்தது.

அம்மா ......

அந்தச் சத்தம் , அம்மாவை நிலை குலையச் செய்தது . கோபமா-
வது , வறட்டு கௌரவமாவது.... மலரை தாங்கிப் பிடித்துக் கொண்டு
ஆட்டோவில் ஏற்றி ஆஸ்பத்திரிக்கு அழைத்துச் சென்றார்கள்.

அம்மா , மலரின் அழு குரல் கேட்க முடியால் துடித்தார்.

இறைவா....மலருக்கு எதுவும் ஆகக்கூடாது. என் பேரன் சுகமாகப்
பிறக்க வேண்டும்.

அம்மா கடைசி நிமிடம் வரை கடவுளை நம்பி வேண்டிக் காத்திருந்-
தார். பிறக்கப் போவது பேரன் தான் என்று ஆசையோடு காத்திருந்தார்.

அம்மா கடைசி நிமிடம் வரை கடவுளை நம்பி வேண்டிக் காத்திருந்-
தார். பிறக்கப் போவது பேரன் தான் என்று ஆசையோடு காத்திருந்தார்.

23

அம்மா பேரன் பிறக்க,முருகனை வேண்டிக் கொண்டார்.

அப்பா முருகா , என் மகளுக்கு துணையா , நீயே வந்து பிறந்-திடு....பாவி மகள் அறியாமல் பிழை செய்து விட்டாள். என் மகளுக்கு ஒரு வழித்துணையாக நீ யே வா முருகா !!!

நேரம் ஆக , ஆக மலர் வலியால் துடிக்க ஆரம்பித்தாள். அப்பா செய்வதறியாது அங்கும் இங்கும் தவித்தார். அம்மா ஆரம்பத்தில் , இப்-படித்தான் இருக்கும் என்று அப்பாவிற்கு ஆறுதல் சொன்னார்.

நிமிடங்கள் , மணிநேரமானது....மலருக்கு உடல்நிலை ஒத்துழைக்க மறுத்தது. அம்மா துடித்துப் போனார்.

எங்கே மகள் தன்னை விட்டு சென்று விடுவாளோ ? என்கிற பயம் தொற்றிக் கொண்டது. அம்மா முருகனிடம் தன் கோரிக்கையை மாற்றிக் கேட்டார் .

முருகா , என் மகள காப்பாத்து !! எந்தக் குழந்தையா இருந்தாலும் பரவாயில்லை , நல்லபடியாப் பிறந்தாப் போதும் ...,!! தாயும் சேயும் நல்லபடியா வீடு வந்து சேர்ந்தாப் போதும் !!

அம்மா அடிவயிற்றில் கைவைத்துக் கொண்டு கதறி அழுதார். முரு-கனுக்கு கேட்டு விட்டது போலும்...

குழந்தை அழும் சத்தம் கேட்டது. ஆனாலும் அப்பா , அம்மாவிற்கு நிம்மதி இல்லை , நர்ஸ் வெளியே வந்து குழந்தையை கொடுத்து விட்டு...

பெண் குழந்தை பிறந்திருக்கு , உங்க மக நல்லா இருக்காங்க , அவங்களுக்கு குடிக்க ஏதாவது வாங்கிட்டு வாங்க !!

இப்போது தான் அம்மா முகத்தில் சிரிப்பு வந்தது. அப்புறம் என்ன ? அப்பா குழந்தையை ஒரு முறை உற்றுப் பார்த்து விட்டு , தன் குழந்தைக்காக ஃபிளாஸ்க்கை எடுத்துக் கொண்டு ஓடினார்.

அம்மா குழந்தையை வாங்கி அதன் முகத்தை உற்றுப் பார்த்தார். மலரின் ஜாடை இல்லவே இல்லை. ஆனாலும் முகம் லட்சனமாக இருந்தது. ஒரு வேளை மாப்பிள்ளை முக ஜாடையாக இருக்குமோ !?

அம்மாவிற்கு , மாப்பிள்ளை என்கிற உறவின் ஞாபகம் வந்தது. இதுவரையில் ஏனோ அம்மா பாபுவை திட்டியதே இல்லை . மலரைத்தான் திட்டி தீர்ப்பார். ஆனால் இப்போது பாபுவை திட்ட ஆரம்பித்தார்.

பாவிப் பயலே , உன்னால் இன்றைக்கு இரண்டு ஜீவன்கள் துடித்தே , அது உனக்குத் தெரியுமா ? என் மகளை பழி எடுப்பதாக நினைத்து உன் வீட்டார் உன் வம்சத்தை பழி எடுத்து விட்டார்களே !! உன் வீட்டு குலவிளக்கு என் கையில் கிடக்கிறதே !!

அம்மா , பாபுவையும் , அவன் வீட்டாரையும் சபித்துக் கொட்டினார். பேத்திக்கு முத்தமழை பொழிந்தார். மகளை விட பேத்திக்கு முக்கியத்துவம் அதிகமானது.

மலர் , குழந்தை பிறந்ததும் பெரிய பொறுப்பை சிறப்பாக செய்து முடித்ததைப் போல உணர்ந்தாள். கூடவே பாபுவின் ஞாபகம் வாட்டி எடுத்தது . நிச்சயமாக தனக்கு குழந்தை பிறந்தது தெரிந்தால் நேரில் வருவான் என்று கனவு கண்டாள். ஒவ்வொரு நாளும் எதிர்பார்த்து ஏமாந்து போனாள்.

குழந்தை பாபுவின் ஜாடையில் இருந்ததால் மலருக்கு மனதில் ஒரு வெறி வந்தது , எது பாபுவின் குழந்தை இல்லை என்று சொன்னார்களோ , அவர்கள் முன்னால் சென்று இது அவன் குழந்தை தான் என்று நிரூபிக்க வேண்டும் என்று ஆசைப்பட்டாள்.

இனி நிரூபித்து பயன் இல்லை என்று மலருக்குத் தெரியவில்லை. அப்பா , அம்மா இருவரும் பாபுவை நேரில் கண்டதில்லை . குழந்தை முகத்தை பார்க்கும் போதெல்லாம் இருவருக்கும் அவனைப் பார்க்க வேண்டும் என்கிற ஆசை ஏற்பட்டது.

சங்கர் மாமா வேறு , அடிக்கடி வந்து-

குழந்தை அப்படியே மாப்பிள்ளை மாதிரி இருக்கா ….பாவம் நல்ல பையன் . அந்த கடவுள் இப்படி ஏமாத்திட்டாரே…..எப்படி இருக்க வேண்டிய குழந்தை ….

என்று புலம்ப.....அம்மா , அப்பா இருவருக்கும் பாபு மீது கோபத்தை விட அனுதாபம் உண்டானது. அம்மா கடவுளை வேண்டிக் கொண்டார்.

முருகா , நான் என்னை அறியாமல் என் மகளை ஏதாவது சபித்து இருந்தால் மன்னித்துவிடு. தெரியாமல் சாபித்துவிட்டேன் , பாவம் வாழ வேண்டிய குழந்தைகள். எப்படியோ இந்தக் குடும்பத்தைச் சேர்த்து விடு....

அப்பாவின் நிலையும் இதே தான். பேத்தியின் முகத்தைப் பார்க்கும் போதெல்லாம் , பாபு இறந்து விட்டதாக சொன்னதை நினைத்து வருந்-தினார் . அவன் நன்றாக இருக்க வேண்டும் , சீக்கிரம் வந்து மகளையும் , பேத்தியையும் அழைத்துச் செல்ல வேண்டும் என்று ஆசைப்பட்டார்.

நாட்கள் ஓடியது. குழந்தை தவக்க ஆரம்பித்தாள். அரசல் , புர-சலாக பாபுவுக்கு இரண்டாவது கல்யாணம் நடந்ததாக செய்தி வந்தது. அப்பா நொந்து போனார். அம்மா இன்னமும் நம்பினார் , பாபு திரும்ப வந்து மலரையும் , அபியையும் கூட்டிச் செல்வான் என்று.....

மலரின் மனநிலை வேறாக இருந்தது. குழந்தை அவனுடையது என்று நிரூபிக்க ஆசைப்பட்டாலே ஒழிய , அவனுடன் சேர்ந்து வாழ விருப்பம் இல்லை. மனதளவில் வெறுத்துப் போனாள்.

இனி எனக்கு என் மகள் இருக்கிறாள் அது போதும் இந்த ஜென்-மத்தில் என்கிற மன நிலைக்கு வந்து விட்டாள்.

எதையும் கண்டு கொள்ளாமல் , குழந்தையை வளர்ப்பதில் கவனம் செலுத்த ஆரம்பித்தாள். அக்கா உமா , தங்கை மீது கோபம் கொன்-டாலும் , குழந்தை மீது காட்ட முடியவில்லை.

அபி , குடும்பத்தை மீண்டும் சேர்க்கும் பாலமாக இருந்தாள். மலரை கேலி செய்த உலகத்திற்கு , வேறு ஒரு பெண் கிடைத்து விட்டால் போல , எல்லோரும் மலரை மறக்க ஆரம்பித்தார்கள்.

அக்கம்பக்கத்தில் உள்ளவர்கள் , மலர் உண்மையில் விதவை என்று நம்ப ஆரம்பித்தார்கள். மலர் வீடு , அபி வீடு ஆனது. அப்பா , அம்மா இருவரும் அபி தாத்தா , அபி பாட்டி ஆனார்கள்.

குழந்தைக்கு ஒரு வயது ஆனது. அப்பா , மலரை நல்ல வேலை தேட சொல்லி உத்தரவிட்டார். மலர் அதற்குத் தன்னை தயார் செய்து கொண்டிருந்தாள்.

அப்பா நேரம் கிடைக்கும் போதெல்லாம் மலரிடம்....

அம்மா மலர் , நான் உன் கூடவே வரமுடியாது , நீ தான் பாத்துப் பிழைச் சிகணும் , நீ உன்னையும் காப்பாத்தி உன் மகளையும் காப்-பாத்தணும் ....தலை நிமிர்ந்து வாழணும். தவறு செய்தவன் பாதாளத்தில் விழணும்ணு சட்டம் இல்ல , தவறை சரி பண்ணி வாழ்ந்து காட்ட-ணும். கொஞ்சம் சோர்ந்து உட்கார்ந்தாலும் இந்த உலகம் சமாதி கட்டி-டும்.....நெருப்பா இருக்கணும்மா..!!!

மலருக்கு அப்பாவின் வார்த்தைகள் பலத்தைக் கொடுத்தது.

24

அப்பா , மலர் தனியாக வாழ்வதற்குத் தேவையான விசயங்களை செய்ய ஆரம்பித்தார்.

மலருக்கு ஏதாவது வருமானம் வருமாறு செய்ய நினைத்தார்.

அம்மா , அப்பாவின் கருத்தை எதிர்த்தாள்

அவளுக்குத் தான் புத்தி இல்லை உங்களுக்கும் அவளோட எதிர்- காலம் பத்தி அக்கறை இல்லையா ?

அம்மா , அப்பாவோடு தினமும் சண்டை போட்டார்.

இப்ப என்னடி பண்ணும்ற ?

அந்தக் குழந்தை வேண்டாண்ணு சொன்னேன் கேட்டாளா ? பாவி இப்ப அந்தக் குழந்தைக்கு பெரிய துரோகத்தை செய்துட்டா....தகப்பன் முகத்தை பார்க்காமல் எப்படி அந்த குழந்தை வளரும். இந்த பாவத்தை எப்படி நீங்க தொலைக்கப் போறீங்க...நீங்க அவன் இல்லைன்னு சொன்னா ! அவன் இல்லாமல் போயிடுவானா ? எப்பவாவது அவளுக்கு அவங்க அப்பா இருக்கறது தெரிஞ்சா , என்ன பண்ணு- வீங்க...?

அப்பா நெருங்கிப் போனார் , மலர் மீது கோபம் வந்தது அடங்கிக் கொண்டார் . ஏதாவது சொல்லப் போக , அவள் ஏதாவது தவறான முடிவுக்கு வந்துவிட்டால் என்ன செய்வது ?

அம்மா அதிரடியாக மலருக்கு இரண்டாவது கல்யாணம் பண்ணி வைக்க அவசரம் காட்டினாள்.

மலர் அதிர்ந்து போனாள். ஏற்கனவே பட்ட அடி இன்னும் வலித்- தது. அப்பா , அம்மா சொன்னது நியாயம் என்றார். மலர் பிடிவாதமாக மறுத்துப் போராடினாள்.

ஏய் உனக்கு இப்ப தெரியாது , இந்த வயச தொலைச்சிட்டு ஒரு நாள் நிப்ப , அன்னைக்கு யாரும் உன்னைத் திரும்பிக் கூட பாக்க மாட்டாங்க....

அம்மா மீண்டும் சாபம் விட ஆரம்பித்தார். வீட்டில் நிம்மதி குறைந்து போனது. அம்மா அபியோடு மட்டும் நன்றாக பேசி, சிரித்தார்.

அப்பா இருவருக்கும் நடுவில் சிக்கிக் கொண்டு சீரழிந்தார். இடை- யில் சங்கர் மாமாவுக்கு சிறிது சிறிதாக உடல்நிலை மோசமானது.

அப்பாவின் பலம் சங்கர் மாமா தான் , மூத்த பிள்ளை போல ...அவருடைய நிலை அப்பாவிற்கு கவலையைக் கொடுத்தது. மாமி மலர் மீது பயங்கர வெறுப்பில் இருந்தார்.

எல்லாம் இவளால தான் , சிவனேன்னு இருந்த மனுசன் இப்ப படுக்கையில விழுந்துட்டாரு ...மாமி வருவோர் போவோாரிடம் புலம்பித் தீர்த்தார்.

மாமா சத்தம் போட்டார்.

சும்மா இருக்க மாட்ட ....எனக்கு இப்படி ஆகணும்னு இருக்கு , அதுக்கு மலர் என்ன செய்யும். பாவம் நல்ல பிள்ளைகள் . இப்படி வாழாம போயிட்டாங்களே.. ஏண்டி உனக்கு அந்த வருத்தம் இல்லையா ? உம் பிள்ளையா இருந்தா இப்படி பேசுவீயா ?

அதனால தாங்க பேசாம இருக்கேன். எம் பிள்ளைன்னா இந்நேரம் அவங்கூட சேர்த்து வெச்சிருப்பேன் .நல்லா பஞ்சாயத்து பண்ணிங்கப் போங்க ...

சங்கருக்கு அவள் பேசியது சிரிப்பாக இருந்தது. கல்யாணம் பண்ணி வெச்சதுக்கு வாங்கின அடியே இன்னும் எழுந்திருக்க முடியல ....இவளுக்கு எங்கே தெரியும். அவனுங்க வேகம் ...

சங்கர் புலம்பியபடி படுத்துத தூங்க ஆரம்பித்தார். மாமி எப்போதும் போல அவரின் பேச்சை காதில் வாங்கிக் கொள்ளவில்லை .

அப்பா , பல நேரங்களில் மாமி மலரை திட்டுவது கேட்டு நொந்து போனார். தன் மகளைத் தானே எதுவும் சொல்லாமல் இருக்கும் போது மற்றவர்கள் பேசுவதை எந்தத் தகப்பனாலும் ஏற்றுக் கொள்ள முடியாது.

அப்பா , மலரை நினைத்து , நினைத்து உருகிப்போனார். அபிக்கு இரண்டு வயது ஆனது.

அப்பா இருந்த வீட்டை மலர் பெயரில் எழுதி வைத்தார். உமா சண்டை போட்டாள். உமாவின் கணவன் விட்டு கொடுக்கச் சொல்லி

பிரச்சனையை முடித்து வைத்தார்.

அப்பா நாளுக்கு நாள் மெலிந்து காணப்பட்டார். மலர் மறுமணத்-திற்கு சம்மதிப்பதாகத் தெரியவில்லை.

அம்மாவும் விடுவதாக இல்லை. ஒருநாள் அப்பா தூக்கத்தில் இறந்து போனார். மலர் நடை பிணமானாள்.

கவலையை மறக்க வேலைக்குச் செல்ல ஆரம்பித்தாள். அம்மா வெளி இடங்களுக்குச் சென்று வந்தால் மனம் மாறும் என்று பொறுமை-யாக காத்துக்கிடந்தார்.

மலர் , முன்னை விட இப்போது தான் அதிகமாக பயந்து போய் இருந்தாள். அம்மா மலரோடு பேசுவதே இல்லை.

அம்மாவை பொருத்தவரை மலருக்கு ஒரு வாழ்க்கை துணை வேண்டும் என்பதில் உறுதியாக இருந்தார். தன் கணவனை இழந்த துய-ரத்தை விட மலரின் தனிமை அம்மாவுக்கு பலமடங்கு வலியை தந்தது.

இந்த போராட்டத்தின் ஒரு பகுதி தான் இன்றைய பெண் பார்க்கும் படலம். உமா பாவம் ,அம்மாவிடம் நல்ல பெயர் வாங்க நினைத்து அடிக்கடி மலரிடம் அவமானப் பட்டு நிற்பாள்.

மலர் அழுதபடியே தூங்கிப் போனாள். உமா அம்மாவிடம்...

அம்மா அவ கிட்ட இதப்பத்தி சொல்லலையா ?

எதுக்கு சொல்லனும். இனி எல்லாம் நம்ம இஷ்டப்படி தான் நடக்-கும். அவளுக்கு இப்ப என்ன தெரியும் , நம்ம தான் பாத்து செய்து வைக்கணும்.

என்னவோ பண்ணுங்க ....கடைசியில என் தலைதான் உருளும்...

25

மலர் எப்போதும் போல மறுநாள் வேலைக்கு கிளப்பிக் கொண்டி-ருந்தாள். அம்மா அருகில் வந்து..

அவங்களுக்கு என்ன பதில் சொல்றது ?

எனக்கு இஷ்டம் இல்லை.

அதப் பத்தி எனக்கு கவலையில்லை. என் பேத்தி நாளைக்கு பாது-காப்பு இல்லாம நிக்க கூடாது.

ஆமா... அந்த ஆளு தான் வந்து அவளை பாதுகாக்க போறாரு....

ஏன், செய்ய மாட்டாரா ? சரி நீ நம்பி போனியே அவன் உன்னை நல்லா பாத்துகிட்டானா ? அவன மாதிரியே எல்லாரும் இருக்க மாட்-டாங்க ....நான் இருக்கும் போதே நீ உன் வாழ்க்கையை சரி பண்-ணிக்கோ மலர். இல்ல பின்னால நீ தான் கஷ்டப்படுவ ?! உன் கூட யாரும் நிக்க மாட்டாங்க ...உங்க அக்கா நான் இருக்க வரைக்கும் வருவா , அப்புறம் அவளும் வர மாட்டா ...ரெண்டு நாள் அவகாசம் , அதுக்குள்ள நல்ல பதிலைச் சொல்லு ...

அம்மா பதிலுக்கு காத்திராமல் இடத்தை காலி செய்தார். மலருக்கு வெளியே சொல்ல முடியாத துக்கம் தொண்டையை அடைத்தது.

அபியை ஸ்கூல்க்கு அனுப்பி வைத்துவிட்டு தானும் வேலைக்-குச்.சென்றாள். இன்று ஷீலாவை காணவில்லை. எப்போதும் சொல்லா-மல் லீவு போட மாட்டார் இன்று என்ன முக்கியமான விசயமோ தெரி-யவில்லை ஆளைக் காணவில்லை.

மலர் அன்றாட வேலையில் மும்முரமாக இருந்தாள். இன்று பிரான்ச் ஆபீஸ் ரிப்போர்ட் எடுக்க நேரமானது .

அவசரமாக ஒவ்வொன்றாக போன் செய்ய ஆரம்பித்தாள். அந்த பிரச்சினைக்குரிய ஆபீசில் இருந்து இன்று அவனின் குரல் கேட்க- வில்லை.

எப்போதும் பேசும் பெண் அன்றைய ரிப்போர்ட் ஐ கொடுத்து விட்டு போனை கட் செய்தாள்.

மலருக்கு அந்தப் பையனைப் பற்றி கேட்க வேண்டும் போலத் தோன்றியது. ஆனால் எதற்கு வம்பு என்று கேட்காமல் விட்டு விட்டாள்.

ஆபீஸ், வீட்டின் கவலையை மறக்கச் செய்தது. இன்று ஷீலா மேடம் இல்லாதது ஏதோ போல இருந்தது.

ஹரி சார் இரண்டு மூன்று முறை போனில் பேசினார், அவருடைய கண்டிப்பான குரல் சிறிது பயத்தை உண்டாக்கியது.

உணவு இடைவேளைக்கு முன் மேனேஜர் வந்தார்.

மலர், ஷீலாவுக்கு உடம்பு சரியில்லை. நீ ஏதாவது போன் பண்ணி கேட்டியா?

மலர் அதிர்ச்சியாக !

அப்படியா சார் எனக்குத் தெரியாது, இப்ப போன் பண்ணி பேச- றேன்.

இப்ப வேண்டாம், ஹரி சார் கேபின் ல இருந்து பாத்து கிட்டு இருப்பாரு....லன்ச் டைம்ல பேசு ...

ஓகே சார் ..

மலருக்கு நேற்று ஷீலாவிடம் சரியாக பேசாமல் இருந்திருக்க கூடாது என்று தோன்றியது. ஒரு சிலரின் அருகாமையை விட , பிரிவு அவர்கள் நமக்கு எவ்வளவு நெருக்கமானவர்கள் என்பதை காட்டி விடும்.

மதியம் லன்ச் டைம் வந்தது ஷீலாவிடம் பேசினாள்.

மேடம் உடம்பு சரியில்லையா? நல்லா ரெஸ்ட் எடுங்க !

சரி மலர் ....உனக்கு என் மேல கோபம் இல்லையே ?!

எதுக்கு மேடம் ?

நேத்து அந்த பையனுக்கு சப்போர்ட் பண்ணி பேசினதுக்கு...

இல்ல மேடம் , எனக்கு வருத்தம் இல்லை. ஆனால் நீங்க என்னை தப்பா புரிஞ்சுக்காதீங்க , அது ஒன்னு தான் எனக்கு பயமா இருந்தது.

இல்ல மலர் எனக்கு உன்னைப் பத்தி தெரியும் . நான் எதுக்கு சொல்ல வந்தேன் தெரியுமா ? ஒரு சின்ன விசயத்தை வெச்சு ஒரு

ஆளை நாம எடை போட கூடாது , அதுவும் ஆபிஸில , ஏன்னா நாளைக்கே அவங்க கூட நாம சேர்ந்து வேலைப் பார்க்க வேண்டி வரும் , அப்ப தேவையில்லாமல் பகை தான் வளரும் , அதுவும் உனக்கு ஆண் துணை இல்லை . வீணா யாருடைய வெறுப்பையும் சம்பாதிக்-காத , உன்னோட நல்லதுக்குத் தான் சொல்றேன்.

மலருக்கு மனசு நெகிழ்ந்து போனது.

சாரி மேடம் ....இது எதுக்கும் நான் காரணம் இல்லை , ஹரி சார் தான் ....

இருக்கட்டும் மலர் , அவங்க மேலதிகாரி அப்படி தான் சொல்-லுவாங்க....ஏன்னா இன்னிக்கு உன்னோட திறமை அவங்களுக்கு தேவைப்படுது....இதே அந்த பையன் கை ஓங்கி இருந்தா உன்னை கேவலமா பேசி இருப்பாங்க....இதெல்லாம் புரிஞ்சு நடந்துக்கோ....

சரி மேடம் , டேக் கேர் ..

மலருக்குக்கு அன்று முழுவதும் ஷீலாவின் வார்த்தைகள் தான் காதில் திரும்ப , திரும்ப ஒலித்துக் கொண்டே இருந்தது.

இடையில் ஹரி சார் ஆபீஸ் வேலையாக அழைக்க , மலருக்கு அவர் மீது இருந்த மரியாதை சிறிது குறைந்தே இருந்தது. ஒருவேளை தனக்கு ஆதரவாக நடந்து கொண்டது கூட நிர்வாகத்தின் சூட்சுமம் என்றே தோன்றியது.

மலர் , என்ன ஆச்சு உங்களுக்கு ? நீங்க பண்ண மெயில் எனக்கு அனுப்ப வேண்டியது இல்லை , இது கிளைன்டுக்கு அனுப்ப வேண்டிய கொட்டேசன் ...

அய்யையோ , சாரி சார் . தெரியாம அனுப்பிட்டேன்.

மலர் என்ன பிரச்சனை ? எதுவா இருந்தாலும் சொல்லுங்க ? ஏதா-வது பணப் பிரச்சினையா ?

இல்ல சார் , வேற ஏதோ டென்சன் ல சாரி சார்....!!

ஹரிக்கு , மலரைப் பார்க்க பாவமாக இருந்தது

லீவு எடுத்துக்கோங்க...ரிலாக்ஸ் ஆயிட்டு வேலைக்கு வாங்க ...இப்ப போயி மெயில் அனுப்புங்க !!

அந்த அளவுக்கு எதுவும் இல்ல சார். இப்ப கரெக்டான மெயில அனுப்பி வைக்கிறேன்.

மலர் சீட்டில் வந்து உட்கார்ந்து , ஹரிக்கு அனுப்ப வேண்டிய மெயிலை சரி பார்த்து விட்டு அனுப்பினாள்.

அடிக்கடி ஹரி , மலரோடு பேசுவதை ஆபீசில் இருப்பவர்கள் கவனிக்க ஆரம்பித்தார்கள்.

மலர் இது எதையும் கண்டு கொள்வதாக இல்லை. ஆபீஸ் டைம் முடிந்தது. மலர் அம்மாவுக்குப் போன் செய்து வீட்டிற்கு வர லேட் ஆகும் என்று சொல்லி விட்டு ஷீலாவைப் பார்க்க அவருடைய வீட்-டிற்குச் சென்றாள்.

இதுவரை அவருடைய வீட்டிற்கு சென்றது இல்லை. இன்று ஷீலாவை பார்க்க வேண்டும் போல இருந்தது.

பல நேரங்களில் அவருடைய வீட்டிற்கு அருகில் அவரை இறக்கி விட்டதுண்டு , அதற்கு மேல சென்றதில்லை . ஷீலா அதை விரும்ப-வில்லை என்பதே உண்மை.

இன்று ஷீலாவை கேட்காமலேயே மலர் அங்கே சென்றாள் . வழி-யில் இரண்டு , மூன்று பேரிடம் விசாரித்தபடி சென்றாள்.

ஒருவழியாக கண்டு பிடித்து விட்டாள். வீடு ஒரு நடுத்தர வர்க்கத்-தின் வீடாக தெரியவில்லை. வீட்டின் தோற்றம் பிரம்மிப்பாக இருந்தது.

நடுத்தர வயது பெண்மணி உள்ளே வரவேற்றார்.

வாங்க வாங்க , அண்ணி மேல தான் இருக்காங்க , நீங்க உட்கா-ருங்க , நான் அவங்கள வரச் சொல்றேன்.

அந்தப் பெண் ஹாலில் மலரை உட்கார வைத்து விட்டு மேலே சென்றாள்.

மலருக்கு பெருமையாக இருந்தது. ஷீலாவின் கணவருக்கு நல்ல வருமானம் போல , வீட்டை நன்றாக வைத்து இருக்கிறார் என்று நினைத்துக் கொண்டாள் .

ஷீலா முகத்தில் ஆச்சர்யம் கலந்த அதிர்ச்சியோடு கிழே வந்தார்.

ஏய் ....மலர் எப்படி வீட்ட கண்டு பிடிச்ச ? சர்ப்ரைஸ் டா ....

கட்டி அணைத்துக் கொண்டார். ஷீலாவின் கண்கள் கலங்கியதைக் காண முடிந்தது.

மேடம் இப்ப உடம்பு எப்படி இருக்கு ?

அதெல்லாம் ஒன்னுமில்ல , நீ மேல வா ?

அப்புறம் இதுதான் என்னோட தம்பி வொய்ப் சுதா ...

அங்கே இருந்த பெண்ணை அறிமுகம் செய்து வைத்தார். அந்த பெண் சிரித்தபடி ..

நீங்க தான் மலரா....அண்ணி எப்பவும் உங்களைப் பத்தி தான் பேசு- வாங்க !

மலருக்குச் சந்தோசமாக இருந்தது. இருவரும் பேசிக்கொண்டே மேலே வந்தார்கள். அழகான , நீளமான ஹால் , பார்க்க கலை நயத்- தோடு இருந்தது.

ஷீலா , அந்த அறைக்கு வெளியே மலரை அழைத்துச் சென்றார்.

மலர் , எதுக்கு இவ்வளவு தூரம் வந்தே , அம்மா திட்டப் போறாங்க ?!"

இல்ல மேடம் சொல்லிட்டேன். எனக்கு உங்களை பார்க்க வேண்டும் போல இருந்தது.

ஷீலாவின் கண்களில் மகிழ்ச்சி தெரிந்தது.

இன்னைக்கு எனக்கு மனசு சரியில்லை மலர் அது தான் வரல....

ஓகே , இப்ப பரவாயில்லையா....?

உன்னைப் பார்த்ததும் எல்லாம் ஓடிப் போச்சு டா !!

மலர் வாய்விட்டுச் சிரித்தபடி....

மேடம் நீங்க தனியா இருக்கறதா சொன்னீங்க ?!"

ஆமா , தனியாத் தான் இருக்கேன்.

புரியல மேடம் ....உங்க தம்பி பேமிலி கூட இருக்காங்க தான ?!

இருந்தாலும் நான் தனியா தான் இருக்கேன் மலர் !!

மலருக்கு அர்த்தம் புரிந்தது , இருந்தாலும் அவர் சொல்லாமல் தானே எதையும் கேட்க கூடாது என்கிற நாகரீகம் கருதி ...

மேடம் , நான் இருக்கேன் எப்போதும் உங்க கூட ...

என்று சொல்லி விட்டு ஆதரவாக கையை பற்றிக் கொண்டாள்.

அதற்குள் , சுதா டி டம்ளரோடு மேலே வந்தாள்.

இருவரும் டி யை குடி விட்டு அன்று ஆபீசில் நடந்ததைப் பற்றி பேச ஆரம்பித்தார்கள். சிறிது நேரம் கழித்து மலர் வீட்டிற்கு கிளம்பிச் சென்றாள்.

வரும் வழியில் மனதில் ஷீலா வைப்பற்றி கேள்விகள் எழுந்த வண்- ணம் இருந்தது. வீட்டில் எங்கேயும் ஷீலாவின் போட்டோவோ , அவரது கணவர் போட்டோவையோப் பார்த்தாக நினைவு இல்லை.

ஏன் ?

அவராகச் சொல்லாமல் கேட்கக் கூடாது என்று முடிவு செய்தாள் . வீட்டில் அபி மலர் வருவதற்கு முன்பே உறங்கிப் போயிருந்தாள்.

அம்மா மலர் ஏதாவது நல்ல முடிவு சொல்ல மாட்டாளா ? என்கிற எதிர்பார்ப்போடு டிபனை எடுத்து வைத்தார்.

ஷீலாவுக்கு என்ன ஆச்சு ? இப்ப பரவாயில்லையா ?

ம் இப்ப பரவாயில்லை மா ....

மலர் சாப்பிட்டுக் கொண்டே , அம்மாவின் மூடு எப்படி இருக்கிறது என்று தெரிந்து கொண்டு , மெல்ல ஷீலாவின் வீடு, ஷீலா பேசியது பத்தி பேச ஆரம்பித்தாள்.

ஆமாடி ....புருஷன் பக்கத்தில இல்லைன்னா தனிக் கட்ட தான் , வேற யார் இருந்து என்ன பிரயோஜனம் .

மலருக்கு அம்மா பொடி வைத்து பேசுகிறாள் என்று புரிந்தது. அமைதியாகப் போய் படுத்துக் கொண்டாள்.

அம்மா கொஞ்சம் நல்ல மூடில் இருந்தார் போல , வேறு எதுவும் சொல்லவில்லை.

மறுநாள் எப்போதும் போல ஆபீஸ் கலைகட்டியது. ஷீலா பென்டிங் இருந்த வேலையை வேகமாக செய்ய ஆரம்பித்தார்.

மலர் அவளுடைய வேலையில் பிஸி ஆனாள். சிறிது நேரத்தில் மலருக்கு முன்னால் ஒரு இளைஞன் வந்து நின்றான். மலர் அவனை கவனிக்காமல் போனில் பேசிக்கொண்டு இருந்தாள்.

அவள் பேசி முடிக்கும் வரைக்கும் அவன் காத்திருந்தான்.

மேடம்....

மலர் என்ன என்பது போல பார்க்க ...

சாரி மேடம் உங்களை கலாச்சது தப்பு தான்!!

யார் நீங்க ?

நான் தான் , போன்ல உங்க கூட பேசினது.....

என்றான் தயக்கத்துடன் .

மலர் இதை எதிர்பார்க்கவில்லை , சமாளித்துக் கொண்டு

இங்க எப்படி வந்தீங்க , முதல்ல போய் மேனேஜரப் பாருங்க ?!

எல்லாரையும் பாத்துட்டேன் மேடம் , ஹரி சார் தான் உங்களைப் பாத்து மன்னிப்பு கேக்கச் சொன்னார்.

மலருக்கு அவனைப் பார்க்க பாவமாக இருந்தது.

பரவாயில்லை மன்னிப்பு கேட்க வேண்டாம். உட்காருங ...

எதிரில் இருந்த சேரில் உட்கார்ந்து கொண்டு , அவன் பேச ஆரம்-
பித்தான் .

மேடம் , எனக்கு எப்போதும் இப்படி ஜாலியா பேசி தான் பழக்கம்.
இது இவ்வளவு பெரிய பிரச்சனை ஆகுன்னு எதிர்பார்க்கல ....வெரி
சாரி ...

பரவாயில்லை விடுங்க , நானும் இத பெருசு பண்ணி இருக்க
கூடாது தான் ....எனக்கு அப்ப இருந்த மனநிலையில .....

மலர் சொல்ல முடியாமல் தவித்தாள் .

இல்ல மேடம்...உங்க ரியேக்சன் கரெக்ட் தான் ....

சரி விடுங்க உங்கப் போரு....

பாபு...

மலரின் சிரிப்பு சுருங்கிப் போனது. மேற்கொண்டு பேச முடிய-
வில்லை. அவனை அவசரமாக பேசி அனுப்பி வைத்தாள் , மனசு
முழுக்க வலித்தது.

26

பாபு என்ற பெயர் நிறைய பழைய நினைவுகளை திரும்ப அழைத்துக் கொண்டு வந்தது. மலருக்கு அழுகை வந்தது , இருந்தாலும் அப்பா சொன்னது நினைவுக்கு வந்தது. கொஞ்சம் இளகிப் போனாலும் இந்த உலகம் சாணி என்று நினைத்து மிதித்து விடும்.

மலர் மனதை திடப்படுத்திக் கொண்டு வேலையைக் கவனிக்க ஆரம்பித்தாள்.

மனதிற்குள் தன்னை நேசித்த இதயம் எவ்வளவு சீக்கிரம் தன்னை தூக்கி எறிந்து விட்டது. என்னை காதலிக்க எடுத்துக் கொண்ட நேரத்தை விட என்னோட குடும்பம் நடத்திய குறைவாக இருந்ததே பாபு ?! ஏன் என்னை மறந்தாய் ? எங்களைப் பார்க்க ஆசை இல்லையா ?

மனதின் வைராக்கியத்தை , பாசம் வென்று கொண்டிருந்தது.

சின்ன இடைவெளியில் ஷீலா அருகில் வந்து ....

தெரியுமா சேதி ?!

என்ன மேடம் ?!

அந்தப் பையனுக்கு இங்கேயே வேலையை மாத்திட்டாங்க , ஹரி சார் உத்தரவு . பையன் வீட்டு சூழ்நிலையை சொல்லி அழுதானாம். அதுக்குத் தான் உன் கிட்ட மன்னிப்பு கேட்கச் சொல்லி அனுப்பி இருக்-காரு ......

மலருக்கு மனதில் இருந்த பாரம் குறைந்தது.

எப்படியோ நல்லது நடந்தா சரி ....மேடம் அவன் பேரு என்ன தெரியுமா ?

என்னது.....எனக்குத் தெரியாது. இன்னும் அவன் கூட பேசல..!

அவன் பேரு பாபு மேடம்...!!!

ஷீலா அதிர்ச்சியாக ...

என்னது பாபு வா ? மலர் எனக்கு என்னவோ உன் வாழ்க்கை திரும்ப உனக்கே கிடைக்கும்னு படுது ....

போங்க மேடம் ....போங்க ! இந்த சகுன நம்பிக்கை எல்லாம் எனக்கு கிடையாது. அவனை என்னால் திரும்ப ஏத்துங்கவும் முடியாது.

மலர் ....வார்த்தைய விடாத , ஒருவேளை பாபு வந்தா என்ன செய்யவ ...??? வேண்டான்னு விட்ருவியா ?

ஆமா மேடம் விட்ருவேன்....ஆனால் என் மகளுக்கு அப்பான்னு எழுதி வாங்கிட்டு தான் விடுவேன்.

பைத்தியம் ....பைத்தியம் !! அத நான் பாக்க தான போறேன்...

இருவரும் சிரித்தபடி அவரவர் வேலையை பார்க்க ஆரம்பித்தார்கள்.

இருவரும் மாலை வேலை முடிந்ததும் சிறிது நேரம் பேசியபடி பஸ் ஸ்டாண்டில் ஷீலா வின் பஸ்சுக்கா காத்திருந்தார்கள்

மலர் நீ கிளம்பு , அம்மா திட்ட போறாங்க ?

இன்னைக்கு எப்படி இருந்தாலும் திட்டுவாங்க மேடம் ......

ஏன் ?

மலர் மெதுவாக பெண் பார்க்கும் படலம் பற்றி சொன்னாள் ,

மலர் அம்மா சொல்றது தான் சரி , பிளீஸ் கல்யாணம் பண்ணிக்கடா ...நீயும் என்ன மாதிரி கஷ்டப்பட்ட வேண்டாம் .

மலருக்கு அதிர்ச்சியாக இருந்தது

மேடம் என்னே சொல்றீங்க , உங்கள மாதிரியா ? உங்க வீட்டுக்-காரர் வெளி நாட்டில் தான இருக்காரு.....

அப்படி சொல்லிட்டு இருக்கேன் மலர் ....அவர் வேற கல்யாணம் பண்ணி நல்ல இருக்காரு ....

ஷீலா அழுது கொண்டே சொன்னார் .

மலருக்கும் அழுகை வந்தது , அதற்குள் பஸ் வந்ததால் இருவரும் , பேச்சை நிறுத்தி விட்டு கிளம்பினார்கள்

மலருக்கு வண்டி ஓட்டவே முடியவில்லை , எப்படி இதனை நாட்க-ளாக இதை தான் கண்டுபிடிக்காமல் இருந்தோம் என்று ....

வீட்டில் அம்மா , மலர் சொன்னது போல ஒரு முடிவோடு காத்தி-ருந்தார்

என்ன ? முடிவு பண்ணிட்டியா ?

......

என்னடி ....பதில் சொல்லு ?

அம்மா , எனக்கு கொஞ்சம் டைம் வேணும் .....

அம்மா , பொறுமையாக .....

மலர் , டைம் எடுத்துக்கோ , ஆனா நல்ல பதிலா சொல்லு ....
சரிமா ......எம் மேல கோவப்படாதிங்க , எனக்கு முடிவு பண்ண பயமா இருக்கு.....

மலர் சத்தம் போட்டு அழுக ஆரம்பித்தாள் , அம்மா மனசு கேட்-காவில்லை . அருகில் வந்து கைகளை பிடித்துக்கொண்டு ....
மலர் , அம்மா உன் நன்மைக்கு தான் சொல்றேன் , நீ வேணும்னா அந்த ஷீலா கிட்ட கலந்து பேசி முடிவெடு ....

அம்மா ஷீலாவை பற்றி பேசியதும் , மலர் அதிகமாக அழுக அரம்-பித்தாள் .

அம்மா பயந்து விட்டார்

என்னடி என்ன ஆச்சு ....

அதற்குள் அபி வர .... இருவரும் பேச்சை மாற்றி னார்கள் .

அம்மா , அழுதீங்களா ?

இல்லடா ...அம்மாக்கு தல வலி , இப்ப சரியா போச்சு ....
அபி தூங்கும் வரை மலர் எதையும் காட்டிக் கொள்ளாமல் இருந்-
தாள்.
அபி தூங்கியதும் , அம்மா மலரிடம் பேச ஆரம்பித்தார் ,

மலர் உனக்கு அபி , முக்கியமா ?

மலர் இதை எதிர்பார்க்கவில்லை

அம்மா , எதுக்கு இந்த மாதிரி கேட்டிங்க ... உங்களுக்கு தெரியாத
?

நான் கேட்ட கேள்விக்கு பதில் சொல்லு ....

ஆமா முக்கியம் ....

அவளுக்கு என்ன பாதுகாப்பு பண்ணி இருக்க ...

.....யோசித்து விட்டு

நான் அவளுக்காக உயிரை கொடுப்பேன்

மண்ணாங்கட்டி ......சினிமா பாத்துக் கேட்டு போய்ட்டா ....உனக்கே
இந்த உலகத்துல பாதுகாப்பு இல்லடி . .உனக்கு ஏன் புரிய மாட்டேங்குது
, ஒரு தப்பு நடந்து போச்சு பரவாயில்லை . வேற வாழ்க்கைக்குத்
தயாரா இரு மலர் .....உன் மகளுக்கு இன்னும் நல்ல வாழ்க்கை
கிடைக்கும் , எல்லாரும் கெட்டவங்க இல்ல , இப்ப பாத்திருக்க மாப்-
பிளை உன்னை மாதிரி பாதிக்கப்பட்டவரு , உன்னை நல்ல பத்துக்கு-

வாரு ....

மலர் உடனே மாற தயாராக இல்லை , ஆனால் அம்மா சொன்ன-
தைப் பற்றி மறு பரிசீலனை பண்ண தயாராக ஆரம்பித்தாள்

மலர் அவசரம் வேண்டாம் , நல்ல யோசனைப் பண்ணிச் சொல்லு
.....அம்மா உன் பதிலுக்காக வைட் பண்றேன் .

மலருக்கு நம்பவே முடியல , நம்ம அம்மாவா பேசினது ? இப்படி
பேசி எவ்வளவு நாள் ஆச்சு . அம்மா இப்படி பேசவாவது மனதிற்கு
ஆறுதலாக இருந்தது.

அடுத்தநாள் ......அடிக்கடி ஷீலா வை தொந்தரவு செய்தபடி இருந்-
தாள் , லன்ச் டைம் வந்தது. இருவரும் பேச ஆரம்பித்தார்கள்

மலர் உன் கதை தான் எனக்கும் ....என்ன ஒரு வித்தியாசம்
அத்தை மகன். ஆனா அவங்க வீட்ல சம்மதிக்கல ....

அப்புறம் ....

ஷீலா ..சிரித்தபடி

அப்புறம் என்ன ? ரொம்ப வருஷமா குடும்ப பகை வேற , ஒரு
குழந்தை வந்த சரியாகும்னு , காத்திருந்தேன் , எங்க வீட்ல சம்மதம்
சொன்னாங்க.... எல்லாம் எங்க வீட்ல தான் நடந்தது.

ம் ..

குழந்தை ஆகவே இல்ல ..... அவருக்கு இங்க சரியா வேலை
அமையவே இல்ல , வெளிநாடு வேலைக்கு போக ஆசை பட்டாரு ,
ரொம்ப கஷ்ட்டப்பட்டு பணத்தை ஏற்பாடு செய்து அனுப்பி வைச்சேன்
, சரி பணம் நிறைய வரும் . டெஸ்ட்டியூப் பேபி யா பெத்துக்கலாம்னு
காத்திருந்தேன் .

சிரித்துக்கொண்டே சொன்னார்.

ம் ...

போன ஆளு , ஐஞ்சு வருஷம் வரவே இல்ல

ம் ...
நானும் சரி ....வைராக்கியத்துல நிறைய உழைச்சு சம்பாதிக்கிறா-
ருன்னு பெருமை பட்டேன்

ம் ....

இடைல சொந்தகார பொண்ண பாத்தேன் . அப்பதான் தெரிஞ்சது
....

என்னனு ....
அங்க யாரோ ஒரு வேறு பெண்ணோட பாத்ததாச் சொன்-
னாங்க...அவங்க வீட்ல போய் நியாயம் கேட்க முடியாது. அவங்களோட
பேச்சு வார்த்தை இல்லையே ....
ஐயையோ ....

சரி என்ன பண்றது .....காதலிக்கும் போதே நாம முட்டாள்னு கண்டு
பிடிச்சுடறாங்க ....அப்ப செல்போன் எல்லாம் இல்ல மலர்...

ம் ...

அப்ப கூட அவரை நம்பினேன் , பக்கத்துக்கு வீட்டு போனுக்கு
மாசம் ஒரு தடவ போன். பண்ணுவாரு மெல்ல அவரு கிட்ட கேட்டேன்
உடனே கோவம் வந்திருச்சு ....எம்மேல நம்பிக்கை இல்லையா ? அப்-
படி இப்படி ன்னு ஒரே சண்டை ......

ம் ...
இப்படி ஒரு வருஷம் போச்சு ...... அடுத்த வருஷம் வந்தாரு ...

ம் ...

ரொம்ப மாறி இருந்தாரு .....முதல் நாள் யாரோ மாதிரி நடந்து கிட்டாரு .....எனக்கு அப்பவே மனசு விட்டுப் போச்சு மலர் .....ரொம்ப வருசம் கழிச்சு வந்த புருசன் என்னை விட்டு தள்ளியே இருந்தாரு ....

பேச முடியாமல் , சிறிது இடைவெளி விட்டார்

மேடம் தண்ணி குடிங்க ....

பரவாயில்ல மலர் ...எவ்வளவு தான் தைரியமா இருந்தாலும் மனசு துடிக்குது .....

ஆமா மேடம் .....

ஆசை , ஆசையா காதலிச்ச புருஷன் நம்மை வேற யாரோ மாதிரி பாத்தா எப்படி இருக்கும் . அப்பவே என் மனசுக்கு எதோ தப்பா பட்-டது . அவரே ஆரம்பிச்சாரு ....

ம் ...

வெளிநாடு போனதும் ஆரம்ப காலத்திலேயே அந்த பெண்ணோட தொடர்பு ஆயிருச்சு.......காதல் அப்படின்ற உணர்வு மனசு மட்டும் இல்ல....அதுவும் ஆண்களுக்கு அது குறைவு போல ....

ம் ....
என் கிட்ட முறைப்படி டைவர்ஸ் கேட்டார்....
நான் யோசித்தேன் ....அவர அவ்வளவு சீக்கிரம் விட்டுக் கொடுக்க முடியல .....

மலருக்கு பேரதிர்ச்சியாக இருந்தது.ஷீலா தொடர்ந்து சொல்ல ஆரம்பித்தார்.

என் மேல இரக்கப்பட்டு, அவரும் ரெண்டு யோசனை சொன்னாரு , பெருந்தன்மையா எடுத்துகிட்டு வாழணும் அங்க அவளோட , இங்க வந்தா என்னோட ..இப்படி ஒரு டில் பேசினார். அவள பத்தி எந்த கேள்வியும் கேட்க கூடாது....இல்லேன்னா விவகாரத்துன்னு சொன்னாரு .....

ம் ...

நான் யோசிச்சேன் , என்ன பெரிய சட்டம் , எதுக்கு டைவர்ஸ் ? .....அவன் சட்டையை பிடிச்சு நான் அவனுக்கு பண்ண செலவு எல்-லாத்தையும் வட்டியோட எடுத்து வைக்க சொன்னேன் . பணம் தான உன்னக்கு முக்கியம்னு சொல்லி அசிங்கமா பேசினான் , ஆமானு சொன்னேன் . (சிறிது அழுது விட்டு)அவன் வெளிநாடு போக நான் எவ்வளவு கஷ்டப்பட்டேன் தெரியுமா ?

.....

அவ கிட்ட பேசி எனக்கு என்னோட பணத்தை திரும்பக் கொடுத்-தான் , அதுல வாங்கின வீடு தான் இப்ப இருக்க வீடு ....அப்ப இருந்து இப்ப வரைக்கும் ....அவரு வெளிநாட்டில இருக்கிறதா சொல்லி கிட்டு இருக்கேன். அது உண்மை தான மலர் . என்ன ஒன்னு , எனக்குப் புருசனா இல்லை ....அவ்வளவு தான்.

மேடம் , சட்ட ரீதியா போய் இருக்கலாமில்ல....

மலர்...அவன் தான் அவ கூட வாழ்ந்துட்டு இருக்கானே .இனி கோர்ட் க்கு போய் என்ன சாதிக்கப் போறேன். வக்கீல் பீஸாவது மிச்சம் ஆகட்டும்னு தான் , நானே வக்கீலா இருந்துட்டேன்.

அந்த கல்யாணம் செல்லாதே மேடம்...!

அப்ப நம்ம கல்யாணம் செல்லுமா மலர் ....

....

மலர் அப்ப அதிகமா கல்யாணத்தை ரிஜிஸ்டர் பண்ணல....அதுவும் இல்லாம நான் அவனை ரொம்ப நம்பினேன். எங்க தம்பி சண்டைக்குப் போனான் , அப்பா பாவம் , தங்கச்சி பையன் வேறு ஒன்னும் சொல்லி முடியல .....எம் மனச மாத்திக்க சொன்னாங்க .....எனக்கு அபத் தோனல....

இப்ப ...

தோணுது மலர் ....எனக்குன்னு ஒரு குடும்பம் . ரொம்ப ஆசையா இருக்கு மலர்,அப்பா இருக்கும் போதே பண்ணி இருக்கணும். தப்பு பண்ணிட்டேன் .

27

இப்ப தோணுது மலர் ....எனக்குன்னு ஒரு குடும்பம் . ரொம்ப ஆசையா இருக்கு மலர்,அப்பா இருக்கும் போதே பண்ணி இருக்கணும். தப்பு பண்ணிட்டேன் .

மலருக்கு , ஷீலாவின் வார்த்தைகள் ஆழமாக யோசிக்கத் தூண்டி-யது. ஒருவேளை தானும் இதே போல வருத்தப்பட வேண்டி வருமோ ? மனதில் குழப்பம் !!!!

வேலை ஓடவில்லை , ஷீலாவிடம் இன்னும் அதிகமாக பேச வேண்டும் போலத் தோன்றியது.

ஏதோ ஒரு ஃபைலை எடுத்துக் கொண்டு அவர் அருகில் சென்று...

மேடம் .....

சொல்லு மலர் ?!

உங்களுக்கு இப்ப என்ன வயசாச்சு ??

ஏன் எனக்கு மாப்பிள்ளை பாக்க போறீயா?

நக்கலாக சிரித்தபடி ஷீலா கேட்டாள்.

சொல்லுங்க மேடம்...!!

உண்மையான வயசு , நாற்பத்தி ரெண்டு ...

அவ்வளவு தானா ??

ஆமா , இன்னும் நான் மேஜர் ஆகல.....!!

சொல்லி விட்டு ஷீலா சத்தம் போட்டு சிரித்தாள்.

மலருக்கு அந்த சிரிப்பில் வேதனை தான் தெரிந்தது. தன்னை விட கிட்டதட்ட பதினைந்து வருடங்கள் பெரியவர். எவ்வளவு ஆசையை மனதிற்குள் மறைத்து வைத்திருப்பார் ,பாவம் என்று தோன்றியது. கூடவே தான் இப்படியே இருந்தால் தன்னை பார்க்கும் மற்றவர்களுக்கும்

இப்படி தான் தோன்றும் என்பதை உணர்ந்தாள் .

மேடம் , எனக்கு ஒரு நல்ல அட்வைஸ் குடுங்க ப்ளீஸ் .....எனக்கு முடிவு செய்ய பயமா இருக்கு ....!!!உங்களுக்கு என்னுடைய நிலைமை நல்லா புரியும் , மத்தவங்கள விட நீங்க சொன்னா சரியா இருக்கும்னு நம்பறேன் .

ஷீலா , மலரின் கையை பிடித்துக் கொண்டு...

கல்யாணம் பண்ணிக்க மலர்....நீ வாழ வேண்டியப் பொண்ணு...!! வாழ்க்கை ரொம்ப பெருசு , சில நாட்கள் வாழ்ந்த வாழ்க்கையை நினைச்சு வாழ்க்கை முழுக்க தனியா இருக்க வேண்டிய அவசியம் இல்லை. ஓபனா சொல்லட்டுமா !!!

சொல்லுங்க மேடம்....தப்பா நினைக்க மாட்டேன்.

மலர் , முதல் கணவன் அல்லது மனைவி மேல உள்ள கோபத்தில நாம இரண்டாவது கல்யாணம் பத்தி யோசிக்க பயப்படுறோம்.

ம் ...

ஆனா அதெல்லாம் கொஞ்ச நாள் தான் மலர். ....நாமெல்லாம் சாதாரண மனிதர்கள் தானே !

ம்......

ஒரு காலகட்டத்தில் உணர்வுகள் நம்மை தூண்டும். தப்பா நினைக்-காதே ..!! வேற மாதிரி சொல்லல...

மலருக்கு என்னவோ போல் இருந்தது. காரணம் அந்த நிலையில் தான் இப்போது மலர் இருந்தாள்.

உண்மை தான் மேடம்...

நம்ம கண் முன்னால யாராவது ஜோடியாப் போனாக் கூட ....மனசு வலிக்கும். நாம என்ன பாவம் பண்ணினோம் என்று மனசு ஏங்கும் மலர்....அந்த வேதனை உனக்கு வேண்டாம் . சில இடங்களில் நம்மை தவிர்ப்பார்கள் . பல இடங்களை நாம் தவிர்ப்போம்.

ம் ...

இதுக்கு மேல ஒன்னு இருக்கு மலர்....நம்ம சிரிப்புக்கு கூட புது அர்த்தம் தேடுவார்கள். அதுவும் ஆண்கள் சொல்லவே வேண்டாம். இது ஒரு பக்கம் , மற்றொன்று நாமே சில இடங்களில் நம்மை அறியாமல் விழுந்து விடுவோம் மலர்....அது இயற்கை. அந்த அசிங்கமான சூழ்-நிலை வேண்டாம் . உனக்கு இன்னும் வாழ்க்கை இருக்கு தயவுசெய்து கல்யாணம் பண்ணிக்கோ.....

ஷீலா கண்களில் கண்ணீர் வழிந்தது.

மலருக்கு நெற்றியில் அடித்தது போல இருந்தது. தாய் வெளிப்படை-யாக சொல்ல முடியாமல் தவித்த ஒரு விசயத்தை ஷீலா மூலம் கடவுள் சொன்னதாகவே உணர்ந்தாள்.

மேடம்....இப்ப நீங்க என்னை தப்பா நினைக்க கூடாது...

ஒன்னும் சொல்லாத , அம்மா கிட்ட சம்மதம்னு சொல்லு அது போதும்!!!

இல்ல , நான் கட்டாயம் சொல்லனும் .....

எனக்கு இப்ப காதுல எதுவும் விழாது ...போ , போய் வேலையைப் பாரு ....!!!

மேடம் , நீங்க கல்யாணம் பண்ணிக்கோங்க....எனக்காக .....ப்ளீஸ்...!!

போடா ..போ

ஷீலா செல்லமாகத் திட்டி மலரை அனுப்பி வைத்தார்.

ஆனால் ஷீலா மனதில் அப்பா தன்னிடம் கெஞ்சிக் கேட்டது நினைவுக்கு வந்தது. அப்போது கணவன் மீது இருந்த கோபம் , எதுவும் காதில் விழவே இல்லை. அவன் மீது கொண்ட காதல் உண்மை என்று தனியாக நின்று வாழ்ந்து காட்ட வேண்டும் என்று தோன்றியது.

இதெல்லாம் அதிகபட்சம் ஐந்து வருடங்கள் தான். அதற்கு பிறகு மனம் ஒரு துணையைத் தேடியதை , யாரிடம் சொல்லி அழுவது...?!

ஊமையின் கனவு போல் ஆனது. ஒரு நல்ல துணியை உடுத்தினால் கூட கணவன் நினைவு வரும் ....உண்மையோ...பொய்யோ ??

இந்த புடவையில் நீ அழகாக இருக்கடி ன்னு கணவன் சொன்னால் , மயங்காத மனைவி இந்த உலகில் உண்டோ ?!

தன்னை ரசிக்க , அக்கறை காட்ட ஒரு ஜீவன் இல்லையே என்று மனசு தினம் தினம் துடித்தது.

வெளியே சொல்ல வெட்கமாக இருந்தது. ஒருவேளை கணவன் சொன்னது போல , அனுசரித்து வாழ்ந்து இருக்கலாமோ ? என்ற எண்-ணம் வந்து மாறி , மாறி கொடுமை படுத்தியது.

அந்த எண்ணத்திற்கு ஷீலா தானே ஒரு செருப்படி கொடுத்து முற்-றுப்புள்ளி வைத்தாள் .

இன்னொருத்தியை தொடும் போது தன்னை நினைக்காத கணவன் , அவளோடு வாழ்ந்த பின் , தன்னை ஏற்றுக் கொள்ள தயங்கியதை

நினைத்து, நினைத்து மனதை இரும்பாக்கிக் கொண்டாள் .

கணவனை சுத்தமாக தூர எறிந்தாள். தனக்கென்று ஒரு வாழ்க்-கையை அமைத்துக் கொள்ள ஆசைப்படாள்....ஆனால் அதை கேட்-கத்தான் ஆள் இல்லை. காலம் கடந்து விட்டது.

இனி ஷீலா எங்கே கல்யாணம் பண்ணப்போறா...?? என்று கேட்ட சுற்றத்தார் அடுத்த கட்டத்திற்கு சென்று விட்டார்கள்.

ஷீலா மட்டும் இப்போது அந்த வார்த்தையை யாராவது கேட்க மாட்டார்களா ? என்ற ஏக்கத்தோடு....இன்று வரையிலும் காத்திருந்தார்.

மலர் அந்தக் குறையை தீர்த்து வைத்தாள்.

மனதிற்குள் சந்தோஷமாக இருந்தது. இனி அது நடக்குமா என்று தெரியாது.....

ஆனால் கேட்டது மனதில் இருந்த குறையை போக்கியது. தற்போது ஷீலாவுக்கு கட்டாயம் ஒரு துணை தேவை என்று பட்டது. ஆனால் காலம் கடந்த நிலையில் , மலரை தன் மகளாக நினைக்க ஆரம்பித்-தாள் . அதன் விளைவாகவே இவ்வளவு அக்கறை.

மலருக்கு தற்போது தனது திருமணம் என்பதை விட , ஷீலாவுக்கு தான் அது ரொம்ப முக்கியம் என்று பட்டது. அன்று எப்போதும் போல ஷீலாவை இறங்கி விட்டு விட்டு வீட்டிற்கு வந்தாள்.

அம்மா பாவம் , மலரின் முகத்தை பார்த்தபடி , டி டம்ளரை நீட்-டினார். மலருக்கு அம்மாவின் நிலை புரிந்தது. அம்மாவை நினைத்து பெருமையாக இருந்தது.

அம்மா ....

எதிர்பார்ப்போடு அம்மா ...

சொல்லு மலர்....

அவங்க கிட்ட சம்மதம்னு சொல்லீடுங்க.....ஆனா ?

என்ன ஆனா ??

அபி என் கூட தான் இருப்பா....அதில எந்த மாற்றமும் இல்லை.... என் தங்கம் ....!

அம்மா அருகில் வந்து திருஷ்டி கழித்தார்.

அதெல்லாம் அம்மா முதலிலேயே சொல்லிட்டேன்டா ....என் ராஜாத்தி , இப்ப தான் உங்க அப்பா ஆத்மா , சாந்தி அடையும்.

அம்மாவை ஆச்சரியமாக பார்த்தாள் மலர். இது நம்ம அம்மா தானா ...இந்த அன்பை இத்தனை நாட்களாக இழந்து விட்டோமே என்று வருத்தப்பட்டாள்.

அம்மாவை ஆச்சரியமாக பார்த்தாள் மலர். இது நம்ம அம்மா தானா ...இந்த அன்பை இத்தனை நாட்களாக இழந்து விட்டோமே என்று வருத்தப்பட்டாள்.

28

அம்மா மலர் சம்மதம் சொன்னதே போதும் என்று வேகமாக செயல் பட்டார்.

உடனே உமாவுக்கு போன் பறந்தது.

உமா ....உன் தங்கச்சி சரின்னு சொல்லிட்டாடி....அவங்க கிட்ட சொல்லீடு !!

ரொம்ப சந்தோஷம்மா...நான் இப்பவே அவங்க அக்கா கிட்டப் பேசறேன்.

ம்....சரி ! அப்புறம் குழந்தை விசயம் சொல்லீடு...அதுல ஏதாவது மாத்தினா , அவ்வளவு தான் மலர் என்னை உண்டு இல்லை ன்னு பண்ணீடுவா !!

சரீம்மா .. நான் பாத்துகிறேன் .....

அன்று இரவு அம்மா தூங்கவே இல்லை. அவ்வளவு சந்தோசம். இத்தனை நாட்களாக தான் கண் மூடுவதற்குள் மலர் வாழ்க்கையில் செட்டில் ஆக வேண்டும் என்கிற வைராக்கியத்துடன் இருந்தார்.

இன்று தான் பல வருடங்களுக்கு பின் ஆனந்தக் கண்ணீர் வந்தது.

கணவரை மனதில் நினைத்து வேண்டிக் கொண்டார் , எல்லாம் நல்ல முறையில் நடக்க வேண்டும் என்று ...!!

செய்தி மாப்பிள்ளை வீட்டாருக்கு எட்டி விட்டது. மாப்பிள்ளையின் அக்கா , தம்பிக்குச் சொல்ல , வீடு கல்யாணக்களைக் கட்டியது

அடுத்தநாள் , மலர் காலையில் எப்பவும் போல அபியை ஸ்கூலுக்கு அனுப்பி வைத்து விட்டு....தானும் தயாரானாள்.

அம்மா டிபன்பாக்ஸை கையில் கொடுத்து விட்டு ...!

மலர் ....

ம் ....சொல்லுங்க

மாப்பிள்ளை உன்னோட போன் நம்பர் கேட்டாராம் ....- அம்மா இழுத்தார்

எதுக்கு ?? - மலருக்குப் படபடப்பாக இருந்தது.

தெரியல....எதுக்கு கொஞ்சம் பாத்து பேசுடி !!

மலர் எதுவும் சொல்லவில்லை.

ஏய் ஏதாவது பதில் சொல்லு ....??

என் கிட்ட பேச எதுவும் இல்ல , சொல்லீடுங்க., அப்புறம் நான் சொல்லி தான் வந்ததுன்னு இருக்க வேண்டாம் !!

மலர் இப்படி சொன்னா எப்படி ? கல்யாணம் வரைக்கும் தள்ளி போடலாம் அப்புறம் அவர் கூடத் தானா வாழப் போற...

மலருக்கு , நினைக்கும் போதே உடம்பு ஏதோ செய்தது.

அப்ப பாக்கலாம்மா....என்னை நிம்மதியாப் போக விடுங்க !!

சரி விடு .... நான் நம்பர் கொடுக்கறேன், கூப்பிட்டா கொஞ்சம் தன்மையா பேசு !!?

ம் ...

மலர் வேறுவழியின்றி சம்மதித்தாள்.

வரும் வழியில் ஒரே சிந்தனை , என்ன கேட்ப்பார்?? குழந்தை பற்றி பேசுவாரா ??

கல்யாணம் ஆனதும் வேலைக்கு போக வேண்டாம் என்று சொல்-வாரா ??

ஒன்றும் ஓடவில்லை. வேலை மெதுவாகப் போனது. இடையில் பாபு வேறு இம்சை செய்தான்.

அவனைப் பார்க்கவே பிடிக்கவில்லை. காரணம் பெயர் தான் வேறு என்ன ??

இதற்கு இடையில் ஷீலாவிடம் ரகசியமாக....

மேடம் ....அவரு என் கூட ஏதோ பேசணுமா ?

பேசு ....

அய்யோ மேடம் .....எனக்கு தர்ம சங்கடமா இருக்கு ...ஒருபக்கம் வெட்கமாகவும் இருக்கு ....!!

மலர் இது நீதானா ?? இரண்டு நாள் முன்னாடி நீ இப்படி இல்-லையே ??

அதுக்கு நீங்க தான் காரணம் , எனக்கு பயம் காட்டிட்டீங்க ....

பரவாயில்லை , அப்ப எல்லாப் புகழும் எனக்கே ....

கட்டாயம் ....அது இருக்கட்டும் . எனக்கு பதில் சொல்லுங்க...அவர் என்ன கேப்பாரு ??

மலர் என்ன கேட்டா என்ன .....பொறுமையா பதில் சொல்லு ...அதேமாதிரி அடிமை மாதிரி நடந்துக்காதே ..... யாரும் உனக்கு வாழ்க்கை கொடுக்கல...கூட வாழ ஒரு துணை தேவை , அந்த தேடல் தான் திருமணம்.

ஓகே மேடம் , நீங்க சொன்னது உண்மை தான் , ஐ காட் இட்....

மலர் தெளிவு கிடைத்தது போல , போனை எதிர்பார்த்துக் காத்தி-ருந்தாள் .

மதிய இடைவேளை ....போன் வந்தது.

அதிக மரியாதையோடு பேச ஆரம்பித்தார் .

பரஸ்பரம் சின்ன அறிமுகம், குடும்பம் என்று அந்த உரையாடல் முடிந்தது.

மலருக்கு தாங்க முடியாத சந்தோசம். குழந்தை பற்றி எதுவும் சொல்லவில்லை. வேலைப் பற்றி கேட்கவில்லை. ரொம்ப நல்லவர். கடவுளுக்கு நன்றி சொன்னாள் . முகத்தில் புன்னகை அழகை கூட்டி-யது.

ஷீலா , மலரின் முகத்தை பார்த்தபடி வேலை செய்து கொண்டிருந்-தார். இந்த பெண் இப்படியே சந்தோசமாக இருக்க வேண்டும் கடவுளே ! இறைவனை வேண்டிக் கொண்டார்.

அன்று மலருக்கு ஏதோ புதிய உலகத்தில் பறப்பது போல் இருந்தது. இத்தனை நாட்கள் இந்த உணர்வு எங்கே சென்றது என்று தெரிய-வில்லை.

அன்று முழுவதும் சந்தோசம் தொற்றிக் கொண்டது. மலரின் இந்த மாற்றம் , ஷீலாவுக்கு அதிசயமாக தெரிந்தது.

மலர் வீட்டிற்கு செல்லும் வழியெங்கும் கனவுகளோடு சென்றாள். வீட்டில் மாப்பிள்ளையின் அக்கா , யாரோ ஒரு சிலரோடு வந்திருந்தாள் .

மலருக்கு , சின்ன படபடப்பு .....அபியை அம்மா , யார் வீட்டிற்கோ அனுப்பி வைத்திருந்தார். அதுவே மலருக்கு என்னவோ போல இருந்-தது.

அக்கா கொஞ்சம் அதிகாரமாகவே பேசிக்கொண்டு இருந்தாள். அம்மா பணிந்து பதில் சொல்லிக்கொண்டு இருந்தார்.

மலருக்கு , மனசு வலித்தது. ஏன் அம்மா இவ்வளவு இறங்கிப் போகிறாள் ??

ஆனால் பொறுமையாக நடப்பதை கவனித்தாள்.

இங்க பாருங்க , தம்பிக்கு நகை , பணம் இதெல்லாம் பிடிக்காது....

அப்படிங்களா....ரொம்ப சந்தோஷம் .

அவனுக்கு நல்ல குணமான பொண்ணு இருந்தா போதும் , ஏற்-கனவே பாவம் ரொம்ப கஷ்டப்பட்டுட்டான்....

எங்க மலர் ரொம்ப பொறுமை...

அதான் நாங்க குழந்தை இருந்தாலும் பரவாயில்லைன்னு , ஒத்து-கிட்டோம்.

மலருக்கு இந்த வார்த்தை ,கொஞ்சம் குத்தியது.

அம்மா சமாளித்தார்.

அவருக்கு குழந்தை இருந்தாலும் எங்க பொண்ணு நல்லா பாத்துக்-குவா ....

இதற்கு , அக்காவிடம் இருந்து பதில் இல்லை.

எப்படியோ , பேச்சு வார்த்தை ஆரம்பமானது. ஒரு சுப தினம் குறிக்கப்பட்டது.

மலருக்கு இந்த வேகம் மனதில் பயத்தை ஏற்படுத்தியது.

29

மலருக்கு இந்த வேகம் பயத்தை ஏற்படுத்தியது. இடையில் மாப்-பிள்ளையிடம் இருந்து மெசேஜ் வேறு ....மலருக்கு தர்ம சங்கடத்தை ஏற்படுத்தியது. அவன் செய்தியில் காதல் என்கிற பெயரில் ஆபாசம் தவழ்ந்தது.

மாப்பிள்ளை , புது காதல் மோகத்தில் இருந்தார். குறுஞ்செய்திகளில் பச்சை நிறம் தெரிந்தது.

மலருக்கு அவன் மீது இருந்த மரியாதை சரிந்து போனது. சே ....என் மனநிலை என்ற என்பது தெரியாமல் இப்படி அலைகிறானே ?

திரும்ப எந்த பதிலும் அனுப்பவில்லை.

மலருக்கு ஒருவித பயம் தட்டியது. இதை யாரிடம் சொல்லி அழுவது , கடவுளே நான் இந்த வாழ்க்கையை வாழ்ந்து விடுவேனா ?

பாபு என்கிற ஜென்டில்மேன் கண்களில் வந்து போனான்.

வருந்திப் பயனில்லை , எல்லாம் கை மீறிப் போனது. பதில் வராத கோபத்தில் மாப்பிள்ளை தகவல் தொடர்புக்கு வெளியே இருந்தார்.

அடுத்த நாள்.....

மாப்பிள்ளையின் அக்கா , போன் செய்தாள்.

என்ன மலர் நல்லா இருக்கியா....

ம் ...நல்லா இருக்கேன். நீங்க ?

ம் எனக்கென்ன ? அது சரி , தம்பி கூட ஏதாவது பிரச்சனையா ??

இல்லியே...நான் அவர் கூட பேசறதே இல்லியே ...

அதான் ஏன்னு கேட்டேன் ....?

....

என்ன பதில காணோம். தம்பி ரொம்ப வருத்தப்பட்டான். கூப்பிட்டு பேசு என்ன !!!

மலர் அமைதியாக போனை கட் செய்தாள். மனதில் போராட்டம் ஆரம்பமானது. இறைவா ...ஏன் என்னை படைத்தாய் ? இந்த புது வாழ்க்கை ஆரம்பத்திலேயே என்னை பயம் காட்டுகிறதே ...?!

ஆபீஸ்சில் சின்ன இடைவெளியில் ஷீலாவிடம் சொல்லி அழுதாள்

.

ஷீலா கொஞ்சம் பயந்து தான் போனார். என்ன இவன் இப்பவே இவ்வளவு பிரச்சனை பண்றான் ?? கொஞ்சம் கூட இங்கிதம் தெரியாத ஆம்பிள்ளையா இருக்காளே !! மனதில் திட்டி விட்டு ...

ஒன்னும் பயப்படாதே...ஏதோ ஒரு ஆசையில் மெசேஜ் பண்ணி இருப்பான். கல்யாணம் ஆனாப் பாரு ....நம்ம நம்பர் வந்தா கூட பாக்கம கட் பண்ணி விடுவானுங்க....

மலர் தன்னை மறந்து சிரித்து விட்டாள்.

மேடம் , எனக்கு பயமா இருக்கு , அபி வேற கூட இருக்கா , அவள எப்படி சமாளிச்சு இவர் கூட வாழப் போறேன்.

இதற்கு ஷீலாவிடம் பதில் இல்லை , அல்லது சொல்லத் தெரிய- வில்லை. அதற்குள் வேறு வேலை வர இருவரும் அவரவர் வேலையை கவனிக்க ஆரம்பித்தார்கள்.

உண்மையில் இதுபோன்ற பிரச்சினை க்கு தீர்வு அடுத்தவர்களுக்கு தெரியாது. இதில் ஒவ்வொருவரும் ஒவ்வொரு விதமான பார்வை இருக்- கிறது.

ஒருவர் தவறு என்பது , அடுத்தவருக்கு இதெல்லாம் ஒரு தவறா என்று படலாம். ஒருவருக்கு அது பிரச்சனை , மற்றவருக்கு அது தீர்- வாக இருக்கலாம்.

எது எப்படியோ மலர் கொஞ்சம் நடுங்கிப் போய் தான் இருந்தாள். அந்த நேரத்தில் ஷீலா சமாளித்து அனுப்பி வைத்தாலும் மனதிற்குள் மலரின் நிலைமை வருத்தப்பட வைத்தது.

இரவு வெகுநேரம் ஆகியும் தூக்கம் வரவே இல்லை. மலர் புரண்டு , புரண்டு படுத்துப் பார்த்தாள்.

அம்மாவை எழுப்பி இந்த கல்யாணம் வேண்டாம் என்று சொல்ல ஆசைப்பட்டாள். ஆனால் அதற்கு பிறகு அம்மாவின் முகத்தை பார்ப்-

பது என்பது மிகக் கொடுமையான விசயம்.

மலர் மனதளவில் அதிக பாதிப்பை சந்தித்துக் கொண்டிருந்-
தாள்.மனதில் கணவென், பாபு என்கிற ஒருத்தனை தினமும் திட்டி தீர்த்-
தாள் .

பாபு நிச்சயம் வேறு ஒரு திருமணம் செய்திருப்பான். இல்லை என்-
றால் இந்நேரம் தன்னை தேடி வந்திருக்க வேண்டுமே .....அவனுக்கு
மட்டும் எப்படி எந்த தயக்கமும் இல்லாமல் வேறு ஒருத்தியோடு வாழ
முடிந்தது.

அந்த மனசு தனக்கு ஏன் இல்லை என்று நினைத்து நினைத்து
வெந்து போனாள். இரவு முழுவதும் அழுது கண்கள் சிவந்து இருந்தது.

காலையில் எழுந்ததும் அம்மா கண்டு பிடித்து விட்டாள்.

மலர் என்ன ஆச்சு ??

ஒன்னுமில்லமா ..

மலர் , இந்த மாப்பிள்ளைய உனக்கு பிடிக்கலயா ?

ஏற்கனவே நான் என் விருப்பத்திற்கு கல்யாணம் பண்ணி தோத்து
போய்டேன். இனி என் விருப்பம் எதுவும் இல்லை. உங்க விருப்பம்
தான் என் விருப்பம்.

மலர் சொல்லி விட்டு குளிக்கப் போனாள். என்ன இருந்தாலும் தாய்
இல்லையா ?? மனதில் ஒரு பயம் ....மறுபடியும் மலர் துன்பப்படுவாளோ
? என்று அடிவயிற்றில் ஒரு வேதனை உண்டானது.

சமையல் சரியாக வரவில்லை. அம்மா ஒரு நிலையில் இல்லை.
அவர்களுக்குள் ஏதாவது பிரச்சனையாக இருக்குமோ ??

குழந்தை வேண்டாம் என்று சொல்லி இருப்பானோ ?

வேலைக்கு போக வேண்டாம் என்று சொல்லி இருப்பானோ ?

தாய் மனசு அங்குமிங்கும் ஓடியது.

மலர் , அம்மா எதுவும் செய்யாமல் உட்கார்ந்து இருப்பதைப் பார்த்து
...

அம்மா என்ன ஆச்சு ? சமைக்கலயா ??

இல்ல மலர் .....மனசு சரியில்லை.

ஏம்மா....நான் சும்மா சொன்னேன் , எனக்கு ரொம்ப பிடிச்சு
இருக்கு....

மலர் , நான் உனக்கு அம்மாடி.....எனக்கு தெரியும் . நீ அபிக்கு
மட்டும் ஏதாவது செய்து ஸ்கூல் க்கு கொடுத்து அனுப்பு ....நாம ஏதா-

வது கடையில வாங்கிக்கலாம்.

மலருக்கு ஆச்சரியமாக இருந்தது , அம்மா ஒரு நாள் கூட இப்படிச் சொன்னதில்லை.

அவசரமாக அபிக்கு டிபன் பண்ணி , அவளை சாப்பிட வைத்து ஸ்கூலுக்கு வண்டியில் அனுப்பி வைத்தாள்.

உள்ளே வந்ததும் அம்மா ....

மலர் இங்கே வா,.....

என்னம்மா ?

மாப்பிள்ளை உன் கிட்ட ஏதாவது பேசினாரா ?

ஆமாம்மா ....சும்மா பொது விசயம் தான் பேசினார்.

அபி பத்தி ஏதாவது ??

இல்லம்மா ...

இங்கே பாரு மலர் , அம்மா கிட்ட எதையும் மறைகாதே....அப்புறம் அம்மானால எதுவும் செய்ய முடியாத நிலைக்கு கொண்டு வந்து விட்-ரும். இது வாழ்க்கை அதுவும் இரண்டாவது வாழ்க்கை. திரும்ப அழிச்-சிட்டு எழுத முடியாது.

மலருக்கு இந்த வாழ்க்கையின் முக்கியத்துவமும் , ஆபத்தும் புரிந்-தது. எதற்கும் இரண்டு நாட்கள் கழித்து சொல்லலாம் என்று முடிவு செய்தாள்.

அம்மா , அந்த அளவுக்கு இல்லை. இருந்தா நானே சொல்றேன்.

அம்மா மனசு , மலரை நம்பவில்லை. இவள் ஏதோ மறைக்கிறாள் என்பதை நன்கு உணர்ந்து கொண்டார்.

30

அம்மா தெளிவில்லாத மனநிலையில் இருந்தார். மலரை ஆபீசுக்கு அனுப்பி வைத்துவிட்டு உமாவுக்கு போன் செய்தார்.

உமா...என்ன , அவங்க கிட்ட அபி பத்தி பேசுனியா ?

உமா மெல்ல இழுத்தாள்.

அது வந்து அம்மா ....

அம்மா அவள் முடிப்பதற்குள் ..!

என்ன உமா ? என்ன சொன்னாங்க ??

பதற்றமாக கேட்டார்.

அதெல்லாம் ஒன்னுமில்லம்மா.....ஒரு ஆறு மாசம் மட்டும் ...அபிய !!!

உமா , என்னை கோபப்பட வைக்காத...

அம்மா சொல்றத புரிஞ்சுக்கோங்க.... அவங்க ஒருத்தர ஒருத்தர் முதல்ல புரிஞ்சு கிட்டும்...அது டைம் கொடுக்க வேண்டாமா ..? இன்னைக்கு அவனவன் பெற்ற குழந்தையவே பாரமா நினைக்கிற காலம்.

அம்மா எதுவும் பேசவில்லை. அமைதியாக கேட்டு விட்டு...கொஞ்சம் குரலை தாழ்த்தி..

உமா ...அபி பாவம்டி, ஏற்கனவே அப்பா இல்லாத குழந்தை , பாவத்தை சேக்க வேண்டாம். ஆறு மாசம் ரொம்ப அதிகம். ஒரு ஒரு மாசம் னா சரி தான்.

அம்மா எனக்கு ஒன்னும் பிரச்சனை இல்லை ....ஆனா!!

அவங்க கிட்ட நீ தான் சொல்லனும். இது மலருக்குத் தெரியுமா ?

அவ கிட்ட சொன்னாங்களான்னு தெரியலைம்மா...

கடவுளே , அதுதான் அவ நைட்டு தூங்காம அழுதுகிட்டு இருந்தி-
ருக்கா ...பாவம்!!

உமா பதட்டமான குரலில்...

அய்யோ கடவுளே ஏம்மா ரெண்டு பேரும் இப்படி பயந்து சாகுறீங்க
....

ஏண்டி கல்யாணம் ஆனதும் பேச்சு வேற மாதிரி போனா என்ன
பண்றது ?

அப்படி பேச மாட்டாங்கம்மா....அவரோட தூரத்து சொந்தம் வேற ...

நான் யாரையும் இந்த விசயத்தில நம்ப மாட்டேன். நானே பேச-
றேன். நீ பேசாம இரு ..!

உமா வேறு வழியில்லாமல் அமைதியாக போனை வைத்தாள்.
அம்மா மாப்பிள்ளை யின் அக்காவிடம் பேசினார்.

என்னங்க சம்பந்தி ...ரெண்டு பிள்ளைகளை பெத்த உங்களுக்கு புரி-
யாதா ? சின்னஞ்சிறுசுக ...கொஞ்ச நாள் தனியா இருக்கட்டும் அப்பு-
றம் குழந்தைய கூட வெச்சுக்கலாம்.

அம்மா மறு வார்த்தை பேச முடியாத அளவிற்கு அவர்களுடைய
பேச்சு இருந்தது. இது சரிப்பட்டு வரும் என்று தோன்றவில்லை.

அம்மா , மாப்பிள்ளையின் அக்காவிடம் ஏதோ சொல்லி தட்டிக்
கழித்து விட்டு , உமாவிடம் பேசி திருமணத்தை சிறிது நாட்களுக்கு
தள்ளி வைத்தார். அம்மா அவசரத்தில் முடிவு செய்ய விரும்ப வில்லை.

மலர் ஆபீசில் வேலைக்கு நடுவில் போனில் ஏதாவது மெசேஜ் வந்து
விடுமோ என்கிற பயத்திலேயே இருந்தாள்.

ஷீலா இன்று நிறைய வேலைப்பளு காரணமாக , மலர் பக்கம்
திரும்பவே இல்லை , ஆனால் மலர் எப்போதும் நேரம் கிடைக்கும்
ஷீலா மேடம் கிட்ட புலம்பித்

தீர்க்கலாம் என்று எதிர்பார்த்துக் காத்துக் கிடந்தாள்.

உணவு இடைவேளை நெருங்கிக் கொண்டிருந்தது. வீட்டில் இருந்து
போன் வந்தது.

மலர்....மாப்பிள்ளை வீட்ல இருந்து ஏதாவது போன் வந்ததா ?

இல்லம்மா ...ஏன் ?

போன் வந்தா பேச வேண்டாம். அம்மா சொல்ற வரைக்கும் ,
அவங்க கூட எதுவும் பேச வேண்டாம். எதுவானாலும் என் கிட்ட பேசச்

சொல்லு ....

அம்மா என்ன ஆச்சு ?

ம் .....முதல்ல என் கிட்ட எதையும் மறைக்காத .! எவ்வளவு தடவை சொல்லி இருக்கேன் .

அம்மா எதைப் பத்தி பேசுறிங்க...?

ம்... எல்லாம் மாப்பிள்ளை உன் கிட்ட பேசுனது தான்...நீ வீட்டுக்கு வா பேசலாம்.

அம்மா...

மலர் இப்படி என் கிட்ட மறைச்சு , மறைச்சு தாண்டி உன்னோட வாழ்க்கை இப்படி இருக்கு ...அம்மா கலங்கினார்.

மலருக்கு ஆபீசில் இருந்து வேற எதுவும் சொல்லமுடியவில்லை.

அம்மா கொஞ்சம் தானே சமாதானம் ஆனார்..

சரி , சரி வீட்டுக்கு வா , ஆபிஸில இருந்து எதுவும் பேச வேண்-டாம்.

ம் சரி ம்மா .....- மலருக்கு மனதில் இருந்த பாரம் சற்றே குறைந்-தது. இந்த பலத்தை ஏன் நான் இத்தனை நாட்களாக உணராமல் போனேன் மலர் தாயின் பலத்தையும் , ஆதரவையும் மனதார உணர ஆரம்பித்தாள் .

மதியம் உணவு இடைவேளை....

என்ன மலர் முகத்தில ஒரே சிரிப்பு....? மாப்பிள்ளை மன்னிப்பு கேட்டானா ?

இல்லை மேடம்...இந்த விசயம் அம்மாவுக்கு எப்படியோ தெரிஞ்சு போச்சு போல , என்னை அவங்க கூட பேச வேண்டாம்னு சொல்லிட்-டாங்க..

ஷீலாவுக்கு , மலர் சொன்னதில் நம்பிக்கை இல்லை.

ஏய் இதெல்லாம் போய் அம்மா கிட்ட சொன்னியா ?

ஆமா , நீங்க வேற ! நானும் எங்க அம்மாவும் இப்ப கொஞ்ச நாளா தான் பேசறோம். இப்ப விசயத்தை வேற சொல்ல முடியுமா ?

அப்புறம் எப்படி ?

ஒருவேளை அவங்க அக்கா இதப் பத்தி பேசி இருக்கலாம் .

சரி சரி ...ஜாக்கிரதை மலர் , ரெண்டாவது வாழ்க்கை என்பது கண்-ணாடி பாத்திரம் மாதிரி.

மலருக்கு இருந்த சந்தோசம் மாறி கவலை வந்தது.

என்ன மேடம் கல்யாணம் பண்ணலாமா வேண்டாமா ??

கட்டாய பண்ணிக்கோ....ஆனா ஜாக்கிரதை யா பாத்து பண்-ணிக்கோ ...

அது எப்படி மேடம் கண்டு பிடிக்கறது.

அது தெரிஞ்சா நானே கல்யாணம் பண்ணி இருப்பேனே....!?

மலருக்கு இந்த பதில் பல அர்த்தங்களைச் சொன்னது. வாழ்க்கை துணை வேண்டும் , ஆனால் அவன் நல்லவனாக நல்ல தோழனாக கிடைப்பானா ?? ஏற்கெனவே புண்பட்ட மனம் , வருபவன் அதை எப்படி எடுத்துக் கொள்வான்.

பெரும்பாலும் இரண்டாவது மனைவி [கணவன்] இந்த சமு-தாயத்தில் ஏதோ குறைபாடு உள்ளவர்கள் போலவே நடத்துகிறார்கள் . ஆனால் அது உண்மை அல்ல (விதி விலக்கு இருந்தாலும்) பெரும்பாலும் உண்மை அன்பைத்தேடி அல்லது அதிக அன்பை தேடி ஏமாந்த ஜீவன்களே அதிகம் , எதையும் ஒருவருக்காக ஒருவர் விட்டுக் கொடுத்தோமேயானால் குடும்பமாவது மிச்சப்படும். நம் விருப்பப்படி வாழ முடியா விட்டாலும் கூட ...!!!

ஒருசிலர் மனைவியை வெறும் போகப் பொருளாக பார்த்துவிட்டு , அவள் தன் குடும்பத்தில் அடிமைத் தொழிலுக்கு வந்தவள் போல நடத்-துவதுண்டு. பெரியவர்கள் தலையிடாத வரையில் பல குடும்பச் சண்டை-கள் பொழுது போனால் சரியாகி விடும்.

இதில் வெட்கப்பட ஒன்றும் இல்லை. இல்லறம் நல்லறம் ஆவது குடும்ப வாழ்க்கையில் தான். அதை ஒரு பழிவாங்கும் ஆயுதமாக ஆண் பயன்படுத்தினாலும் சரி , பெண் பயன்படுத்தினாலும் சரி .....நிச்சயம் பிளவு ஏற்படுவது நிஜம் .

சேச்சே இதெல்லாம் ஒரு காரணமா ? என்று கேட்பவர்களுக்கு , ஆம் என்பதே பதில் .

திருமண பந்தம் உறவிற்கு அர்த்தம் சொல்லத்தான் . அதில் ஈகோ பார்த்து பிரிந்த குடும்பங்கள் நிறைய...

மற்றொரு வகை , அளவுக்கு அதிகமான தேடல்......இதில் பாதிக்-கப்பட்டவர்கள் நிறைய !!! வாழ்க்கைத் துணை அந்த வாழ்க்கையையே விட்டு ஓடும் அளவிற்கு இருக்கிறது.

இங்கே மலர் பயந்து ஓடும் நிலையில் தான் இருக்கிறாள். ஒரு-வேளை மாப்பிள்ளை நல்லவனாகவே இருக்கலாம் , ஆனால் ஒரு

பெண் முதலில் தேடுவது நல்ல நண்பனை தான்.

மலர் , காதலித்து திருமணம் செய்தவள். பெரும்பாலும் காதல் நல்ல நட்பில் தான் ஆரம்பம் ஆகிறது.

மலருக்கு ஒரு ஓரத்தில் அம்மா இந்தத் திருமணத்தை நிறுத்தி விட்டால் பரவாயில்லை என்று தோன்றியது. இருந்தாலும் எந்த கருத்துக்களையும் சொல்லத் துணிவில்லை.

வீட்டிற்கு சென்றதும் அம்மா என்ன கேட்கப்போகிறார் என்ற குழப்பத்தில் மலர்.

31

மலருக்கு மனசெல்லாம் அம்மா வீட்டிற்கு சென்றதும் என்ன கேட்கப் போகிறாள் ? எனறே பயந்து கொண்டிருந்தது.

வீட்டிற்குள் சென்றதும் சங்கர் மாமா வந்து இருந்தார். மாமாவைப் பார்த்ததும் மலருக்கு ஆறுதலாக இருந்தது.

மாமா ....எப்ப வந்தீங்க....?

மாமா மிகவும் மெலிந்து காணப்பட்டார். பார்க்க பாவமாக இருந்தது. கொஞ்ச நேரம் ஆச்சு ? அம்மா எல்லாம் சொன்னாங்க ....!!!

மாமா இடைவெளி விட்டார்.

ம் ....மாமா , எனக்கு கல்யாணம் வேண்டாம் !!

சொல்லும் போதே அழுகை வந்தது.

மலர்....எனக்கு புரியுது...ஆனா உனக்கு இன்னும் காலம் இருக்கு!! நானும் அம்மாவும் , ஒரு நாள் இல்லாமல் போவோம். அப்ப என்ன பண்ணுவ. . ?

மாமா !!!

ஒரு பேச்சுக்கு தானா !!இருந்தாலும் அது கட்டாயம் நடக்கும்மில்ல ....

அதற்குள் அம்மா கையில் டி டம்ளரை நீட்டினார். இருவரும் டியை குடித்தனர், அம்மாவிடம் மாமா பேச ஆரம்பித்தார்

அக்கா....நான் விசாரிச்சு சொல்றேன். அதுவரைக்கும் அவசரமா எதுவும் முடிவு செய்யாதீங்க ?!

சரி சங்கர், எதுக்கு உன்னை தொந்தரவு செய்யனும்னு நினைச்சேன். ஏற்கனவே உன் சம்சாரம் மலர் மேல கோபமா இருக்கா !!!

அதெல்லாம் பரவாயில்லைக்கா , அவ சும்மா பேசுவா அவ்வளவு தான் , தப்பா நினைக்காதீங்க....

சங்கர் மனைவியை விட்டுக் கொடுக்காமல் பேசினார், ஆனால் இங்கே வந்தது மனைவிக்குத் தெரியாது.

மலருக்கு மாமா வந்தது பெரிய பலத்தை கொடுத்து விட்டுச் சென்றது . லேசான மன மலர்ச்சி , அப்பா இல்லாத குறை தீர்ந்தது போல இருந்தது.

மாமா சென்றதும் அம்மா மெல்ல ஆரம்பித்தாள்.

மலர் ...அம்மா கிட்ட ஓபனா பேசவே மாட்டியா ? நான் என்னடி பாவம் பண்ணேன் ? ஏண்டி என் கிட்ட ஓட்டவே மாட்டேன்ற ?

எனக்கு ஒன்னும் புரியலம்மா ? நான் என்ன மறைச்சேன்....?

உனக்கிட்ட மாப்பிள்ளை சொன்னது சம்மதமா ??

எனக்கு பிடிக்காவே இல்லம்மா ....உங்களுக்காகத் தான் பேசாம இருந்தேன் ....

மலர் , நான் எப்படி இதுக்கு சம்மதிப்பேன். அபிக்கு அப்பாங்கிற அன்பு கிடைக்கணும் , அவளுக்கு ஒரு பாதுகாப்பு இருக்கணும் , உனக்- கும் பாதுகாப்பு ,நிம்மதி . அதுவே இப்ப இல்லைங்கும் போது எதுக்கு இந்த கல்யாணம் ?

மலருக்கு ஒன்றும் புரியவில்லை.

என்னம்மா ? ஏன் அபி என்கூட தான இருக்க போறா ??

இப்ப அம்மா குழப்பம் அடைந்தார்.

என்ன மலர் உளர்ற .....அபிய அவங்க உடனே அனுப்ப வேண்- டாம்னு சொல்றாங்க ?

மலர் அதிர்ச்சியில் எதுவும் பேசவில்லை.

மலர்....மலர்....

....

அம்மா பயந்து போய் ,...

இது உனக்கு தெரியாதா ? அப்ப மாப்பிள்ளை உன் கிட்ட என்ன பேசினார் ?

மலருக்கு என்ன சொல்வது ? எப்படி சொல்வது என்று தெரிய- வில்லை. ஆனால் சொல்லியே ஆக வேண்டிய நிலை !!! இப்போது சொல்லவில்லை என்றால் பிறகு சொல்லி அர்த்தமில்லாமல் போகும்.

அம்மா.....அந்த ஆள் கொஞ்சம் மோசமானவன் போல .....எனக்கு தினமும் மெசேஜ் அனுப்பி டார்ச்சர் பண்றான்.....இத எப்படி உங்க கிட்ட சொல்லுவேன். இதுல அவங்க அக்கா வேற அந்த ஆளு கூட பேசச் சொல்லி ஒரே தொந்தரவு ....

மலர் வெடித்து விட்டாள்.

அம்மா விற்கு அதிர்ச்சி மேல் அதிர்ச்சி !!

எப்படி ஏமாத்தோம்....? இத்தனை நாட்களாக பிடிவாதமாக இருந்த மலரை குழியில் தள்ள நினைத்தோமே ...!!! அடடா இரண்டு பெண்-களை ஒரு நாசகாரன் கையில் கொடுக்க நினைத்தோமே !!!

அம்மா நிம்மதி பெருமூச்சு விட்டாள்.

நல்ல வேளை மலர் , அந்தக் கடவுள் தான் காப்பாத்தி இருக்-காரு.....

மலர் தயங்கித் தயங்கி ...

அம்மா .....எனக்கு கல்யாணம் வேண்டாம்மா......!!

அம்மா மௌனமாக இருந்தார் . இப்போதைக்கு இந்தக் கல்யாண பேச்சை நிறுத்தி விடலாம் என்று முடிவு செய்தார் . ஆனால் மனசு நொந்து நூல் நூலாகி போனது. சே ...என்ன உலகம் ?!

ஒரு பெண்ணை மதித்து திருமணம் செய்ய ஆள் இல்லையா ?-எல்லாம் வேசமாக இருக்கிறதே !!! மலர் சம்மதிக்கும் வரை அவர்கள் பேசியதே வேறு. !!

சம்மதம் சொன்ன பின்பு அவர்களுடைய நிறம் வெளுத்துச் சிரித்தது.

அன்றைய இரவு கடந்து செல்ல மிகவும் கஷ்டப்பட்டது. மலருக்கு தன் வாழ்க்கை யை நினைத்து மிகவும் கலங்கிப் போனாள்.

தான் தெரியாத் தனமாக எடுத்த முதல் அடி இன்று தன்னை விடா-மல் துரத்துவதாக நினைத்தாள்.

தன் முடிவை மாற்றாமல் இருந்திருக்கலாம் என்று தோன்றியது. இடையில் ஏற்பட்ட மனமாற்றம் தான் இன்று வீடே நிம்மதி இல்லாமல் போய் விட்டது.

எப்படியோ மூவரும் தூக்கிப் போனார்கள். அபிக்கு ...வீட்டில் என்ன நடக்கிறது என்று தெரியாமலேயே , சூழ்நிலையைப் புரிந்து கொண்டு

அமைதியாக இருந்தாள்.

அம்மா மனதில் நடுநடுங்கிப் போனார். திருமணம் என்பதை தான் மிக லேசாக எடுத்துக் கொண்டு விட்டதாக தோன்றியது. பேத்தியின் எதிர்காலம் நெஞ்சில் முள் குத்துவது போல குத்தி வலியை ஏற்படுத்தி-யது.

அம்மா , மலரும் , குழந்தையும் தூங்குவதை ஒரு முறை பார்த்-துவிட்டு வந்தார். பார்க்கும் போதே இதயம் வேகமாக துடித்தது. எப்படி இவர்களுக்கு நல்ல துணையைத் தேர்ந்தெடுப்பது ?? எல்லோரும் பார்க்க நல்லவர்களாகத் தெரிகிறார்களே ? எப்படி அடையாளம் காண்பது ?

அம்மா என்ன செய்யப்போகிறார் ?

32

அம்மா என்ன செய்யப்போகிறார் ?

இரவு முழுவதும் யோசித்தபடி தூக்கிப் போனார். மறுநாள் மலர் எப்-போதும் போல அபியை ஸ்கூலுக்கு அனுப்பி வைத்து விட்டு , அம்மா அருகில் வந்து கையை பற்றிய படி ....

அம்மா எனக்காக நீங்க ரொம்ப

கஷ்டப்பட்டு டிங்க !! இனி எந்த உறவும் நமக்கு வேண்டாம் மா , நம்ம நிம்மதி தான் கெட்டுப் போகும் , கொஞ்ச நாள் கழிச்சு பாத்தா நாம ரொம்ப அவசரப்பட்டு முடிவு எடுத்ததா தோனும். இனி இதப் பத்தி பேச வேணாம்மா ...!!!

அம்மா அமைதியாக ...

மலர் இந்த விசயத்தில அம்மா முடிவு பண்ணது தப்பு தான் , ஆனால் இனி இதப்பத்தி பேசவே வேண்டாம்னு சொல்ற அளவிற்கு எதுவும் நடக்கல....நீ எதப்பத்தியும் கவலைப்படாம வேலைக்குப் போ ....

மலருக்கு என்ன சொல்வது என்றே தெரியவில்லை. மனச்சோர்-வோடு ஆபீஸ் வந்து சேர்ந்தாள்.

அன்று ஆபீசில் யாரோ கல்யாண பத்திரிக்கை கொடுத்துக் கொண்-டிருந்தார்கள்.

ஷீலா விடம் , அவர்களைப் பற்றி விசாரித்தாள் .

மலர் அது நம்ம அக்வுண்டென்ட்டோட வொய்ப் ...நீ பாத்ததில்-லையா ?

இல்ல மேடம்...யாருக்கு கல்யாணம் ?

அவங்கப் பொண்ணுக்கு...

அவருக்கு அவ்வளவு பெரிய பொண்ணு இருக்கா ??

ஆமா மலர் , அவர் அந்த காலத்து லவ் மேரேஜ். சீக்கிரம் அப்பா ஆயிட்டார். அவங்க வொய்ப் கூட என்னைவிட சின்னவங்க தான்.

மலருக்கு கொஞ்சம் பொறாமையாக இருந்தது. தான் அப்படி வாழ்ந்து காட்டவில்லையே என்று ....

பரவாயில்லை மேடம் ....அவர் ரொம்ப நல்லவர் தான் போல , நான் கூட ரொம்ப கறார் பேர்வழி , சிடு மூஞ்சின்னு நினைச்சேன். மனுசன் வாழ்ந்து காட்டிட்டார்.

ஆமா மலர்...ஒரு வாழ்க்கையின் நிறைவே நம்ம குழந்தைகளை எப்படி கரை சேர்க்கறோம்றதுல தான் இருக்கு !!!!

மலருக்கு , அபி பற்றிய கனவு வந்து போனது. கூடவே பயமும் !!! என்ன செய்வது பிறந்து விட்டோம் , நமக்கு பிடித்தோ பிடிகாமலோ இதை கடந்து தான் ஆக வேண்டும்.

சில பல நாட்கள் ஓடியது. வீட்டில் அம்மா கொஞ்சம் சாந்தமாக இருந்தார். பழைய படி வீடு தினசரி நிகழ்வுகளை சந்தித்து கொண்டி-ருந்தது.

சங்கர் மாமா , மாப்பிள்ளை பற்றி விசாரித்து , அம்மாவிடம் வந்து சத்தம் போட்டார்.

அக்கா எதுக்கு இவ்வளவு அவசரம். ? உலகத்தில அவன் ஒருத்தன் தானா ? வேற ஆளே கிடைக்கலயா ?

அதாண்டா தம்பி தப்பு பண்ணிட்டேன் , ரொம்ப நாளா புரோக்கர் சொல்லி கிட்டே இருந்தார் , விசாரிச்சப்ப நம்ம உமாவுக்கு உறவா தெரிஞ்சது....அதான் நம்பிட்டேன்.

நல்லதா போச்சு !அவன் கேரக்டர் சரியில்லாம தான் முதல் மனைவி பிரிஞ்சு போய் இருக்கா ....இனிமேல் அவசரப்படாதக்கா !!

சரிடா ....என்னமோ எனக்கு ஏதாவது ஆகறதுக்குள்ள , ஒரு நல்-லது பண்ணலான்னு நினைச்சேன்.

கட்டாயம் பண்ணலாம். நானே பாத்து சொல்றேன். அதுவரைக்கும் அமைதியா இருங்க ..

அம்மா அதற்கு பிறகு அமைதியாக , தம்பி ஏதாவது நல்ல வரன் கொண்டு வருவான் என்று காத்திருக்க ஆரம்பித்தார்.

மலர் கொஞ்சம் ரிலாக்ஸ் இருக்க ஆரம்பித்தாள். எதிர் கால கனவு வந்து இடையில் ஆட்டி வைத்ததுதான் இருந்தாலும் , அது அற்ப ஆயுசோடு பயத்தை காட்டி விட்டு சென்றது தான் உண்மை.

எப்போதும் போல ஆபீஸ் பம்பரமாக சுற்றிக்கொண்டு இருந்தது. ஹரி சார் அடிக்கடி போன் போட்டு திட்டி , திட்டி மலரிடம் வேலை வாங்கிக் கொண்டு இருந்தார்.

ஆரம்பத்தில் கஷ்டமாக இருந்தது. இப்போதெல்லாம் மலருக்கு , அவரிடம் திட்டு வாங்காவிட்டால் என்னவோ போல இருந்தது.

இப்போதெல்லாம் பாபு நல்ல நண்பனாக மாறிப் போனான். மலருக்கு அந்த பெயரில் இருந்த அலர்ஜி கம்மி ஆனது.

அதே போல மலர் , ஷீலா கூட்டணியோடு பாபுவை அடிக்கடி பார்க்க முடிந்தது.

பாபு ஒரு நாள் ஷீலா விடம் ...

மேடம் , மலர் மேடம் ஹஸ்பண்ட் எங்க இருக்காரு....
அதெல்லாம் உனக்கு எதுக்கு ?
பாபுவிற்கு ஏன் கேட்டோம் என்று இருந்தது.
ஷீலா விற்கு பாபு மீது சந்தேகம் வந்தது. இவனை கொஞ்சம் தள்ளி வெக்கணும் என்று நினைத்தார்.

ஆனால் இவர்கள் நினைக்கும் அளவிற்கு பாபு கெட்டவன் இல்லை. கல்யாண வயதைக் கடந்த அக்கா , அவளை கரை சேர்க்க முடியாத நிலை அல்லல்படும் நடுத்தர நிலையில் உள்ள குடும்பம். அப்பாவின் வருமானம் மிக சொற்பம் ,அம்மா வீட்டில் இருக்கிறார். அக்கா வீட்டில் இருந்தபடியே தையல் வேலை செய்கிறார். அவர்களின் ஒரே நம்பிக்கை நட்சத்திரம் தம்பி பாபு தான் . இந்த சூழ்நிலை தான் அவனை நிர்வாக மன்னித்து மீண்டும் ஏற்றுக் கொண்டது .

பாபு மலரைப் பார்ப்பதற்கு முன்பு எப்படியோ !? ஆனால் பழக ஆரம்பித்த பின் அவள் மீது ஒரு மரியாதை வந்தது. சகோதரி என்று சொல்ல முடியாது. ஒரு நல்ல தோழியாக தன் நட்பை வளர்த்து கொண்டான்.

பாபுவின் இந்த கேள்விக்கு பின் , ஷீலா பாபுவை இவர்களோடு சேர்ப்பதில்லை. இது அவனுக்கு சங்கடத்தை ஏற்படுத்தியது. இருந்தாலும் தானே சென்று வழிய பேசினான்.

மலர் அவன் கேட்டதை சட்டை செய்யவே இல்லை இருந்தாலும் ஷீலா மேடம் அறிவுரை படி அவனோடு அளவோடு வைத்து கொண்-டாள் .

அக்கவுண்ட்டென் ட் முருகனின் வீட்டு விசேஷம் பற்றி தான் ஆபீஸ் முழுவதும் பேச்சாக இருந்தது. மலருக்கு அவரிடம் பேச வேண்-டும் போல இருந்தது. இத்தனை நாட்களாக அவருடன் அதிகம் பேசி-யதில்லை. இப்போது அவரை பாராட்ட வேண்டும் என்று தோன்றியது.

அடுத்தடுத்து நாட்கள் ஓடியது, அவரே மலரிடம் சந்தேகம் கேட்டு வந்தார்.

மலர் மேடம்....ஒரு சின்ன சந்தேகம் ?!

சொல்லுங்க சார் ....?!

பர்சேஸ் டிம்ல போன மாதம் கொடுத்த பில் உங்க,கிட்ட இருக்கிறதா சொன்னாங்க .. . .

இல்ல சார் , நான் திரும்பி கொடுத்துட்டேன்...

அப்படியா ! அங்கே இல்லைன்னு சொல்றாங்க ?! எதுக்கும் ஒரு தடவை நல்லாப் பாருங்க !

மலர் அவர் திருப்திக்காக ஒரு முறை செக் செய்தாள். உள்ளே பில் இருந்தது. மலருக்கு வெட்கமாக இருந்தது. அவளுக்கு இருந்த மனநி-லையில் உளைச்சலில் எல்லாம் மறந்து போனது.

சாரி முருகன் சார்....நான் தான் மறந்துட்டேன். ஜெராக்ஸ் எடுத்-துட்டு கொடுக்லான்னு இருந்தேன், ஏதோ ஞாபகத்தில.....

பரவாயில்லை மலர் , இதெல்லாம் சகஜம் தான் . இதுக்கு எதுக்கு சாரி எல்லாம் , விடுங்க

சார் நானே உங்க கிட்ட பேசணும்னு இருந்தேன். ?!
சொல்லுங்க ....

உங்களுக்கு கல்யாண வயசில பொண்ணு இருக்கா ன்னு எனக்கு தெரியாது சார் . ...! இப்ப பாத்தா திடீர்னு....பத்திரிகை யை நீட்டிட்டிங்க ?!

ஆமாம்மா.....காலாகாலத்தில கடமையை முடிக்கணுமில்ல....
அது சரிதான் , நீங்களும் ரெஸ்ட் எடுக்கணுமில்ல.....
இல்லை மலர் இனி தான் நான் வாழவே ஆரம்பிக்க போறேன்.
மலருக்கு ஆச்சரியமாக இருந்தது. பதில் எதுவும் சொல்லவில்லை , அடுத்து அவர் என்ன சொல்லப் போகிறார் என்பதை எதிர்பார்த்தபடி மலர்.....

ஆமாம்மா ... சின்ன வயசுலலேயே கல்யாணம் பண்ணிகிட்டேன். எங்களோட கல்யாணம் காதல் கல்யாணம். ஏகப்பட்ட பிரச்சனை , மத்-தவங்க முன்னால் வாழ்ந்து காட்டணும்னு நினைச்சி ஆசை ஆசை-யாய் கட்டிக் கிட்ட மனைவியோட நிம்மதியா பேசக் கூட முடியாம ஓடி கிட்டே இருக்கேன்மா ... இனிதான் அவள அவ இஷ்டப்படி சந்தோ-ஷமா வெச்சுக்கணும்......
பாவம் முருகன் மனதில் இருந்ததை கொட்டித் தீர்த்தார்.

33

அத்தியாயம் - 33

மலர் அவர் பேசுவதை கேட்டபடி.....

ம் ...

மலர் பெரும்பாலும் காதல் திருமணத்தில் நினைச்சவங்கள கைப் பிடிச்ச சந்தோஷம் மட்டும் தான் மீது , பாக்கி எல்லாம் கல்வெட்டில் பொறிக்க வேண்டியவை. நமக்காக வாழ்ந்ததை விட அடுத்தவர்களுக்-காக வாழ்ந்தது தாம்மா அதிகம். இதெல்லாம் உனக்கும் நிச்சயமாக புரி-யும்....நீங்களும் அனுபவப்பட்டவர் தானே!!!

மலருக்கு ஆச்சரியமாக இருந்தது , இவரோடு இந்த அளவுக்கு பேசினதே இல்லை. ஆனால் அதென்ன உனக்கும் புரியும் ?

சார் நீங்க என் கிட்ட பேசுனது மனசுக்கு ரொம்ப சந்தோஷமா இருக்கு...கட்டாயம் நாங்க கல்யாணத்துக்கு வருவோம்.

சரிம்மா ...அப்புறம் நிறைய பேசுவோம்

அவர் கிளம்பி சென்றதும் மலருக்கு நம்பவே முடியயில்லை , இத்-தனை நாட்களாக நாம் தான் நம்மை சுற்றி இருப்பவர்களை தவறாக புரிந்து கொண்டு தள்ளி நிற்கிறோம். அவரவர் கண்ணோட்டத்தில் அவர்கள் வாழ்க்கை சரியானது தான். ஆனால் கடைசியில் சொன்ன வார்த்தைகள் ?

அப்படி என்றால் இவருக்கு தன்னை பற்றி தெரிந்து இருக்குமோ ? எப்படி ? இவ்வளவு விபரங்கள் தெரிந்த ஒரே ஆள் ஷீலா மேடம் தான்

உணவு இடைவேளை வந்தது.

ஷீலா மேடம் முடிந்தவரை பாபுவை தவிர்த்து விட்டு மலரோடு தனி-யாக அமர்ந்தார்.

மேடம் இப்போதெல்லாம் உங்களுக்கு பாபுவை கண்டாலே பிடிக்கற-தில்லையே ஏன் ? அவன் எதார்த்தமாக் கூட கேட்டு இருக்கலாம் ..

இல்லை மலர் அவனுக்கு கொஞ்சம் வாய் அதிகம் தான் , கொஞ்-சம் குறையட்டும் அப்புறமா சேர்த்துக்கலாம்...

மலர் இன்று முருகன் பேசியதை சொன்னாள்.

மேடம் , அவர் இவ்வளவு நல்லா பேசுவார்னு எதிர்பார்க்கவே இல்லை !! அவர் எப்பவும் இப்படி பேசுனதே இல்லை . ஆனால் இடையிலே இது உனக்கும் தெரியும்னு சொன்னார்....அதான் புரியல !

ஷீலா முகம் மாறியது. தயங்கிய படி...

சாரி ....மலர் எம்மேல கோபப்படாத !!!

எதுக்கு மேடம்....

அது வந்து......

ஷீலா குரல் கம்மிப் போனது....

என்ன மேடம் சொல்லுங்க ?

ரெண்டு நாள் முன்னாடி , நான் தான் பேச்சு வாக்கில் ....

பேச்சு வாக்கில் ?

உன்னை பத்தி அவர் கிட்ட சொன்னேன் !!

என்ன சொன்னீங்க ??

உன் கல்யாணம் அப்புறம் பிரிந்தது.... !...... வேணும்னு சொல்லல.....??! ஏதோ பேச்சு வாக்கில் வாய் தவறி வந்திருச்சி.....

மலருக்கு கோபம் தலைக்கேறியது. சே.....அப்ப அவர் ஒரு பரிதா-பாத்தில் தான் தன்னோடு பேசினாரா ? நினைக்கும் போதே மலருக்கு தன்னை நினைத்து அவமானமாக இருந்தது. ஷீலா ஏதோ சொல்ல வாய் எடுக்க ...,அதை கண்டு கொள்ளாமல் , ஷீலா மீது கடும் கோபத்-தோடு அந்த இடத்தை விட்டு நகர்ந்து சென்றாள்.

எத்தனை நாட்களாக கட்டி காத்த ரகசியம் ? எப்படி ஷீலா இதை ஏன் அனுமதி இல்லாமல் வெளியே சொல்லலாம்.

மலருக்கு மனதில் இடி விழுந்தது போல இருந்தது. எதற்கு தன்னைப் பற்றி பேச வேண்டும் ? அதுவும் ஒரு ஆணிடம்....?

மலர் அன்று விரைவாக வீட்டிற்கு கிளம்பிச் சென்றாள்.

அம்மா ஆச்சரியமாக கேட்டார்.

என்னடி இன்னிக்கு ஏதாவது ஸ்ட்ரைக்கா ? இவ்வளவு சீக்கிரம் வந்துட்ட ...

அம்மா கேட்டதும் அழுகை பொத்துக் கொண்டு வந்தது. அழுது கொண்டே சொல்லி முடித்தாள்.

மலர் உனக்கு என்ன ஆச்சு ? இதுல கோபப்பட என்ன இருக்கு ? அவங்க உண்மைய தான் சொன்னாங்க ! அதுவும் சொன்னதைக் கூட ஒப்புக்கிட்டாங்க....

மலருக்கு அழுகை அதிகமானது.

மலர் இது தான் உலகம் . நம்மை பத்தி யாரும் பேசக்கூடாதுன்னா , வெளியே போகவே கூடாது. ஆனால் அப்பவும் உலகம் பேசும் , ஆனா நம்ம காதில விழுகாது.

அம்மா .....

மலருக்கு என்னவோ தனக்கு துரோகம் நடந்த மாதிரி துடித்தாள்.

அம்மா மனசு உள்ளே துடித்தது தான் வெளியே காட்டிக் கொள்ளவில்லை.

மலரின் போன் அடித்துக்கொண்டே இருந்தது.

மலர் போன் அடிக்குது பாரு ...எடுத்துப் பேசு !

அது ஷீலா மேடம் தான் ! எனக்கு அவங்களோட பேச விருப்பம் இல்லை .

அப்படி சொல்லாத மலர் ...பாவம் , எடுத்து என்ன சொல்லறாங்கன்னு கேளு !

மலர் , அம்மா சொல்லியும் எடுக்கவே இல்லை . வேறுவழியில்லாமல் அம்மாவே எடுத்து பேசினார்.

ஹலோ ....

அம்மா நான் ஷீலா பேசறேன் . மலர் கிட்ட கொஞ்சம் பேசணும் ...

இல்லம்மா ...அவனுக்கு கொஞ்சம் உடம்பு சரியில்லை , நாளைக்கு ஆபிஸில பேசிக்கோங்களேன்.

ஷீலா அழுதபடி..

அம்மா நீங்களும் என்னைத் தப்பா நினைக்கிறீங்களா.....?

....

அம்மா நான் அப்படி பட்டவளா ?

இல்லை ஷீலா .....நீ சொல்லி இருக்க கூடாது .

அம்மா ....எனக்குத் தெரியாதா, நான் அவ நினைக்கிற அர்த்தத்தில சொல்லல....

எதுவா இருந்தாலும் தப்பு ஷீலா. அவ ஏற்கனவே உடைஞ்சி போய் இருக்கா !!

அம்மா , அவர் பொண்ணை பத்தி சொல்லும்போது , எனக்கு தெரி- யாம வாயில வந்திருச்சி......அதுவும் ஒரு வயிற்றெரிச்சல் ல சொல்- லிட்டேன்.. மற்றபடி மலருக்கு ஒரு அவமானம்னா அது எனக்கும் சேர்த்து தான். ஆனா அவரும் ரொம்ப வருத்தப்பட்டாரே தவிர தப்பா நினைக்கல......

சரி விடும்மா , இப்ப பேசினா பிரச்சனை பெருசு தான் ஆகும். ஆனால் வேற யார் அவளை பற்றி சொல்லி இருந்தாலும் அவளுக்கு இந்த அளவுக்கு துக்கம் இருந்திருக்காது. நீ சொன்னது தான் அவளால தாங்க முடியல ....

எனக்கு நல்லா புரியுதும்மா ....எம் மனசு தாங்காமதான் சொன்- னேன். ஆனா அவரு இப்படி அவகிட்டயே போட்டு உடைப்பாருன்னு நினைக்கவே இல்லை.

அம்மா ,ஷீலா வை சமாதானம் செய்து விட்டு போனை வைத்தார்.

மலர் ,அம்மா வை திட்டினாள் .

நீங்க எதுக்கு பேசுனீங்க ? அவங்க பண்ணது சரியா ?

தப்பு தான் மலர்...இப்படி கோபப்பட்டு எத்தனை பேர் வாயை அடைக்க முடியும் சொல்லு ....பாவம் ஷீலா ஏதோ ஆதங்கத்துல சொல்லிட்டா விடு மலர் . மன்னிச்சு விட்ரு....இல்லைன்னா மனசு தாங்காது . அடுத்து என்னன்னு பாரு !!!

மலர் மனசு ஏற்றுக்கொள்ள வில்லை. அவருடைய விசயத்தை மட்- டும் எவ்வளவு ரகசியமாக வைத்து இருந்தார். அதே தன்னுடைய விச- யத்தை சொல்லி விட்டு அதை நியாயப்படுத்திப் பேசுகிறார்.

இது தாங்க உலகம்....நம் ரகசியத்தை நாம் தான் காப்பாற்ற வேண்- டும். அதை நாமே சரியாக செய்யாமல் அடுத்தவர் மீது நம் எதிர்-

பார்ப்பை திணிப்பதே தவறு தான்.

ஷீலாவை பொருத்தவரை வேண்டுமென்று சொல்லவில்லை , ஆனால் அடுத்தவர் கட்டி காத்த ரகசியத்தை நாம் வெளியே சொல்ல என்ன உரிமை இருக்கிறது. இன்று பலர் வாழ்க்கையிலும் இதுதான் நடந்து கொண்டிருக்கிறது.

இங்கே நட்பு பகடை காயாகப் பயன்படுத்தப்பட்டு இருக்கிறது. பழைய நட்பு மீண்டும் உயிர் பெறுவது கஷ்டம் தான்

34

யார் கண் பட்டதோ இரண்டு நல்ல இதயங்களின் நட்பு , தெரியா-மல் செய்த பிழையால் தவிக்கிறது.

மலருக்கு , ஷீலாவிற்கு போன் செய்து கேட்க வேண்டும் என்று இருந்தது, கூடவே ஒரு ஈகோ வந்து தடுத்தது.

என்ன இருந்தாலும் அவங்க அப்படி சொல்லி இருக்க கூடாது.

சரி செய்து விட்டார்கள் ?

அது தப்பு தான !!

ஆமா , அதுக்காக அவங்களுக்கு தண்டனை கிடைக்க வேண்டுமா ?? நம் நாட்டில் முதல் [சட்ட விரோத] குற்றத்திற்கு கூட சிறிது கருணை காட்டப்படுகிறதே.....குற்றவாளி தன் தரப்பில் நியாயத்தைக் கூற அனுமதி கிடைக்கிறதே !

மலரால் மனசாட்சிக்கு பதில் சொல்ல முடியவில்லை. ஆனாலும் போன் செய்து நலம் விசாரிக்க மனமில்லை...அவ்வளவு தயக்கம்.....

மறுநாள் காலையில் வேகமாக எழுந்து , அபியை கிளப்பிக் கொண்டு இருந்தாள் . அம்மாவிற்கு புரிந்து போனது. இந்த வண்டி ஓடி கொண்டு கொண்டே இருக்க வேண்டும் போல , இல்லை என்றால் மனநோய் வந்து விடும் என்று புரிந்து விட்டது.

என்ன மலர்...இன்னைக்கு ஆபீஸ் லீவு தான ?

இல்லம்மா .....ஒரு முக்கியமான வேல இருக்கு !!

முடிச்சுட்டு உடனே வந்துடு.....

....

என்ன மலர் சொல்றது கேக்குதா ??

ம் ....கேக்குது ...

அப்ப பதில் சொல்லு ...

அபி இருவரையும் கவனித்தபடி இருந்தாள். மலர் அதை கவனித்து விட்டாள்.
அபி இங்க என்ன பார்வை , கிளப்பு சீக்கிரம்!!!
அம்மாவைப் பார்த்து ..

அம்மா எனக்கு வீட்ல இருக்கப் பிடிக்கல...அதான் கிளம்பிட்டேன்.
ம்....அத சொல்லு முதல்ல , மலர் நாம இருக்குற இடத்தில யாரையும் நட்பு பாராட்டனும்னு அவசியமில்லை. பகையை வளர்க்-காத....ஆபீசும் வீடு மாதிரி தான். நிம்மதியாக வேலை செய்ய மத்தவங்க ஒத்துழைப்பு நிச்சயம் தேவை. அதுவும் நீ ரொம்ப சின்ன பொண்ணு , கொஞ்சம் விட்டுக்கொடுத்துப் போ ....
மலர் பெரு மூச்சு விட்டபடி ....
சரிம்மா....என்னால முடிஞ்ச அளவுக்கு பாக்கறேன்....
ம் சரி போய் குளிச்சிட்டு வா ...

மலர் ஆபிசுக்கு டையத்திற்கு வந்தாள். ஷீலா இன்னும் வரவில்லை. மலர் அவர் வரவிற்கு காத்திருந்தாள்.
பாபு , ஆச்சரியமாக பார்த்தபடி...

ஹலோ ...என்ன ஆச்சு உங்களுக்கு?
ஏன் ?
லீவு சொல்லிட்டு , ஆபீஸ் வந்திருக்கீங்க ?
......மலர் பதில் ஒன்றும் சொல்லவில்லை.
பாபு பதில் இல்லை என்பதை புரிந்து கொண்டு சிரித்தபடி அவனு-டைய இடத்திற்கு சென்றான்.
மலர் அடிக்கடி ஷீலாவின் டேபிளை பார்த்தபடி அமர்ந்து இருந்-தாள். நேரம் மதிய உணவை நோக்கி ஓடிக்கொண்டிருந்தது.

ஷீலா வரவே இல்லை. மலருக்கு என்னவோ போல இருந்தது. நேராக போய் மேனேஜரிடம் கேட்டாள்.

சார் ....ஷீலா மேடம் லீவா ?

அவர் மலரை உற்றுப் பார்த்து விட்டு...!

என்ன மலர் , உங்களுக்குத் தெரியாதா ??

இல்லை சார் ....எனக்கு தெரியல , நேத்து நான் லீவு !!

ம் .....அவங்களுக்கு நேத்து முடியாம போயிடுச்சு...ஏன் நீங்க ரெண்டு பேரும் பேசறதில்லயா ?இவ்வளவு பெரிய விசயம் நடந்து இருக்கு , இன்னும் நீங்க அவங்கள கூப்பிட்டு விசாரிக்கலயா ....?

எனக்கு இப்ப தான் தெரியும் சார் ? லன்ச் டைம்ல பேசறேன்.

என்னது லன்ச் டைம்லயா ?? எவ்வளவு ஊர்கதையை ஆபீஸ் நேரத்தில் பேசறீங்க ? இத விசாரிக்க லன்ச் டைம் வரை வெயிட் பண்-றீங்க....எல்லாம் நேரம் !!

"இப்போதெல்லாம் நட்பு இவ்வளவு தான் போல " என்று மேனேஜர் நினைத்து கொண்டார்.

இவர்களின் பேச்சை பாபு , தூரத்தில் இருந்து கவனித்தபடி இருந்-தான். இருவருக்கும் ஏதோப் பிரச்சனை என்பதை புரிந்து கொண்டான்.

மலருக்கு தன் கவுரவத்தை விட்டு ஷீலா வை அழைத்து பேச முடி-யயில்லை. பாபு ஒரு பேப்பரை கையில் வைத்துக் கொண்டு சந்தேகம் கேட்பது போல் , மலருக்கு முன்னால் வந்த அமர்ந்தான்.

மேடம்....என்ன ஆச்சு உங்க ரெண்டு பேருக்கும் ?

மலருக்கு கண்கள் கலங்கி விட்டது.

நடந்ததை மெல்ல சொன்னாள். பாபு படட்டத்துடன்...

மேடம்...இதுல எங்கேயோ தப்பு நடந்து இருக்கு , இல்லாட்டி தப்பான புரிதல் அப்படின்னு எனக்கு தோணுது ...ஏன்னா உங்க ஹஸ்பண்ட் பத்திக் கேட்டதுக்கே அவங்க என்னை சந்தேகப்பட்ட-வங்க....தயவுசெய்து ரெண்டு பேரும் பேசி தெளிவு படுத்திக் கோங்க....

மலர் சரி சரி என்று தலையை ஆட்டினாள். பாபு ஏதாவது நல்லது நடக்கட்டும் என்கிற நம்பிக்கையில் எழுந்து சென்றான் .

ஆனால் மலர் , ஷீலா விற்கு போன் செய்யும் எண்ணத்தில் இல்லை. வந்தால் பேசலாம் என்கிற எண்ணத்தில் வேலையைப் பார்க்க

ஆரம்பித்தாள்.

மதியம் உணவு இறங்க மறுத்தது. பாபு இதை கவனித்தபடி இருந்தான். மனதில் பெண்கள் பற்றிய நல்ல எண்ணங்கள் மறைந்து ஒரு வித பயமும், வெறுப்பும் உண்டானது.

என்ன இந்த பெண்கள் இப்படி இருக்கிறார்கள் ? பல நேரங்களில் நட்பை காதலை விட பெரியதாக கொண்டாடுகிறார்கள். வேண்டாம் என்றால் காலில் போட்டு மிதித்து விடுகிறார்கள்.

ஒரே கலரில் டிரஸ் போடுவது, ஒரே தட்டில் சாப்பிடுவதும், ஊட்டி விடுவது ஒரு பக்கம் பிரச்சனை என்றால் சம்பந்தபட்ட நபர்களின் திசையைக் கூட திரும்பி பார்ப்பதில்லை.

என்ன பெண்கள் இவர்கள் ....இவர்களை நம்பி குடும்பம் வேறு ? இவர்களுக்கு தெரியாத ஒழுக்கத்தை எப்படி குழந்தைகளுக்குப் போதிப்பார்கள் ?? நிச்சயமாக தவறான பார்வையில் தான் குழந்தைகள் இன்று வளர்ந்து கொண்டு இருக்கிறார்கள்.

அம்மாவிற்கு தெரியும் காட்சி, அல்லது புரிதல் அப்படியே குழந்தைக்கு கடத்தப்படுகிறது. தான் செய்த தவறு மறைக்கப்பட்டு, என்னை எப்படி எல்லாம் அவமானப்படுத்தினார்கள் தெரியுமா ? அம்மா எவ்வளவு கஷ்டப்பட்டேன் தெரியுமா ?

நிச்சயமாக அம்மாவின் கஷ்டம் குழந்தைக்குத் தெரியவேண்டும் தான், ஆனால் உண்மையில் விசயம் சரியாகத்தான் குழந்தைக்கு கொண்டு சொல்லப்டுகிறதா?

குழந்தைகள் எப்போதும் தாய்ப் பக்கம் தான் !!! தாயின் அழுகை பாதிக்காத குழந்தைகள் எங்கே இருக்கிறார்கள் ??

இப்படி தான் பல குடும்ப வரலாறுகள் தவறாக அடுத்த தலைமுறைக்கு சொல்லப்படுகிறது. அந்தக் காலத்தில் நட்பு உறவுக்கு நிகரான அந்தஸ்தில் இருந்தது, எப்போது மனிதன் சுய கவுரவம் என்கிற கவுரவத்தை தூக்கி சுமக்க ஆரம்பித்தானோ !! அன்றே அந்தப் பந்தம் செருப்பைப் போல ஒரு குறிப்பிட்ட இடத்தைத் தாண்டாமல் நின்று போனது.

மலருக்கு, தான் தேவையில்லாமல் தண்டிக்கப்பட்டதாக ஒரு கோபம். ஷீலா, ஏதோ ஒரு ஆதங்கத்துடன் மலருக்கு இப்படி நடந்து விட்டது என்று தன் ஆதங்கத்தை ஒருவரிடம் வெளிப்படுத்தியதன் விளைவு .....தேவையில்லாத பிரிவு .

மாலை எப்போதும் போல மலர் வண்டியை எடுத்துக் கொண்டு கிளம்பினாள் . வண்டியை எடுக்கும் போது , பாபு தன்னை வண்டி ஸ்டார்ட் செய்தபடி ...

மேடம் , அவங்க கிட்ட பேசினீங்களா ??

இல்லை பாபு ...வீட்டுக்குப் போய்ப் பேசறேன் .

பாபுவிற்கு " சீ "என்று தோன்றியது. எதற்கு இவ்வளவு பிடிவாதம் ? அதுவும் தன்னை மகளாக நேசித்த ஒருவரை மன்னிக்க இவ்வளவு தயக்கமா. ..?? வெளியில் காட்டிக் கொள்ளவில்லை.

சரி மேடம் ..

பாபு கிளம்பி விட்டான்.

மலருக்கு மனசு முழுவதும் ஷீலாவின் அந்த கலங்கிய முகம் வந்து நின்றது. ஷீலா வீட்டிற்கு போகலாம் என்று தோன்றியது.

மனசு முழுமையாக ஒத்துழைக்க வில்லை

இரண்டு மனதுடன் வீட்டிற்கு வந்து சேர்ந்தாள்.

வாசலில் அம்மா ஆவலுடன் காத்திருந்தார்.

மலர் வண்டியை நிறுத்திவிட்டு , டிரஸ் மாத்தி விட்டு திண்ணையில் அமர்ந்தாள். அம்மாவிற்கு தாங்க முடியவில்லை , இருந்தாலும் அவளே சொல்லட்டும் என்று காத்திருந்தார்.

மலர் அம்மா கொடுத்த டி யை குடித்து விட்டு , எதுவும் பேசாமல் அமர்ந்து இருந்தாள்.

என்ன மலர் அமைதியா இருக்க ?! இன்னும் ஷீலா கூட பேசலயா ???

மலர் தலையை கவிழ்த்தினாள். அதில் பாதி வரட்டு கவுரவமும் , பாதி அறியாமையும் இருந்தது .

சொல்லு மலர் என்ன ஆச்சு ??

அவங்களுக்கு உடம்பு சரியில்லைன்னு ஆபீசுக்கு வரல. .

போன் பண்ணிப் பேசினியா ?

மலர் பதில் சொல்லப் பயந்தாள்.

மலர் ?

அம்மா !!

என்னடி ஆச்சு உனக்கு ??

மலர் அழுதபடி...

போன் பண்ணலம்மா ....எனக்கு எப்படி பேசறதுண்ணு தெரியல.....ஆனா அவங்கள நினைச்சா பாவமா இருக்கு ....

அம்மா கலங்கினார். ஒரு பிள்ளைக்கு அம்மா ! இப்படி இருக்காளே !! என்று மனதிற்குள் வருத்தப்பட்டார்

மலர் , உன்னை நான் தான் சரியா வளர்க்கலேன்னு நினைக்கிறேன் ...

அம்மா.....அப்படி இல்லை...

கலங்கியபடி மலர் .

ஆமா மலர்....வாழ்க்கையில் சில சூட்சமங்கள் தெரியனும். சில இடத்தில் நம்ம தப்பு செய்யாம இருந்தா கூட மன்னிப்பு கேட்கனும். இதுல பெண்ணுரிமை , சுய கவுரவம் எல்லாம் பார்க்க கூடாது. அதனால நடக்க போற நன்மைல தான் , நம் உரிமை , கவுரவம் எல்லாம் நிலைச்சு நிக்கும். அப்போதைக்கு வேணும்னா நாம தோத்து போன மாதிரி தெரியும்.

மலருக்கு இந்த பிரசங்கத்திற்கு பதிலாக ஷீலாவுக்கு போன் பண்ணி இருக்கலாம் என்று தோன்றியது, ஆனாலும் போன் செய்யவில்லை.

அம்மா பொருத்துப் பொருத்து பார்த்துவிட்டு...

ஏய் ...உன்னோட போனை குடு ...

மலர் தயக்கத்துடன்...

அம்மா வேண்டாம் மா ...நாளைக்கு ஆபீஸ் போய் பேசறேன்.

ஷீலா க்கு போன் பண்ணிக் குடு...நான் பேசணும்.

வேறுவழியில்லை , மலர் போன் பண்ணி அம்மாவின் கையில் கொடுத்து விட்டு , உள்ளே சென்று விட்டாள் .

மறு முனையில் ஷீலா , மலர் தான் போன் செய்கிறாள் என்ற சந்-தோசத்தில்...

ஹலோ மலர்.....

எதிர்பார்ப்பு நிறைந்த குரலில் ....ஷீலா.

ஷீலா நான் அம்மா பேசறேம்மா !!! உடம்பு சரியில்லைன்னு மலர் சொன்ன !!! இப்ப எப்படி ம்மா இருக்கு ...?

ஷீலா குரலில் ஏமாற்றத்தோடு...

எனக்கென்னம்மா , நல்லா தான் இருக்கேன். மலர் என்னைப் பத்தி ஏதாவது பேசுனாளா ?

ம்....எப்பவும் உன் பேச்சு தான். கொஞ்சம் இரு குடுக்க- றேன்........மலர் மலர்..!!

மலர் வெளியே வரவே இல்லை . அம்மா உள்ளே சென்று மலரின் கையில் கொடுத்து விட்டு வந்தார்.

இந்தா ஷீலா உன் கிட்ட ஏதோ பேசணுமா !!!

மலர் எதுவும் பேசாமல் போனை காதில் வைத்தபடி இருந்தாள்

ஹலோ மலர்....

....

எம் மேல இன்னும் கோபம் போகலயா....?

மலர் பேசவில்லை.

....

உன் கிட்ட ஒன்னு சொல்லனும்ன்னு நினைச்சேன் ,அப்புறம் அதெல்- லாம் நமக்குள்ள தேவைப்படாதுன்னு விட்டுட்டேன், ஆனா எம் மேல இவ்வளவு கோபம் இருக்கும் போது நிச்சயமா நான் மன்னிப்பு கேட்டு தான் ஆகனும்.

மலருக்கு குப் ன்னு வியர்க்க ஆரம்பித்தது. குரல் கம்மீப்போனது.

இல்ல ...இல்ல வேண்டாம்.

பரவாயில்லை மலர்....உன் கிட்ட மன்னிப்பு கேக்கறதுனால தான் ஒன்னும் குறைஞ்சுப் போக மாட்டேன். என்னை மன்னிச்சிடு....!!!

மேடம்....வேண்டாம். எனக்கு உங்க மேல வருத்தம் தான் , ஆனா மன்னிப்பு எல்லாம் வேண்டாம். நான் ஏதாவது தப்பு பண்ணியிருந்தா நீங்க தான் மன்னிக்கனும்.

ஷீலாவுக்கு , மலரின் அந்த கலக்கமான குரல் மனதை கரைத்தது.

நீ தப்பே பண்ணாலும் எனக்கு பிரச்சனை இல்லை மலர். ஆனா என் கிட்ட பேசாம இருக்காத...அதை என்னால தாங்க முடியாது.

மலர் அழுக , ஷீலா ஆறுதல் சொல்ல , ஷீலா அழுக அம்மா வாங்கி ஆறுதல் சொல்ல என்று அன்றைய பொழுது மிகவும் நெகிழ்ச்சி யாக முடிந்தது.

அன்று அம்மா நிம்மதியாக உறங்கினார் . [-பின்ன நம்ம வீட்ல கேட்டுப் பாருங்க நம்ம ஆபீஸ் பிரச்சனை நம்மை அறியாமல் நம் குடும்பத்தையும் பாதிக்கிறது என்பது நமக்கு புரியும்]

மலருக்கு , ஷீலாவும் இரண்டு நாட்களாக இருந்த மனநிலையில் உளைச்சலில் இருந்து விடுபட்டு நிம்மதியாக உறங்க ஆரம்பித்தார்கள்.

$$35$$

அத்தியாயம்- 35

மலருக்கு , ஷீலாவும் இரண்டு நாட்களாக இருந்த மனநிலையில் உளைச்சலில் இருந்து விடுபட்டு நிம்மதியாக உறங்க ஆரம்பித்தார்கள்

மறுநாள் மலர் மனதில் இருந்த கவலைகளை மறந்து சந்தோஷமாக கிளப்பிக் கொண்டு இருந்தாள். வாசலில் வண்டி சத்தம் கேட்டது.

அம்மா எட்டி பார்த்து விட்டு ...

மலர் கொஞ்ச நேரம் வெளியே வராத .....

மலருக்கு வந்திருப்பது யார் என்று புரியவில்லை. அம்மா பேச்சு குரல் மட்டும் கேட்டது.

வாங்க ....என்ன இவ்வளவு நேரத்தில வந்து இருக்கீங்க ? டி சாப்-பிடுறீங்களா ?

இல்ல பரவாயில்லை !!! இப்ப வந்ததாதான் மலரப் பாக்கலாம் அதான் ?!!

அவ என்ன சொல்லப்போறா எல்லாம் என்னோட முடிவு தான் ..

அப்படி இல்லைங்க சம்பந்தி.....

சம்பந்தம் இல்லை ன்னு ஆன பின்னே , எதுக்கு சம்பந்தி உறவு ....உமாகிட்ட சொன்னது தான் முடிவு ....

நான் மலர் கிட்டயே பேசறேன்....

மாப்பிள்ளையின் அக்கா உள்ளே செல்ல முயற்சி செய்ய , அம்மா தடுத்தார் .

என்னம்மா ...படிச்சவங்களா இருக்கீங்க,சொன்னப் புரியாதா....

எங்களுக்கு மலர ரொம்ப பிடிச்சு இருக்கு ...அதான் விட மனசில்ல ....!!

அவளுக்கு உங்கள பிடிக்கவேண்டாமா ?

அத நான் கேக்கறேன் .....ப்ளீஸ்

அதற்குள் மலர் வெளியே வந்து.....!!

அம்மா சொன்னது உண்மை தாங்க....எனக்கு விருப்பம் இல்லை ....

இதை கேட்டதும் வந்தவள் ஏசஆரம்பித்தாள்.

என்ன மலர் உனக்கு என்ன இது முதல் கல்யாணம்ணு நினைப்பா ....நல்ல வாழ்க்கையை உதறித் தள்ளாத ?! உன்னை எவன் குழந்தை- யோட கட்டிட்டு போறான்னு பாக்குறேன் ......

சத்தம் போட்டு கத்தி விட்டு வேகமாக வெளியே சென்றாள்.

வீட்டில் திடிரென்று ஏதோ மழை பெய்து ஓய்ந்த மாதிரி இருந்தது. அம்மா ஆடி போனார். நல்ல வேளை கல்யாணம் நடக்கவில்லை. இதே வார்த்தையை தான் சொல்லிக் காயப்படுத்தி இருப்பார்கள். மலர் உடல் நடுங்கிப்போனது.

அம்மா......மலர் மெல்ல அம்மா அருகில் வந்தாள்.

அம்மா எது பேசாமல் கதவை சாத்திவிட்டு வந்தார்.

போ .....ஆபீசுக்கு கிளப்பு , போகும் போது கோயிலுக்கு போய் கடவுளுக்கு நன்றி சொல்லிட்டுப் போ....!!!

சொன்னாரே தவிர , மனசு நடுநடுங்கிப்போனது ....

அன்று மலரை அனுப்பி வைத்துவிட்டு , அம்மா , சங்கருக்குப் போன் செய்தார்.

நடந்தை சொன்னார்.

சரி விடுக்கா...கல்யாணம் ஆகலைன்னு சந்தோசப்படுங்க....இனி அவங்க உங்க பக்கம் வராம பாத்துகிறேன்.

எனக்கு பயமா இருக்கு சங்கர் , இந்த மலருக்கு மட்டும் ஏன் எது- வுமே அமைய மாட்டேங்குது....

அதெல்லாம் ஒன்னுமில்ல ....நல்ல ஏதோ ஒன்னு அமையப் போகுது , அதான் இவ்வளவு தடங்கல், சீக்கிரம் நல்லது நடக்கும் கவலைப்பட வேண்டாம்...

சரி டா ....உனக்கு நேரம் கிடைக்கும் போது வந்துட்டு போ....மனசு கஷ்டமா இருக்கு .....

சரிக்கா...

மலர் ஆபீசில் போய் உட்காரும் வரை படப்படப்பு இருந்தது. அப்பா இருந்திருந்தால் என்கிற ஏக்கம் அதிகமாக வாட்டியது.

சின்ன இடைவெளிக்குப் பின் ஷீலா வை பார்க்க மனசுக்குக் கொஞ்சம் தயக்கம் இருந்தாலும் , காலையில் நடந்ததை யாரிடமாவது சொல்லியே ஆக வேண்டும் என்று தோன்றியது.

முதலில் பாபு தான் கண்ணில் பட்டான்.

என்ன மேடம் , முகம் ஒரு மாதிரி இருக்கு , இன்னும் அவங்க கூட பேசலயா ?

மலருக்கு , பாபு மீது கோபம் வந்தாலும் பரவாயில்லையே முகத்-தைப் பார்த்ததும் கண்டு பிடித்து விட்டானே என்று சந்தோஷப்பட்டாள்

.

இன்றெல்லாம் நம்மோடு வீட்டில் இருப்பவர்கள் கூட முக மாற்-றத்தை கண்டு பிடிப்பதில்லை, அப்படியே கண்டு பிடித்தாலும் அக்கறை-யாக விசாரிப்பது இல்லை. அப்படி நம்மை கவனித்து விசாரிக்கும் நபர் , நமக்கு எப்படியோ அவருக்கு நாம் முக்கியம் என்பது தான் உண்மை

இல்ல பாபு ....மேடம் கிட்ட பேசிட்டேன் , இது வேற ....

சரி மேடம் .....டேக் கேர் ...

ம்...

ஷீலா இன்னும் வரவில்லை. மலருக்கு கொஞ்சம் பதட்டமாக இருந்-தது. ஏன் வரவில்லை , இன்னும் கோபமா ? இல்லை உடம்பு இன்னும் சரியாகவில்லையா ?

அதற்குள் ஆபிசில் யாரோ பணம் கலெக்ட் பண்ணிக் கொண்டு இருந்தார்கள்.

மலர்....நம்ம முருகன் வீட்டு கல்யாணத்துக்கு பணம் கலெக்ட் பண்-றோம் தலைக்கு 200 ரூபாய்....

யார் தலைக்கு ?

வந்தவர்கள் சிரித்தபடி...

என்னங்க , அடியாள் மாதிரி பேசுறீங்க !!! ஒரு ஆளோட கணக்கு 200 ரூபாய் ங்க...

அதான் இது எல்லோருக்கும் தான ? சம்பள வித்தியாசம் எல்லாம் இல்லையா ? அதெப்படி குறைச்சலா சம்பளம் வாங்குற ஆளுக்கும் இதே கணக்கு வரும்.

வந்தவர்கள் யோசித்து விட்டு...

இதுவரை அப்படி தான செய்யறோம்....இனி இதப் பத்தி யோசிக்க-
லாம் .

வந்தவர்கள் பணத்தை வாங்கிக் கொண்டு நகர்ந்தார்கள். பின் பக்க-
மாக தோளை தொட்டு சிரித்தபடி ஷீலா வந்தார்.

என்ன மலர் , முருகன் மேல கோபம் இன்னும் போகலயா ??

மலர் அவருடைய கையைப் பிடித்தபடி ....

மேடம் உடம்பு எப்படி இருக்கு ?

நீ பேசினதும் , போயேப் போச்சு !!!

சொல்லி விட்டு சிரித்தார்.

அத விடு , 200 ரூபாய்க்கு எதுக்கு இவ்வளவு கணக்கு பாக்குற
மலர் ??

இல்ல மேடம் எனக்கு அவர் மேல் கோபம் தான்.....அதான் இப்படி
காட்டிட்டேன்...

சரி இனி இதப் பத்திப் பேச வேண்டாம்....கல்யாணத்துக்கு என்ன
புடவை கட்டப் போற ....

நீங்க சொல்லுங்க .....

ஆபீஸ் ல எல்லோரும் பட்டு தான் கட்டப்போறாங்களாம்.

சரி நாமளும் பட்டுப் புடவையே கட்டுவோம்...

என்ன கலர் ? ரெண்டு பேரும் ஒரே கலர்ல கட்டுவோம். சரியா ?

இடையில் பாபு வந்தான்.

மேடம் எங்களையும் சேத்துக்கோங்க ....

சரி நீயும் பட்டு புடவை கட்டிட்டு வா.... என்று ஷீலா சொன்னதும்
,இருவரும் சிரிக்க , பாபு கடுப்பானான். வந்த வேகத்தில் திரும்பிச்
செல்ல....

ஏய் பாபு ....கொஞ்சம் இருப்பா..!! சும்மா விளையாட்டுக்குச்
சொன்னா !?

பின்ன என்ன மேடம் , இந்த ஆபீசில உங்க ரெண்டு பேர் கூட
தான் நான் நல்லா பழகுறேன்.....நீங்களே இப்படி சொன்னா ?!

சரி விடுங்க பாபு ....நம்ம மேடம் தான ?!

அப்ப என்ன டிரஸ் போடப்போறீங்க ?

ஆபீஸ் முழுவதும் இதே பேச்சாக இருந்தது. கல்யாணம் ,ஞாயிற்-
றுக்கிழமை வந்ததால் ஷீலா , பாபு தவிர எல்லோரும் குடும்பத்தோடு

வருவதாக பிளான் போட்டு இருந்தார்கள்.

பாபுவுக்கு , வீட்டில் அம்மா , அக்கா இருவரையும் அழைத்து வர ஆசையாக இருந்தது. ஆனால் இங்கே பகட்டு காட்டும் அளவிற்கு கவரிங் நகைகள் கூட இல்லை. எப்படி அழைத்து வருவது ?

ஷீலா எப்போதும் தனி பயணம் தான், ஆனால் மலர் ஆபீசில் நடக்கும் விஷேசங்களில் மட்டும் தான் அவள் கலந்து கொள்வது வழக்-கம். இங்கே யாரும் மலரின் வாழ்க்கையை ஆராய்ந்து கேட்டதில்லை. காணாமல் பேசி இருக்கலாம். அதனால் இங்கே எந்த விழா நடந்தாலும் மலருக்கு கலந்து கொள்வதில் கொள்ளை விரும்பம்.

கல்யாண தேதி நெருங்கி விட்டது. மலருக்கு மனசு முழுவதும் சந்-தோசம். மலருக்கு எப்போதும் கொஞ்சம் முகத்தில் மேக்கப் போடப் பிடிக்கும். தலையில் அளவாக , அழகாக பூ வைக்க பிடிக்கும். மற்ற நாட்களில் இதை செய்தால் மற்றவர்கள் கண்களுக்கு அது உருத்தும். மலர் இது போன்ற விழாக்கள் எப்போதும் வரும் என்று காத்துக் கிடப்-பாள்.

கல்யாண நாளும் வந்தது. பாபுவும் , ஷீலாவும் நேராக மண்டபத்-திற்கு வந்து சேர்ந்தார்கள். மலர் அபியை அழைத்துக் கொண்டு கல்-யாண மண்டபத்திற்கு வந்தாள். ஆபீசில் வேலை செய்பவர்கள் அவரவர் நட்புகளோடு உட்கார்ந்து பேச ஆரம்பித்தார்கள்.

மலர் , ஷீலா, பாபு எப்போதும் போல தனியாக உட்கார்ந்து பேச ஆரம்பித்தார்கள்.

மலர் , எல்லோரும் குடும்பத்தோட வந்திருக்காங்க .....பாக்க ரொம்ப அழகா இருக்கு ....

ஆமா மேடம்....

பாபுவுக்கு எதுவும் பேச தோன்றவில்லை. அமைதியாக இருவரும் பேசுவதை கேட்டபடி இருந்தான். மனதில் ஏனோ மலர் பற்றிய இனிய நினைவுகள் ஓடிக்கொண்டிரு ந்தது .இன்று மலர் பார்க்க அழகாக இருந்தாள்.திடிரென்று அவன் தோளில் ஒரு கை ....

என்ன பாபு , இன்னும் உனக்கு இவங்க மட்டும் தான் பிரண்ஸ் அ....

திரும்பிப் பார்த்த பாபு , ஹரி சாரை பார்த்து எழுந்து நிற்க முயற்சி செய்தான்.

பரவாயில்லை உட்காருங்க......

மூவரும் கொஞ்சம் பயபக்தியுடன் உட்கார்ந்து இருந்தார்கள். ஹரி அபியை விசாரித்தார். மலருக்கு சந்தோசமாக இருந்தது. ஷீலா, ஹரி-யிடம்...

சார் உங்க வீட்ல கூட்டிட்டு வரலியா....?

இல்ல மேடம் , பசங்களுக்கு எக்சாம் நடக்குது....

சார்.. மேடம கூட்டிட்டு வந்திருக்கலாம் ....

ஹரி சிரித்தபடி.....

அவங்க இல்லம்மா....இறந்து பல வருடங்கள் ஆச்சு ....!!!

மூன்று பேருக்கு பயங்கர அதிர்ச்சி ?

சாரி சார்....எங்களுக்குத் தெரியாது.

பரவாயில்லை, இங்கே அதிகமா யாருக்கும் தெரியாது. நான் இங்கே வேலைக்கு வர்றதுக்கு முன்னாடியே அவங்க இறந்துட்டாங்க... இப்ப கூட நீங்க கேட்டதால தான் சொன்னேன்.

ஷீலாவுக்கு ஹரி சார் மீது இருந்த மரியாதை , பரிதாபாமாக மாறி-யது. மலருக்கு அழுகை வருவது போல இருந்தது. இவ்வளவு நல்லா மனிதருக்கு கூட வாழ்க்கை இல்லையா ? ஏன் இப்படி கடவுள் நிந்தித்-தார் . அந்த கூட்டத்தில் எல்லோரும் மகிழ்ச்சியாக இருந்தார்கள்.

ஆனால் இந்த நால்வரும் வாழ்க்கையின் மிக முக்கியமான ஒன்றை தொலைத்து விட்டு அல்லது குடும்ப சந்தோசத்திற்காக மனதில் மறைத்து விட்டு அமர்ந்து இருந்தார்கள்.

மலருக்கு ஆச்சரியமாக இருந்தது. தன்னை ஒரு மணிநேரம் நோட்-டம் விட்டால் போதும் தான் தனிக்கட்டை என்பது தெரிந்து விடும் , ஆனால் இந்த மனிதர் தன்னை பற்றி சொல்லும் நிமிடம் வரை கண்டு பிடிக்க முடியவில்லையே !!!

எப்படி இவரால் இப்படி ஒரு.மனோ திட்டத்துடன் இருக்க முடிந்தது.

வேறு ஒரு ஆண் என்றால் இந்நேரம் வேறு ஒரு திருமணம் செய்து இருப்பான். இவருக்கு என்ன குறைச்சல் ஏன் செய்யவில்லை ?? மலரின் எண்ண ஓட்டங்கள் அவருடைய வயதை மறக்க செய்தது.

மலருக்கு , ஏனோ ஹரி சார் முகத்தை நிமிர்ந்து பார்க்க முடிய-வில்லை. மனதில் ஏதோ ஒரு எண்ணம் புகுந்து ஆட்டி வைத்தது. இத்-தனை நாட்களாக அவர் மீது இருந்த மரியாதை இன்று இந்த நிமிடம் பரிதாபம் என்கிற சின்ன பொறி தட்டி , பின்னாளில் காதலாக மாற அடிதளம் போட்டது.

எல்லோரும் பந்தியில் உட்கார்ந்தார்கள் .

மலருக்கு இருந்த உள்ளுனர்வு அவளை ஏதோ செய்ய ஆரம்பித்-தது. சாப்பிட முடியவில்லை . ஷீலா எதையும் கண்டு கொள்ளாமல் சாப்பிட்டுக் கொண்டு இருந்தார்.

மலர் அபிக்கு ஊட்டி விட்டபடி இருந்தாள். பாபுவுக்கு மனதில் , வீட்டில் இருந்து யாராவது ஒருவரை அழைத்து வந்து இருக்கலாம் என்று தோன்றியது. சாப்பாடு அவ்வளவு அருமையாக இருந்தது.

மலர் , ஷீலா விடம்....

மேடம் , முருகன் சார் , கலக்கிட்டாரு ...நிறைய செலவு செய்தி-ருக்காரு....!?

எல்லாம் கடன் மலர்....மனுசன் எப்படி அடைக்க போறாரோ....தெரியலை!!

மலருக்கு பாவமாக இருந்தது. மொய்ப்பணம் கொடுக்க அப்படி யோசித்தோமே என்று !!!

ஆச்சு எல்லாம் முடிந்து கிளம்ப வேண்டிய நேரம் வந்தது. ஹரி மூவரையும் பார்த்து...

என் கூட யாராவது கார்ல வர்றீங்களா ?

மலருக்கு முகம் சின்னதாகிப் போனது . காரணம் அவள் மட்டும் வண்டியில் வந்து இருந்தாள்.

அப்புறம் என்ன ? பாபுவும் , ஷீலாவும் காரில் ஏறி சென்றார்கள். மலருக்கு பொறாமையாக இருந்தது.

அபி , அம்மாவிடம்...

நாமளும் கார் வாங்கனும்மா ??

ம் வாங்கலாம் ...

மலர் வண்டியை கிளம்பினாள் . மனதில் மீண்டும் காதல் எங்கே ஒரு மூலையில் துளிர் விட ஆரம்பித்தது.

36

அத்தியாயம்- 36

மலருக்கு , ஷீலாவும் இரண்டு நாட்களாக இருந்த மனநிலையில் உளைச்சலில் இருந்து விடுபட்டு நிம்மதியாக உறங்க ஆரம்பித்தார்கள்

மறுநாள் மலர் மனதில் இருந்த கவலைகளை மறந்து சந்தோஷமாக கிளப்பிக் கொண்டு இருந்தாள். வாசலில் வண்டி சத்தம் கேட்டது.

அம்மா எட்டி பார்த்து விட்டு ...

மலர் கொஞ்ச நேரம் வெளியே வராத .....

மலருக்கு வந்திருப்பது யார் என்று புரியவில்லை. அம்மா பேச்சு குரல் மட்டும் கேட்டது.

வாங்க ....என்ன இவ்வளவு நேரத்தில வந்து இருக்கீங்க ? டி சாப்-பிடுறீங்களா ?

இல்ல பரவாயில்லை !!! இப்ப வந்ததாதான் மலரப் பாக்கலாம் அதான் ?!!

அவ என்ன சொல்லப்போறா எல்லாம் என்னோட முடிவு தான் ..

அப்படி இல்லைங்க சம்பந்தி.....

சம்பந்தம் இல்லை ன்னு ஆன பின்னே , எதுக்கு சம்பந்தி உறவு ....உமாகிட்ட சொன்னது தான் முடிவு ....

நான் மலர் கிட்டயே பேசறேன்....

மாப்பிள்ளையின் அக்கா உள்ளே செல்ல முயற்சி செய்ய , அம்மா தடுத்தார் .

என்னம்மா ...படிச்சவங்களா இருக்கீங்க,சொன்னப் புரியாதா....

எங்களுக்கு மலர ரொம்ப பிடிச்சு இருக்கு ...அதான் விட மனசில்ல ....!!

அவளுக்கு உங்கள பிடிக்கவேண்டாமா ?

அத நான் கேக்கறேன் .....ப்ளீஸ்

அதற்குள் மலர் வெளியே வந்து.....!!

அம்மா சொன்னது உண்மை தாங்க....எனக்கு விருப்பம் இல்லை ....

இதை கேட்டதும் வந்தவள் ஏசஆரம்பித்தாள்.

என்ன மலர் உனக்கு என்ன இது முதல் கல்யாணம்ணு நினைப்பா ....நல்ல வாழ்க்கையை உதறித் தள்ளாத ?! உன்னை எவன் குழந்தை-யோட கட்டிட்டு போறான்னு பாக்குறேன் ......

சத்தம் போட்டு கத்தி விட்டு வேகமாக வெளியே சென்றாள்.

வீட்டில் திடிரென்று ஏதோ மழை பெய்து ஓய்ந்த மாதிரி இருந்தது. அம்மா ஆடி போனார். நல்ல வேளை கல்யாணம் நடக்கவில்லை. இதே வார்த்தையை தான் சொல்லிக் காயப்படுத்தி இருப்பார்கள். மலர் உடல் நடுங்கிப்போனது.

அம்மா......மலர் மெல்ல அம்மா அருகில் வந்தாள்.

அம்மா எது பேசாமல் கதவை சாத்திவிட்டு வந்தார்.

போ .....ஆபீசுக்கு கிளப்பு , போகும் போது கோயிலுக்கு போய் கடவுளுக்கு நன்றி சொல்லிட்டுப் போ....!!!

சொன்னாரே தவிர , மனசு நடுநடுங்கிப்போனது ....

அன்று மலரை அனுப்பி வைத்துவிட்டு , அம்மா , சங்கருக்குப் போன் செய்தார்.

நடந்தை சொன்னார்.

சரி விடுக்கா...கல்யாணம் ஆகலைன்னு சந்தோசப்படுங்க....இனி அவங்க உங்க பக்கம் வராம பாத்துகிறேன்.

எனக்கு பயமா இருக்கு சங்கர் , இந்த மலருக்கு மட்டும் ஏன் எது-வுமே அமைய மாட்டேங்குது....

அதெல்லாம் ஒன்னுமில்ல ....நல்ல ஏதோ ஒன்னு அமையப் போகுது , அதான் இவ்வளவு தடங்கல், சீக்கிரம் நல்லது நடக்கும் கவலைப்பட வேண்டாம்...

சரி டா ....உனக்கு நேரம் கிடைக்கும் போது வந்துட்டு போ....மனசு கஷ்டமா இருக்கு .....

சரிக்கா...

மலர் ஆபீசில் போய் உட்காரும் வரை படப்படப்பு இருந்தது. அப்பா இருந்திருந்தால் என்கிற ஏக்கம் அதிகமாக வாட்டியது.

சின்ன இடைவெளிக்குப் பின் ஷீலா வை பார்க்க மனசுக்குக் கொஞ்சம் தயக்கம் இருந்தாலும் , காலையில் நடந்ததை யாரிடமாவது சொல்லியே ஆக வேண்டும் என்று தோன்றியது.

முதலில் பாபு தான் கண்ணில் பட்டான்.

என்ன மேடம் , முகம் ஒரு மாதிரி இருக்கு , இன்னும் அவங்க கூட பேசலயா ?

மலருக்கு , பாபு மீது கோபம் வந்தாலும் பரவாயில்லையே முகத்-தைப் பார்த்ததும் கண்டு பிடித்து விட்டானே என்று சந்தோஷப்பட்டாள்

.

இன்றெல்லாம் நம்மோடு வீட்டில் இருப்பவர்கள் கூட முக மாற்-றத்தை கண்டு பிடிப்பதில்லை, அப்படியே கண்டு பிடித்தாலும் அக்கறை-யாக விசாரிப்பது இல்லை. அப்படி நம்மை கவனித்து விசாரிக்கும் நபர் , நமக்கு எப்படியோ அவருக்கு நாம் முக்கியம் என்பது தான் உண்மை

இல்ல பாபு ....மேடம் கிட்ட பேசிட்டேன் , இது வேற ....

சரி மேடம் .....டேக் கேர் ...

ம்...

ஷீலா இன்னும் வரவில்லை. மலருக்கு கொஞ்சம் பதட்டமாக இருந்-தது. ஏன் வரவில்லை , இன்னும் கோபமா ? இல்லை உடம்பு இன்னும் சரியாகவில்லையா ?

அதற்குள் ஆபிசில் யாரோ பணம் கலெக்ட் பண்ணிக் கொண்டு இருந்தார்கள்.

மலர்....நம்ம முருகன் வீட்டு கல்யாணத்துக்கு பணம் கலெக்ட் பண்-றோம் தலைக்கு 200 ரூபாய்....

யார் தலைக்கு ?

வந்தவர்கள் சிரித்தபடி...

என்னங்க , அடியாள் மாதிரி பேசுறீங்க !!! ஒரு ஆளோட கணக்கு 200 ரூபாய் ங்க...

அதான் இது எல்லோருக்கும் தான் ? சம்பள வித்தியாசம் எல்லாம் இல்லையா ? அதெப்படி குறைச்சலா சம்பளம் வாங்குற ஆளுக்கும் இதே கணக்கு வரும்.

வந்தவர்கள் யோசித்து விட்டு...

இதுவரை அப்படி தான செய்யறோம்....இனி இதப் பத்தி யோசிக்க-
லாம் .

வந்தவர்கள் பணத்தை வாங்கிக் கொண்டு நகர்ந்தார்கள். பின் பக்க-
மாக தோளை தொட்டு சிரித்தபடி ஷீலா வந்தார்.

என்ன மலர் , முருகன் மேல கோபம் இன்னும் போகலயா ??

மலர் அவருடைய கையைப் பிடித்தபடி ....

மேடம் உடம்பு எப்படி இருக்கு ?

நீ பேசினதும் , போயேப் போச்சு !!!

சொல்லி விட்டு சிரித்தார்.

அத விடு , 200 ரூபாய்க்கு எதுக்கு இவ்வளவு கணக்கு பாக்குற
மலர் ??

இல்ல மேடம் எனக்கு அவர் மேல் கோபம் தான்.....அதான் இப்படி
காட்டிட்டேன்...

சரி இனி இதப் பத்திப் பேச வேண்டாம்....கல்யாணத்துக்கு என்ன
புடவை கட்டப் போற ....

நீங்க சொல்லுங்க .....

ஆபீஸ் ல எல்லோரும் பட்டு தான் கட்டப்போறாங்களாம்.

சரி நாமளும் பட்டுப் புடவையே கட்டுவோம்...

என்ன கலர் ? ரெண்டு பேரும் ஒரே கலர்ல கட்டுவோம். சரியா ?

இடையில் பாபு வந்தான்.

மேடம் எங்களையும் சேத்துக்கோங்க ....

சரி நீயும் பட்டு புடவை கட்டிட்டு வா.... என்று ஷீலா சொன்னதும்
,இருவரும் சிரிக்க , பாபு கடுப்பானான். வந்த வேகத்தில் திரும்பிச்
செல்ல....

ஏய் பாபு ....கொஞ்சம் இருப்பா..!! சும்மா விளையாட்டுக்குச்
சொன்னா !?

பின்ன என்ன மேடம் , இந்த ஆபீசில உங்க ரெண்டு பேர் கூட
தான் நான் நல்லா பழகுறேன்.....நீங்களே இப்படி சொன்னா ?!

சரி விடுங்க பாபு ....நம்ம மேடம் தான ?!

அப்ப என்ன டிரஸ் போடப்போறீங்க ?

ஆபீஸ் முழுவதும் இதே பேச்சாக இருந்தது. கல்யாணம் ,ஞாயிற்-
றுக்கிழமை வந்தால் ஷீலா , பாபு தவிர எல்லோரும் குடும்பத்தோடு

வருவதாக பிளான் போட்டு இருந்தார்கள்.

பாபுவுக்கு , வீட்டில் அம்மா , அக்கா இருவரையும் அழைத்து வர ஆசையாக இருந்தது. ஆனால் இங்கே பகட்டு காட்டும் அளவிற்கு கவரிங் நகைகள் கூட இல்லை. எப்படி அழைத்து வருவது ?

ஷீலா எப்போதும் தனி பயணம் தான், ஆனால் மலர் ஆபீசில் நடக்கும் விஷேசங்களில் மட்டும் தான் அவள் கலந்து கொள்வது வழக்-கம். இங்கே யாரும் மலரின் வாழ்க்கையை ஆராய்ந்து கேட்டதில்லை. காணாமல் பேசி இருக்கலாம். அதனால் இங்கே எந்த விழா நடந்தாலும் மலருக்கு கலந்து கொள்வதில் கொள்ளை விரும்பம்.

கல்யாண தேதி நெருங்கி விட்டது. மலருக்கு மனசு முழுவதும் சந்-தோசம். மலருக்கு எப்போதும் கொஞ்சம் முகத்தில் மேக்கப் போடப் பிடிக்கும். தலையில் அளவாக , அழகாக பூ வைக்க பிடிக்கும். மற்ற நாட்களில் இதை செய்தால் மற்றவர்கள் கண்களுக்கு அது உருத்தும். மலர் இது போன்ற விழாக்கள் எப்போதும் வரும் என்று காத்துக் கிடப்-பாள்.

கல்யாண நாளும் வந்தது. பாபுவும் , ஷீலாவும் நேராக மண்டபத்-திற்கு வந்து சேர்ந்தார்கள். மலர் அபியை அழைத்துக் கொண்டு கல்-யாண மண்டபத்திற்கு வந்தாள். ஆபீசில் வேலை செய்பவர்கள் அவரவர் நட்புகளோடு உட்கார்ந்து பேச ஆரம்பித்தார்கள்.

மலர் , ஷீலா, பாபு எப்போதும் போல தனியாக உட்கார்ந்து பேச ஆரம்பித்தார்கள்.

மலர் , எல்லோரும் குடும்பத்தோட வந்திருக்காங்க .....பாக்க ரொம்ப அழகா இருக்கு ....

ஆமா மேடம்....

பாபுவுக்கு எதுவும் பேச தோன்றவில்லை. அமைதியாக இருவரும் பேசுவதை கேட்டபடி இருந்தான். மனதில் ஏனோ மலர் பற்றிய இனிய நினைவுகள் ஓடிக்கொண்டிரு ந்தது .இன்று மலர் பார்க்க அழகாக இருந்தாள்.திடிரென்று அவன் தோளில் ஒரு கை ....

என்ன பாபு , இன்னும் உனக்கு இவங்க மட்டும் தான் பிரண்ஸ் அ....

திரும்பிப் பார்த்த பாபு , ஹரி சாரை பார்த்து எழுந்து நிற்க முயற்சி செய்தான்.

பரவாயில்லை உட்காருங்க......

மூவரும் கொஞ்சம் பயபக்தியுடன் உட்கார்ந்து இருந்தார்கள். ஹரி அபியை விசாரித்தார். மலருக்கு சந்தோசமாக இருந்தது. ஷீலா, ஹரி-யிடம்...

சார் உங்க வீட்ல கூட்டிட்டு வரலியா....?

இல்ல மேடம் , பசங்களுக்கு எக்சாம் நடக்குது....

சார்.. மேடம கூட்டிட்டு வந்திருக்கலாம் ....

ஹரி சிரித்தபடி.....

அவங்க இல்லம்மா....இறந்து பல வருடங்கள் ஆச்சு ....!!!

மூன்று பேருக்கு பயங்கர அதிர்ச்சி ?

சாரி சார்....எங்களுக்குத் தெரியாது.

பரவாயில்லை, இங்கே அதிகமா யாருக்கும் தெரியாது. நான் இங்கே வேலைக்கு வர்றதுக்கு முன்னாடியே அவங்க இறந்துட்டாங்க... இப்ப கூட நீங்க கேட்டதால தான் சொன்னேன்.

ஷீலாவுக்கு ஹரி சார் மீது இருந்த மரியாதை , பரிதாபாமாக மாறி-யது. மலருக்கு அழுகை வருவது போல இருந்தது. இவ்வளவு நல்லா மனிதருக்கு கூட வாழ்க்கை இல்லையா ? ஏன் இப்படி கடவுள் நிந்தித்-தார் . அந்த கூட்டத்தில் எல்லோரும் மகிழ்ச்சியாக இருந்தார்கள்.

ஆனால் இந்த நால்வரும் வாழ்க்கையின் மிக முக்கியமான ஒன்றை தொலைத்து விட்டு அல்லது குடும்ப சந்தோசத்திற்காக மனதில் மறைத்து விட்டு அமர்ந்து இருந்தார்கள்.

மலருக்கு ஆச்சரியமாக இருந்தது. தன்னை ஒரு மணிநேரம் நோட்-டம் விட்டால் போதும் தான் தனிக்கட்டை என்பது தெரிந்து விடும் , ஆனால் இந்த மனிதர் தன்னை பற்றி சொல்லும் நிமிடம் வரை கண்டு பிடிக்க முடியவில்லையே !!!

எப்படி இவரால் இப்படி ஒரு.மனோ திட்டத்துடன் இருக்க முடிந்தது.

வேறு ஒரு ஆண் என்றால் இந்நேரம் வேறு ஒரு திருமணம் செய்து இருப்பான். இவருக்கு என்ன குறைச்சல் ஏன் செய்யவில்லை ?? மலரின் எண்ண ஓட்டங்கள் அவருடைய வயதை மறக்க செய்தது.

மலருக்கு , ஏனோ ஹரி சார் முகத்தை நிமிர்ந்து பார்க்க முடிய-
வில்லை. மனதில் ஏதோ ஒரு எண்ணம் புகுந்து ஆட்டி வைத்தது. இத்-
தனை நாட்களாக அவர் மீது இருந்த மரியாதை இன்று இந்த நிமிடம்
பரிதாபம் என்கிற சின்ன பொறி தட்டி , பின்னாளில் காதலாக மாற
அடிதளம் போட்டது.

எல்லோரும் பந்தியில் உட்கார்ந்தார்கள் .

மலருக்கு இருந்த உள்ளுணர்வு அவளை ஏதோ செய்ய ஆரம்பித்-
தது. சாப்பிட முடியவில்லை . ஷீலா எதையும் கண்டு கொள்ளாமல்
சாப்பிட்டுக் கொண்டு இருந்தார்.

மலர் அபிக்கு ஊட்டி விட்டபடி இருந்தாள். பாபுவுக்கு மனதில் ,
வீட்டில் இருந்து யாராவது ஒருவரை அழைத்து வந்து இருக்கலாம்
என்று தோன்றியது. சாப்பாடு அவ்வளவு அருமையாக இருந்தது.

மலர் , ஷீலா விடம்....

மேடம் , முருகன் சார் , கலக்கிட்டாரு ...நிறைய செலவு செய்தி-
ருக்காரு....!?

எல்லாம்   கடன்   மலர்....மனுசன்   எப்படி   அடைக்க
போறாரோ....தெரியலை!!

மலருக்கு பாவமாக இருந்தது. மொய்ப்பணம் கொடுக்க அப்படி
யோசித்தோமே என்று !!!

ஆச்சு எல்லாம் முடிந்து கிளம்ப வேண்டிய நேரம் வந்தது. ஹரி
மூவரையும் பார்த்து...

என் கூட யாராவது கார்ல வர்றீங்களா ?

மலருக்கு முகம் சின்னதாகிப் போனது . காரணம் அவள் மட்டும்
வண்டியில் வந்து இருந்தாள்.

அப்புறம் என்ன ? பாபுவும் , ஷீலாவும் காரில் ஏறி சென்றார்கள்.
மலருக்கு பொறாமையாக இருந்தது.

அபி , அம்மாவிடம்...

நாமளும் கார் வாங்கனும்மா ??

ம் வாங்கலாம் ...

மலர் வண்டியை கிளம்பினாள் . மனதில் மீண்டும் காதல் எங்கே
ஒரு மூலையில் துளிர் விட ஆரம்பித்தது.

சுகம்தானா ! சொல்லுகண்ணே ?

37

மலர் வண்டியை கிளம்பினாள் . மனதில் மீண்டும் காதல் எங்கே ஒரு மூலையில் துளிர் விட ஆரம்பித்தது.

அன்று இரவு ஏனோ பழையக் கசப்பான நினைவுகள் மறைந்து , பட்டாம்புச்சிகள் பறக்கத்துவங்கியது. இந்த உணர்வு பிடித்து இருந்தது.

இவ்வளவு நாட்களாக ஏன் இதற்கெல்லாம் இடம் தரவில்லை என்று தெரியவில்லை. இப்போது மனம் ஏன் மாறியது என்றும் தெரியவில்லை.

இதை வெளியே யாரும் கண்டுபிடித்து பிடித்து விடுவார்களோ என்கிற பயம் வேறு !

மலருக்கு இது ஒருவித புதிய அனுபவமாக இருந்தது. ஏதோ வாழ்க்கையில் தெளிவு கிடைத்தது போலத் தோன்றியது.

அந்த நினைவுகளில் அபியை மறந்து விட்டாள் என்பதே உண்மை. முதல் முதலாக காதல் வந்ததைப் போல உணர்ந்தாள். நீண்ட நாட்களுக்கு பின் இனிய நினைவுகளோடு உறங்கி போனாள் .

மறுநாள் வேலைக்கு எப்போதும் போல கிளப்பிக் கொண்டு இருந்தாள். அபியை ஸ்கூலுக்கு அனுப்பி வைத்து விட்டு , அவசரமாக தலையை சீவிக் கொண்டே கண்ணாடி முன்பு நின்றாள்.

தன்னை இப்படி நிதானமாக கண்ணாடியில் பார்த்து எத்தனை நாட்களாகி விட்டது ?!

கொஞ்சம் உடம்பு போட்டு இருந்தது. கண்ணங்கள் ஒட்டிக் கிடந்தது. இனி எப்போதும் சிரித்தபடி இருக்க வேண்டும் என்று நினைத்துக் கொண்டாள்.

எப்போதோ வாங்கிய ஃபேர் அன் லவ்லி யைத் தேடி எடுத்து போட்டுக் கொண்டாள் , மெல்ல தன்னை மறந்து ஒரு பாடலை முனுமுனுத்-

தாள்...

இதற்கு முன் இந்த ஆசை இல்லை!!!

இமைகள் விசிறிகள் வீச வில்லை !!!

தனிமையில் நின்றே நான் நகம் கடித்தேன் !!!

நீண்ட நாட்களுக்கு பின் மலர் இப்படி பாடுவதைக் கேட்ட அம்மா , மலர் என்ன செய்கிறாள் என்று மறைந்து நின்று கவனித்தார்.

அம்மாவுக்கு புரிந்து போனது மகள் மனதில் மாற்றம் ஏற்பட்டு இருக்கிறது என்று , ஒரு பக்கம் சந்தோஷம் மறு பக்கம் பயம் . இந்தக் கனவுகளை கலைக்காத மருமகன் வர வேண்டுமே ?!

எப்போதும் கிளம்பும் நேரத்தை விட இன்று கொஞ்சம் தாமதமானது. அந்த நேரத்தை வண்டியில் போகும் வேகத்தைக் கூட்டி சரி செய்தாள் .

ஆபீஸ் போனது , கண்கள் தன்னை அறியாமல் ஹரி சார் கேபி- னைத் தேடியது. அவர் இன்னும் வரவில்லை.

அவளை அறியாமல் ஏமாற்றம் கவ்விக் கொண்டது.

என்ன மலர் , இன்னைக்கு கொஞ்சம் மேக்அப் தூக்கலா இருக்கே ?! - என்றார் ஷீலா.

மலர் கண்ணடித்து விட்டு ...

ஏன் மேடம் போடக்கூடாதா ?

தாராளமா போடலாம்...பட் புதுசா இருக்கே !.....ஏதாவது ...

மலர் சிரிப்பு இவ்வளவு அழகானது என்று இத்தனை நாட்களாக ஷீலாவுக்கு தெரியவில்லை.

ஹா ஹா , ஆமா மேடம்....இப்ப தான் ஒருத்தன் வந்து லவ் லெட்- டர் கொடுத்துட்டுப் போனான் !!!

ஓ மை காட் .....விடாத மலர் , நமக்கெல்லாம் எப்பவாவது தான், யாராவது கொடுப்பாங்க ....விடாத ..!!

முதுகில் ஓங்கி அடித்தபடி இடத்தைக் காலி செய்தார். மதியம் வரை வேலை சரியாக இருந்தது. இடையில் பாபு வந்து மலரை ஏற்கனவே இறங்கப் பார்த்து விட்டு 'நல்லா தான் இருக்கு " என்று மனதில் நினைத்துக் கொண்டான்.

லன்ச் டைம் வந்தது. பாபு தயங்கித் தயங்கி இருவரின் அருகில் வந்து அமர்ந்தான்.

பாபு பயப்படாதீங்க ....மேடம் நல்ல மூடுல தான் இருக்காங்க ...!

மன்னிச்சுட்டேன் பாபு ....நிம்மதியா உட்காந்து சாப்பிடுங்க....

மூவர் கூட்டணி மீண்டும் சேர்ந்தது. நேற்றைய சாப்பாடு இன்னும் பேசப்பட்டது. மலர் மனதில் மட்டும் வேறு எண்ணங்கள் சிறகடித்தது.

இடையில் எதர்ச்சயாக ஹரி சார் அவர்களை கடந்து செல்ல , மலர் அவரைப் பற்றிப் பேச ஆரம்பித்தாள்.

மேடம் அவர் வீட்டில யார் எல்லாம் இருக்காங்க ...

ஷீலா கண் ஜாடைகாட்டினார் .

உஸ்.....மெல்லப் பேசு மலர் , சுத்தி இருக்கறவங்க கேட்கப்போ-றாங்க....

கேட்டா என்ன மேடம்...? தப்பா எதுவும் சொல்லலையே....

அய்யோ மலர் , உனக்குப் புரியாதா ? நாம ஒன்னு பேசினா , வேற மாதிரி அங்க போகும். அதுவும் இல்லாம நமக்கு எதுக்கு அதெல்லாம் ???

மலரின் ஆர்வத்திற்கு ஷீலா முட்டுக் கட்டைப் போட்டார். பாபு ஷீலா விற்கு ஆதரவாகப் பேசினான் .

ஆமா மேடம் , நமக்கு எதுக்கு அதெல்லாம்....

மலருக்கு ஏமாற்றமாக இருந்தது. அவளுடைய ஆர்வமே அவளைக் காட்டிக் கொடுத்து விடும் என்பதை உணர்ந்த மலர் அமைதியாக சாப்-பிட ஆரம்பித்தாள்.

சில வாரங்கள் ஓடியது. வீட்டில் அம்மா , மாமாவோடு சேர்ந்து பல புதிய வரன்களைத் தேட ஆரம்பித்தார்கள்.

மலர் மனதில் தனி உலகத்தில் எந்த வித எதிர்ப்பும் இன்றி பறந்து கொண்டிருந்தாள். இந்த உலகத்தில் நமக்கான சொர்க்கம் என்றால் அது நம் மனசு மட்டுமே , அங்கே நல்ல எண்ணங்களை விதைத்தால் அது நம் மனதை புத்துணர்ச்சி யோடு வைத்துக் கொள்ளும். மாறாக கவலை-களை விதைத்தால் அது முளைத்து விஸ்வரூபம் எடுத்து விடும்.

மலர் முகத்தில் புதிய அழகு கூடிப்போனது. கண்களில் புதிய ஒளி வீசியது. உடலில் புதிய ரத்தம் பாய்ந்தது போலும் , கொஞ்சம் நிறம் கூடிப்போனது.

ஆபீசில் மூவர் நட்பும் பலமானது. ஒருநாள் பாபு அவன் வீட்டிற்கு இருவரையும் சாப்பிட அழைத்தான். இருவருக்கும் ஆச்சரியமாக இருந்-தது. இதுவரை ஷீலா ,மலர் இருவரும் நட்பை இப்படி வளர்த்துக்

கொண்டது இல்லை.

என்ன பாபு ஏதாவது விசேசமா ?

இல்ல மேடம் சும்மா தான் , ஆனா கட்டாயம் வரணும் , நான் சாப்பாடு ஏற்பாடு செய்து இருக்கேன் ....

எதுக்கு இதெல்லாம்....கட்டாயம் வருவோம், சாப்பாடெல்லாம் வேண்டாம்...

எங்க வீட்ல இதுதான் பழக்கம்...தயவுசெய்து வேண்டான்னு சொல்-லாதீங்க ...ப்ளீஸ்

வேறு வழியில்லாமல் இருவரும் ஒரு ஞாயிற்றுக்கிழமையில் பாபு வீட்டில் ஆஜர் ஆனார்கள்.

இருவரும் மலர் வண்டியில் போனார்கள். பாபு முகம் மலர வரவேற்-றான்.

வாங்க வாங்க...

உள்ளே இருந்து அம்மா வந்து நின்றார்.

உள்ளே சென்றதும் , பாபுவின் அப்பாவும் அக்காவும் வந்தார்கள்.

அக்கா கொஞ்சம் மெலிந்து இருந்தார். மூவரின் உருவமும் வறு-மையை சொன்னது. மலருக்கு மனசு கஷ்டமாக இருந்தது. இவனைப் போய் தவறாக நினைத்து விட்டோமே...ஒரு வேளை வேலை பறிபோய் இருந்தால் , ஒருசில மாதங்கள் இந்தக் குடும்பம் சிரமத்தைச் சந்தித்தி-ருக்கும்.

வீட்டில் பொருட்கள் எல்லாம் பழையதாக இருந்தது. சமீபத்தில் எது-வும் வாங்கிய அடையாளம் இல்லை. ஆனால் நல்ல குடும்பம் என்று மட்டும் தெரிந்தது.

அப்பா , நல்ல ஆரோக்கியமாக இருந்தார் . நல்ல சுறுசுறுப்பு. அம்-மாவும் அப்படித்தான் சிரித்த முகத்துடன் பழகினார்.

அக்காள் மட்டும் கொஞ்சம் ஒதுங்கி நின்று மலரை கவனித்தபடி இருந்தாள். அவளுக்கு மலரை மிகவும் பிடித்துப் போனது.

அடிக்கடி தம்பியையும் , மலரையும் மாத்தி , மாத்திப் பார்த்துக் கொண்டாள். அவள் மலரை கவனித்த விதம் அதற்கு முன்பு வீட்டில் பாபு அவளைப் பற்றி சொல்லி இருக்கலாம் என்று தோன்றியது.

வீடு வாடகைவீடா , சொந்த வீடா என்று தெரியவில்லை.... கேட்-கவில்லை !!

அருமையான சந்திப்பாக இருந்தது. நல்ல சாப்பாடு எல்லாம் முடிந்து கிளப்பினார்கள்.

சிறிது தூரம் வரை பாபு அவன் வண்டியை எடுத்துக் கொண்டு வந்தான்.

ஒரு தெரு முனை வந்ததும் ஷீலா , பாபுவிடம்...

பாபு இனி நாங்க போயிடுவோம் , நீங்க கிளப்புங்க !!!

ரொம்ப சந்தோஷம் மேடம்...

மலர் , கொஞ்சம் பரிவோடு...

பாபு ...ப்ளீஸ் எதுக்கு இந்த விருந்து சொல்லுங்க....எனக்கு தலையே வெடிச்சிடும் ....

பாபு மெல்ல சிரித்தபடி ...

மேடம் நான் வேலைக்கு சேர்ந்து மூனு மாசம் ஆச்சு ...அதுக்கு தான் .

அடப்பாவி ஒரு ட்ரீட் குடுக்க மூனு மாசமா ?-?

மேடம்...இதுதான் மேடம் என்னோட வாழ்க்கை , என் பட்ஜெட் கொஞ்சம் ஃப்ரி ஆக மூனு மாசம் ஆகி இருக்குதுன்னா பாத்துக் கோங்க .....

இருவருக்கும் முகம் சிறுத்துப் போனது.

அவ்வளவு கஷ்டத்துல எதுக்கு இந்த விருந்து....? வருத்தமாக ஷீலா.

நீங்க ரெண்டு போரும் இல்லைன்னா இந்த வேலையில இவ்வளவு நாள் நான் இருந்திருக்கவே மாட்டேன். அதுக்கு நன்றி கடன் தான் இது ....

போட ...இவனே...நாங்களும் உன்னை மாதிரி தான்.

என்று சொல்லி ஷீலா , பாபு தலையில் செல்லமாகக் கொட்டு வைத்தார்.

மலர் , பாபுவுக்கு கை கொடுத்து விட்டு வண்டியை கிளம்பினாள். வரும் வழியில் இருவரும் பாபு வை புகழ்ந்தபடி வந்தார்கள்.

38

மலர் , பாபுவுக்கு கை கொடுத்து விட்டு வண்டியை கிளம்பினாள். வரும் வழியில் இருவரும் பாபு வைப் புகழ்ந்தபடி வந்தார்கள்.

மலருக்கு வாய் துடித்தது. தனக்கு ஏற்பட்ட மாற்றம்பற்றி ஷீலாவிடம் சொல்ல வேண்டும் என்று ....தன்னைத் தவறாக நினைத்து விட்டால் என்ன செய்வது என்று நினைத்து அமைதியாக இருந்துவிட்டாள்.

முன்பு ஒருமுறை ஷீலா சொன்னது ஞாபகம் வந்தது, '' சீக்கிரம் கல்யாணம் பண்ணிக்கோ சில நேரங்களில் நாமே வழிய செல்லும் சூழ்- நிலை ஏற்படும் என்று '' அந்த நிலையில் மலர் தன்னை நினைத்துக் கொண்டாள் . இந்த நினைவுகள் தனக்குச் சந்தோசமாக இருந்தாலும் , இது நடக்குமா ? என்று யோசிக்க ஆரம்பித்தாள்.

எப்போதும் நம் வயதை ஒத்த நண்பர்கள் நமக்கு சரியான போட்டி- யாக இருப்பார்கள். ஒருவரோடு ஒருவர் ஒப்பிட்டுப் பார்த்து , தன்னை வளர்த்துக் கொள்வது இயல்பு.

வயதில் சிறியவர்களோடு பழகும் போது , அவர்களுக்கு நாம் முன் உதாரணமாக இருக்க வேண்டும் என்று நினைத்து நிறையக் கற்றுக் கொள்வோம். தவறுகளை திருத்திக் கொள்வோம்.

ஆனால் நம்மை விட வயதில் பெரியவர்களோடு பழகும் வாய்ப்பு என்பது ஒரு வரப்பிரசாதம் என்றே சொல்லலாம். அவர்கள் தவற விட்ட அல்லது கற்றுக் கொண்ட பாடங்களை எந்த விதச் செலவும் இல்லா- மல் நமக்கு சொல்லிக் கொடுப்பார்கள் என்பதில் எந்தவித சந்தேகமும் இல்லை.

இதனால் நமக்கு நேரம் , பணம் , மானஅவமானங்கள் , வீணாகா-மல் ஒரு ரெடிமேட் அனுபவங்கள் கிடைக்கிறது.

இன்று மலருக்கு, ஷீலா வின் அறிவுரை எவ்வளவு உண்மை என்ன புரிந்தது. ஆனால் என்ன செய்வது மனித உணர்வுகளின் கட்டுப்பாடு என்பது பல நேரங்களில் அந்த மனிதர்களிடமே இருப்பதில்லை.

மலருக்கு எப்படி வெளிப்படுத்துவது என்று தெரியவில்லை. முதல் காதல் கூட பாபுவின் விடா முயற்சியால் மட்டுமே சாத்தியம் ஆயிற்று.

மனதில் ஹரியின் நினைவுகள் , உள்ளங்காலில் குத்திய முள்ளைப் போல நெருடிக் கொண்டிருந்தது.

வீட்டிற்கு வந்ததும் அம்மா பாபுவின் வீட்டைப் பற்றி விசாரித்தார்.

எப்படி வீட்டை கண்டுபிடிச்சீங்க ?

வீடு எப்படி ? வசதியா இருந்ததா ?

ம் ....பாபு வழி சொன்னார் கரெக்டா போய்டோம். நம்மள மாதிரி தான் , பெரிய வசதி ஒன்னும் இல்லை.

ம்.....சொந்த வீடா ?

தெரியலம்மா....

என்ன ஆளுங்க.....?

அம்மா !!!

மலர் கோபமாக முகத்தைக் காட்டினாள்.

இதுல என்னடி தப்பு ? சாதி இல்லைன்னு கொடி பிடிக்கற-வனே...ஜாதி பாத்து தான் பழகுறான்.

நமக்கு எதுக்கு அது ?

சரி விடு ....சாப்பாடு எப்படி ?

ம் சூப்பர் மா ....

அவனோட அக்காவுக்கு ஏன் இன்னும் கல்யாணம் ஆகல ?

மலருக்கு இத்தனை நாட்களாக இந்தக் கேள்வியை பாபுவிடம் ஏன் கேட்காமல் விட்டோம் என்று தோன்றியது.

தெரியலம்மா....

மலர் , இது நமக்கு தேவையில்லை தான் , ஆனா இதெல்லாம் கேட்க மாட்டீங்களா ? என்ன பிரெண்ட்சிப்போ....!!

அம்மா சலித்துக் கொண்டார் . மலருக்கு நாளை கட்டாயம் பாபுவி-டம் இதைக் கேட்டாகவேண்டும் இருந்தது.

போன் அடித்தது. பாபு தான் போன் செய்து இருந்தான்.

ஹலோ....மேடம் , வீட்டுக்கு வந்துருட்டிங்களா ?

மலருக்கு இப்போது தான் ஞாபகம் வந்தது வீட்டுக்குப் போனதும் பாபு போன் செய்யச் சொன்னான்.

ஸாரி பாபு....இப்ப தான் வந்தேன். அவங்கள பஸ்ஸில ஏத்தி விட்-டுட்டேன். இந்நேரம் போயிருப்பாங்க....

பேசிட்டேன் மேடம் , இப்ப தான் அவங்களும் வீட்டுக்குப் போயிட்டு இருக்காங்க .....

இவ்வளவு அக்கறையா விசாரிச்சதுக்கு நன்றி பாபு....

இதுக்கு எதுக்கு நன்றி , எங்க அக்கா வெளியே போனாக் கூட இப்படி தான் விசாரிப்பேன் , இது எங்க அம்மா சொல்லி கொடுத்தது.

மலருக்கு ''டக்'' கென்று அக்காவைப் பற்றி கேட்க தோன்றியது.

கேட்டா தப்பா நினைக்க மாட்டிங்களே..??

சொல்லுங்க!

அக்காவுக்கு ஏன் இன்னும் கல்யாணம் ஆகல....

ம்.....ரொம்ப லேட்டா கேக்குறீங்க !! முதலிலேயே எதிர்பார்த்தேன்.

.........இல்ல நீ ஏதாவது தப்பா எடுத்துக்குவீங்களோன்னு....

அதெல்லாம் ஒன்னுமில்ல ...நாளைக்கு வந்து ஆபீசில சொல்றேன

.

ம் ஓகே ...

சொல்லி விட்டாளே தவற என்னவாக இருக்கும் என்று மனது அடித்துக்கொண்டது.

இடையில் சங்கர் மாமா , அம்மவோடு போனில் பேசினார். அம்மா , மலருக்கு அது தெரிய வேண்டாம் என்று தூரமாக நின்று பேசியபடி இருந்தார்.

மலருக்கு புரிந்து போனது இருந்தாலும் , விசயம் தன்னிடம் வந்து தானே ஆக வேண்டும் , என்று காத்திருந்தாள் .

மறுநாள் காலையில் பாபு , அக்காள் பற்றி சொல்லுவான் என்கிற எதிர்பார்ப்போடு வந்தாள்.

ஆனால் அவனிடம் பேச முடியாத அளவிற்கு வேலை அதிகமாக இருந்தது. இடையில் ஹரிசாரிடம் இருந்து போன் வேறு...ஏக அர்ச்-சனை.

பாபுவிற்கு முகத்தில் ''ஈ '' யாடவில்லை...

மலருக்கு இதயத்தில் இடி விழுந்தது மாதிரி இருந்தது. அப்படி ஒரு திட்டு , ஏன் என்றே புரியவில்லை.

லன்ச் டைம் வந்தது , மூவரும் வாயில் இஞ்சியை கடித்தது போல அமர்ந்து இருந்தார்கள். ஷீலா மெல்ல பேச ஆரம்பித்தார்.

சே ....என்ன மனுசன் , திடீன்னு வந்து இப்படி கத்தறாரு....!!! உங்களுக்குமா ?

அப்புறம் ....நான் என்ன ஸ்பெஷல்லா ?

இல்ல , நீங்க என்னப் தப்பு பண்ணீங்க ...

அதான் எனக்கும் தெரியலை , திடீர்னு வந்தாரு ஒரு டிடெய்ல் கேட்டாரு....பதட்டத்தில் சரியா சொல்லல....

ம் ....

அதுக்கு போய் எப்படிக் கத்தினார் தெரியுமா ?

பாபு சிரித்தபடி ....

அப்பாடா இப்ப தான் சந்தோசமா இருக்கு மேடம் , எங்க நமக்கு மட்டும் தான் இன்னிக்கு ஏழரை ன்னு நினைச்சேன்.

மூவரும் , வாங்கிய அர்ச்சனை யை மறந்து சிரிக்க ஆரம்பித்தார்-கள்.

பாபு சாப்பிட்டுக்கொண்டே பேச ஆரம்பித்தான்.

எங்க அக்காவுக்கு ஒரு பத்து வருசம் முன்னாடி கொஞ்சம் உடம்பு சரியில்லாமல் இருந்தது....

ம் ....என்ன ஆச்சு ?

சின்னதுல இருந்து அவங்களுக்கு ஒரு பிரச்சினையும் இல்லை , திடீர்னு ஒருநாள் கால் வலின்னு சொன்னாங்க ....அப்புறம் சாப்பிட முடியல வாந்தி , மயக்கம் ....

என்ன பிராப்ளம் ?

இதயத்தில் ஒரு சின்ன ஓட்டைன்னு சொன்னாங்க ...

மலரும் , ஷீலா வும் சாப்பிடுவதை திருத்திக் கொண்டார்கள்.

அப்புறம் என்ன ?மாத்திரை மருந்து ....அவ காலம் முழுவதும் இப்-படி தான் வாழ்ந்து ஆகணும்.

ஏதாவது ஆபரேசன் பண்ணலாமே...

எல்லாம் பாத்துட்டோம் .....யாரும் உத்திரவாதமா சொல்லல....அது-வும் இல்லாம அவளோட கண்டிசன் வெளியே தெரியும் போதே ரொம்ப பலவீன்மா தான் இருந்தா ...

அப்ப அவங்களுக்கு கல்யாணம் பண்ண முடியாதா ....

பண்ணக்கூடாது மேடம்...அந்த அளவுக்கு அவங்க ஹெல்த் இல்ல...இருக்கற வரைக்கும் நம்ம வீட்டு பெண்ணா இருக்கட்டும்னு அப்பா சொல்லிட்டாரு...

அது அவங்களுக்குத் தெரியுமா ?

ம் பிரச்சனை இருக்குதுன்னு தெரியும்....

ஷீலா மனசு கேட்காமல்....

சரி நீயாவது கல்யாணம் பண்ணிக்கலாமில்ல...

மேடம் ....அவங்க என்னை விட ரெண்டு வயசு பெரிய-வங்க...அவங்க முன்னால நான் எப்படி மேடம் கல்யாணம் பண்ணி சந்-தோஷமா இருக்க முடியும் ??

அதுக்காக....

அவங்க இப்படியே சந்தோசமா இருக்கட்டும் அதுவே போதும். இவ்-வளவு வருசமா எங்க சம்பாத்தியம் எல்லாமே அவங்களுக்கு தான் செலவு பண்ணினோம். இனியும் அப்படியே இருக்கட்டும்.

உனக்குன்னு ஆசை எதுவுமே இல்லையா ??

நிறைய இருக்கு மேடம் .....ஆனா எங்க அக்கா முன்னால , எல்-லாமே சாதாரணம் தான்.

மலருக்கு அழுகை வருவது போல் இருந்தது. தண்ணீர் குடித்து சமாளித்தாள்.

ஷீலா தளர்ந்த குரலில் ...

இவ்வளவு கவலைய வெச்சுகிட்டு எப்படி பாபு ஜாலியா பேசி , சிரிச்சுகிட்டு இருக்க ??

இது என்ன லாஜிக் மேடம் ...வீட்ல பிரச்சனை இருந்தா !! சோகமா இருக்கனுமா ? நிறைய சிரிச்சு , ஜாலியா பேசறவங்க கிட்ட போய் கேட்டுப் பாருங்க....அவங்க பின்னால இத விட பெரியக் கதை இருக்-கும்.

மலரும் , ஷீலாவும் மனதை கட்டுப்படுத்திக் கொண்டு பாபு பேசுவ-தைக் கேட்டபடி இருந்தார்கள்.

மூவரும் சரியாக சாப்பிட முடியாமல் பாதியில் , சாப்பாட்டை மூடி வைத்தனர்.

டேய்....பாபு உன்னைப் பாத்தா எனக்கு ரொம்ப பெருமயா இருக்-குடா.....எனக்கு பொண்ணு இருந்தா உனக்கு கட்டி வெச்சிடுவேன்

.....என்றார் ஷீலா.

மலர் சிரித்தபடி.....

சரி சரி ....ரொம்ப வழுக்குது....போய் உங்க சேர்ல உட்காருங்க....

அதற்குள் ஹரி சார் அவர்களை நோக்கி நடந்து வர , மூவரும் பயந்து போனார்கள்.

என்ன இன்னும் சாப்பிட்டு முடியலயா?

ஆச்சு சார் ....

அப்புறம் என்ன இங்கே மீட்டிங் ? போங்க போங்க ....

ஷீலாவுக்கு அவமானமாக இருந்தது. பாபு வேகமாக அவனுடைய இடத்திற்கு வந்தான்.

மலருக்கு உடலெக்கும் நடுங்கிப் போனது.

ஏன் இப்படி ஹரி சார் திடீர்னு மாறிவிட்டார்?

அதுவும் இந்த மூணு பேர் கிட்ட மட்டும் கோபத்தை காட்ட என்ன காரணம் ?

39

ஏன் இப்படி ஹரி சார் திடீர்னு மாறிவிட்டார்..?

அதுவும் இந்த மூணு பேர் கிட்ட மட்டும் கோபத்தைக் காட்ட என்ன காரணம் ?

மறுநாளும் இப்படியேத் தொடர , மூவருக்கும் மனதில் ஒரு விசயம் மட்டும் நன்றாக புரிந்தது.

மூவரும் ஒன்றாக இருக்கக் கூடாது , பேசவே கூடாது என்று....

முடிந்தவரை மூவரும் சந்திப்பதைத் தவிர்த்தார்கள். ஷீலாவின் பொறுப்புகள் மாற்றப்பட்டு ஆபீசின் மறு கோடிக்கு மாற்றப்பட்டார்.

எதற்கு ஷீலாவின் மீது இவ்வளவு நடவடிக்கை ?

ஆரம்பத்தில் ஷீலாவிற்குப் புரியவில்லை. நாட்கள் நகர , நகரப் புரிந்து போனது.

இப்படித்தான் பல பெரிய மனிதர்கள் தங்களின் முகத்திரையைக் கிழித்து கொள்கிறார்கள் என்று நினைத்தாள்.

ஹரி இந்த இடமாற்றத்திற்கு பின்பு கொஞ்சம் அமைதியாகக் காணப்பட்டார் என்றே சொல்லலாம்.

மலர், பாபு இருவரும் அவரவர் வேலையை அமைதியாக பார்த்துக் கொண்டு இருந்தார்கள்.

ஹரி அதிகமாக ஷீலாவின் பேச்சை எடுப்பதில்லை என்பதை பாபு கவனிக்க ஆரம்பித்தான் . என்ன இருந்தாலும் ஒரு ஆணின் நடவடிக்-கையை மற்றொரு ஆண் எளிதில் கண்டு பிடித்து விடுவான்.

ஹரியிடம் இதைப் பற்றி கேட்க முடியாது , பதிலாக ஷீலாவிடம் கேட்க ஆரம்பித்தான்.

மேடம் , ஹரி சாருக்கு உங்க மேல என்னவோ கோபம் ....அப்படி என்ன ? பண்ணீங்க...

அடப்பாவி கடைசியில என்னையே சந்ததேகம்படுறியா ?

இல்ல மேடம்....எனக்கு அப்படி தான் தோனுச்சு , கேட்டுட்டேன் ... தப்பா நினைக்காதீங்க...

ஆனால் ஷீலாவுக்கும் கூட இந்த சந்தேகம் இருந்தது. அவர் தன்னை தான் பழிவாங்குகிறார் என்று...இருந்தாலும் வெளியேச் சொல்ல விரும்பவில்லை.

இடையில் மலர் அவளுடைய உலகில் மிதந்து கொண்டு தான் இருந்தாள். ஏதாவது நடந்து ஹரியே தன்னிடம் இதைப் பற்றி பேச மாட்டாரா ? என்று ஏங்கி தவித்தாள். ஹரி க்கு அந்த எண்ணம் இருப்-பதாகத் தெரியவில்லை.

பாபுவுக்கு ஹரி சார் மீது இருந்த மரியாதை கொஞ்சம் இறங்கிப்போ-னது. ஷீலாவின் மீது அவர் காட்டிய கோபம் தான் அதற்கு காரணம்.

என்ன மனிதர் இவர் . ஒரு பெண்ணை இந்த வாங்கு வாங்குகி-றாரே....அப்படி என்ன கோபம் ?

எப்படியோ மூவர் கூட்டணி ஆபீசில் கூடுவதே இல்லை. எல்லாம் ஆபீசுக்கு வெளியே தான்.

மலருக்கு ஷீலா அருகில் இல்லாதது ரொம்ப கஷ்டமாகத் தான் இருந்தது. இருந்தாலும் உள்ளே மனதிற்குள் வேறு கற்பனைகள் ஓடிக்-கொண்டிருந்ததால் தனிமை அவ்வளவாகத் தெரியவில்லை.

சில வாரங்கள் தாண்டியது. ஷீலாவை ஹரி கிட்டத்தட்ட மறந்து விட்டார் என்றே சொல்லலாம்.

சிறிது சிறிதாக மலரும் , பாபுவும் ஹரி சாரிடம் பழையபடிப் பேசிப் பழக ஆரம்பித்தார்கள்.

ஹரி எப்போதும் போலவே இருந்தார். மலருக்கு இவரை எடை போடுவதில் குழப்பம் நீடித்தது.

வீட்டில் சங்கர் மாமா ஒரு வரனை கொண்டு வந்தார். பெயர் அரவிந்தன்., மனைவியை இழந்தவர் , கையில் ஒரு வயதில் பெண் குழந்தை. மனைவி நோய்வாய்ப்பட்டு பிரசவித்த மூன்று மாதங்களில்

இறந்து போனாள்.

குழந்தையை இரு வீட்டு பெரியவர்களும் வளர்த்துக் கொண்டிருந்-
தார்கள்.

எப்படியும் ஒரு வாழ்க்கைத் துணை தேவை , அதுவும் குழந்தை
விபரம் தெரியாமல் இருக்கும் போதே புதிய உறவு வருவது நல்லது
என்று பெரியவர்கள் முடிவு செய்து , மலரைப் பெண் கேட்டு வந்திருந்-
தார்கள்.

சங்கர் மாமா செலக்சன். அம்மாவுக்கு முழு சம்மதம். அபியைக்
கூடவே வைத்துக் கொள்ள சம்மதம் தெரிவித்தார்கள்.

அரவிந்தன் ஒரு பெரிய கம்பெனி யில் நல்ல நிலையில் வேலை-
செய்து கொண்டிருப்பவர் . பெற்றோர் பார்த்து செய்து வைத்த திருமணம்.
திடிரென்று மனைவியின் இழப்பு கொஞ்சம் அரவிந்தனைத் திரும்பிப்
போட்டது .

கவலையை மறக்க குடிக்க ஆரம்பித்தான். இப்போதெல்லாம் குடிக்-
காவிட்டால் அதுவே பெரிய கவலை ஆகி விடும் , அவ்வளவு குடிகா-
ரனாக மாறிப் போய் இருந்தான்.

எல்லாம் சங்கர் மாமாவுக்குத் தெரியும். அவருக்கு மலர் அங்கே
போய் எல்லாம் மாற்றி விடுவாள் என்கிற நம்பிக்கை .

மலருக்கு இந்த வரன் வந்ததில் இருந்து அடிக்கடி உடல் நலம் சரி-
யில்லாமல் போனது. எப்படியாவது ஹரியோடு தன் வாழ்க்கைச் சேர
வேண்டும் என்று வேண்டிக் கொண்டாள். மீண்டும் காதல் என்றால் வீட்-
டில் எதைக் கொண்டு அடிப்பார்கள் என்று தெரியாது.

அதனால் தானாக எல்லாம் நடக்க வேண்டும் என்று கடவுளை
வேண்டிக் கொண்டாள் . இடையில் ஷீலாவிடம் இதைப்பற்றி பேச
வேண்டும் என்று நினைப்பதுண்டு.....ஆனால் எங்கே அவரும் தன்னை
தவறாக நினைத்து விடுவாரோ என்கிற பயம் வந்து தடுத்தது.

ஆனால் பாபு இதைக் கவனிக்க ஆரம்பித்து இருந்தான். மலரின்
மனசு முழுவதும் தெரியாவிட்டாலும் ....ஷீலாவுக்கு இவ்வளவு பிரச்-
சனை நடந்து கொண்டு இருந்தாலும் , மலர் ஹரி சாருக்கு சப்போர்ட்
பண்ணி பேசும் விதம் , அவனுக்கு லேசான சந்தேகத்தை ஏற்படுத்திக்
கொண்டே இருந்தது.

ஆனால் வாய் திறந்து கேட்கவில்லை. இந்தப் பெண்களின் மனதை
புரிந்து கொள்ளவே முடியாது. இது தான் ? என்றால் அது உனக்கு

தெரியுமா என்று சண்டை க்கு வந்து விடுவார்கள்.

ஆனால் பாபு , மலரின் மாற்றத்தை நன்றாக உணர ஆரம்பித்தான். அவளைப் பார்க்க அவனுக்குப் பாவமாக இருந்தாலும் மனம் ஒரு பக்கம் வலியைத் தந்தது.

ஷீலா ஆபீஸ் நேரத்தில் , தன்னுடைய நண்பர்களோடு பேச முடி- யாத தனிமையை , கஷ்டப்பட்டு அனுபவித்துக் கொண்டிருந்தாள்.

பாபு மட்டும் அடிக்கடி சென்று ஷீலா வை திருட்டுத்தனமாகப் பார்த்துக் கொண்டிருந்தான். மலர் நினைத்தாலும் வந்து பார்க்கலாம். ஆனால் அவளின் எண்ணம் முழுவதும் ஹரியின் பக்கம் சுற்றிக்- கொண்டு இருந்தது.

ஷீலாவின் தொலைவு மலரை பாதிக்கவில்லை. பாதித்தது வேறு விஷயமாக இருந்தது.

40

அத்தியாயம்- 40

மலருக்கு , ஷீலாவின் தொலைவு பாதிப்பை ஏற்படுத்தவில்லை மாறாக , தனக்கு இவர் பொருத்தமானவர் என்று தன்னைத் தானே ஏமாற்றிக் கொண்டிருக்கும் மலர் , ஹரியின் ஏதோ ஒரு கண் அசை- விற்கு காத்துக் கிடந்தாள்.

ஏறக்குறைய பாபு இதை கண்டு பிடித்து விட்டான் என்றே சொல்- லலாம். அவனுக்கு நன்றாகத் தெரியும் ஹரி சார் எந்த இடத்திலும் தவறாக நடந்து கொள்ளவில்லை. அவர் அவருடைய வயதிற்கும் , பதவிக்கும் எந்த கவுரவ குறைச்சலாக எதையும் செய்யவில்லை.

பாபுவின் மனதில் , மலரை பற்றி இருந்த சின்னச் சின்ன கனவுகள் களைந்து போனது. பாபுவிற்கு மலர் மீது ஒரு ஈர்ப்பு இருந்தது உண்மை தான் …ஆனால் தன் மீது எந்த உணர்வும் ஏற்படாத போது மலரை பெருமையாக நினைத்தான். இப்போது தன்னை விட பல வருடங்- கள் பெரிய ஹரி மீது மலரின் காதலை அவனால் ஜீரணிக்க முடி- யவில்லை. இதைப்பற்றி ஷீலாவிடம் சொல்லி எச்சரிக்கை செய்யலாம் என்று தோன்றியது. காரணம் இந்தப் பெண் உளரிக் கொட்டி , ஏதாவது கெட்ட பெயர் எடுத்து விடுவாளோ என்கிற பயம்.

மறுபக்கம் உனக்கு எதற்கு இவ்வளவு அக்கறை என்று இருவரும் சேர்ந்து தன்னை தவறாக நினைத்து விட்டால் ? ஆமாம் !! இந்தப் பெண்களை நம்பவே முடியாது. அவர்களுக்கு பாதுகாப்பு கொடுக்க நினைப்பவர்கள் கூட சந்தேகப்படுவார்கள். வேற வழி ….இது மோசமான உலகம்.

மனசுக் கேட்கவில்லை. தன் வீட்டிலும் அதே வயதில் பெண் இருக்-
கிறாள் என்கிற மனப் போராட்டம், கூடவே ஏன் மலரின் மனதை தான்
கவரவில்லை என்கிற குழப்பம். மலரை எப்படியாவது இந்த சூழலில்
இருந்து மீட்க வேண்டும் என்கிற நல்ல எண்ணமும் இருந்தது. அவனை
அறியாமல் மலரின் பெற்றவர்களை திட்ட ஆரம்பித்தான்.

வயசு பொண்ணு , வேலைக்கு அனுப்பாட்டி என்ன இப்ப ?
வேலைக்கு வர்றவன் நாலு பேர் , நாலு விதமா தான் இருப்பான் ,
ஏதாவது தப்பு தண்டா நடந்தா ?ஏதோ ஹரி சார் எதையும் கண்டுக்காம
நல்ல மனுசனா இருக்காரு !! வேற எவனாவதா இருந்தா ??- பாபுவுக்கு
நினைக்கும் போதே உடல் சிலிர்த்தது.

தனக்கு கெட்ட பெயர் வந்தாலும் பரவாயில்லை , நாளைக்கு ஷீலா-
விடம் சொல்லியே ஆகணும் , பாபு முடிவு செய்து விட்டான். பாபுவின்
மனது தாழ்வு மனப்பான்மை மற்றும் இல்லாமையால் குமுறிப் போனது.

மறுநாள் ஆபீஸ் எப்போதும் போல , சுறுசுறுப்பாக ஆரம்பித்தது.
மலர் ஏதாவது ஒரு காரணத்தைச் சொல்லி அடிக்கடி ஹரி கேபின்
பக்கம் போய் வந்தபடி இருந்தாள். இப்போதெல்லாம் இது சகஜமாகிப்
போன விசயம் தான்.

ஆபீசில் மற்றவர்கள் இதைப்பற்றி லேசாக பேச ஆரம்பித்து இருந்-
தார்கள். இந்த நிலை வரை விடக் கூடாது என்று தான் பாபு கவலைப்
பட்டான் . ஆனால் நம் வாயே பல நேரங்களில் நம் சொல் பேச்சை
கேட்பதில்லை. அப்படி இருக்க ஊர் வாயை மூட முடியுமா ?

பாபு இன்று வேண்டும் என்றே ,ஷீலாவிடம் ஒரு பைல் லை எடுத்-
துக் கொண்டு போனான் .

ஷீலா ஆச்சரியமாக ....

வாடா ...வா , ஏதாவது வேலை இருந்தாத் தான இங்க
வருவ....காரியக்காரன் !

ம் உண்மை தான் இப்ப கூட ஒரு காரியமாதான் வந்திருக்கேன்.

சொல்லு பாபு .....ஏதாவது பொண்ணு பாக்கணுமா ?

உக்கும்......அது ஒன்னு தான் குறை ....இருக்குற பொண்ணைக்
காப்பாத்துங்க .....

பாபு தன் மனதில் பட்டதைச் சொன்னான். ஆபீசில் மெல்ல மலரைப்
பற்றி பேச ஆரம்பித்து இருப்பதை ப் பற்றியும் சொன்னான் .

ஷீலா அதிர்ந்து போனாள் .

அய்யையோ அந்த ஆளையா ?

அந்த ஆளா ?என்ன மேடம் ....அவர் ஒன்னும் தப்பு பண்ணல , எல்லாம் உங்க பிரண்டு தான் ....

இல்லை பாபு நான் ஒரு விசயத்தை உங்க ரெண்டு பேர் கிட்டயும் மறைச்சிட்டேன்.

ஏன் , என்ன விசயம் ?

பாபு ....நாங்க உங்க வீட்டுக்கு வந்தோமில்ல....

ஆமா !!

அன்னிக்கு பஸ்ல வரும்போது ஹரி சார , ஒரு பொண்ணோட கார்ல நெருக்கமா பார்த்தேன்டா .....

பாபு அலட்டிக் கொள்ளாமல் கேட்டான்.

எங்கே , எப்ப , யார் கூட ....??

டேய் என்ன கிண்டல் பண்றியா ?? என்னை நம்பல தான .....?

இல்லை மேடம்....நம்பறேன். ஆனால் அவர் அப்படிப் பட்டவர் இல்ல. எதார்த்தமா கூட ஒரு பெண்ணோட பழகக் கூடாதா ....?-

இல்லடா.....இது வேற உனக்கு புரியாது. எனக்கு பாத்ததும் புரிஞ்சு போச்சு ! ஆனா அதப் பார்க்காத மாதிரி , வேற பக்கமா போய்டேன். ஆனா அந்த ஆள் என்னை பாத்துட்டார் போல ...அடுத்த நாள்ல இருந்தே எனக்கு இங்கேப் பிரச்சனை தான்.

பாபுவிற்கு , ஷீலா சொல்லுவது உண்மை என்றே பட்டது. அவர் பார்த்த விசயம் தவறில்லை என்றால் , எதார்தமான உறவு என்றால் , ஹரி சார் அடுத்த நாளிலிருந்து ஏன் இவ்வளவு கோபப்பட வேண்டும்.

எங்கே ஷீலா தன்னைப் பற்றி மலர் , பாபு இருவரிடமும் ஏதாவது சொல்லி விடுவாரோ என்கிற பயம் தான் , அந்த வெறுப்புக்கு காரணம். அந்த விசயம் கொஞ்சம் கொஞ்சமாக பரவும் , ஆனால் கொஞ்சம் மிரட்டி வைத்தால் பயம் இருக்கும். இது ஏறக்குறைய எல்லா மேல் அதிகாரிகளும் செய்யும் ஈனத்தனம்.

(ஒரு சில இடங்களில் கணவன் கூட இதைச் செய்வதுண்டு. மனைவி குற்றம் சொல்லும் முன்பே மனைவியைத் தாக்க ஆரம்பித்து விடுவார்கள்)

மேடம் இத நீங்க ஏன் என் கிட்டச் சொல்லல...??

இல்லை பாபு , இது பெரிய இடத்து விசயம் , இரண்டாவது என் மூலமா தான் இந்த விசயம் வெளியே வந்ததுன்னு தெரிஞ்சா , அவ்வ-எளவு தான் ....

அப்படி இல்லை மேடம் எங்க ரெண்டு பேர் கிட்டயும் சொல்லி இருக்கலாம். இப்ப பாருங்க உங்க பிரண்ட் அவர பெரிய ஹீரோ மாதிரி நினைச்சுட்டு இருக்காங்க .....

என்னால நம்ப முடியல பாபு , அவர் வயசு என்ன ? இவ வயசு என்ன ?நீதான் தப்பா புரிஞ்சுகிட்டேன்னு நினைக்கிறேன்.

அதான பாத்தேன்....இத எதிர் பார்த்து தான் மேடம் வந்தேன். உங்க மலர் இப்ப பழைய மலர் இல்லை.... பொதுவாகவே பொண்ணுளுக்கு வயசு கண்ணனுக்குத் தெரியரதே இல்லை. எனக்கு மனசு கேக்கல...!! சொல்லிட்டேன் , பாத்துக்கோங்க!!!

பாபு , அவர் எப்படி ? அவள பயன்படுத்திக்க நினைக்கிறாரா ?

சே ....இல்லை மேடம் , அவர் ஜென்டில்மேன் . நீங்கப் பார்த்தது உண்மையா இருக்கலாம் , அது அவரோட பர்ஸ்னல் , அது உங்க மூலமா வெளியே வந்திடும்னு பயந்தது கூட இயல்பு தான். ஆனா இந்த விசயத்தில நம்ம மலருடையத் தப்பு மட்டும் தான் எனக்கு தெரியுது. அதுக்கு விபரம் புரியல , எடுத்துச் சொல்லுங்க ....

ஷீலா உண்மையில் உடைந்து தான் போனார். கடவுளே இவளுக்கு ஒரு நல்ல வாழ்க்கையைக் கொடுக்க கூடாதா ....பாவம் அன்பை எதிர் பார்க்கும் வயசு ....

கூடவே பயம் வேறு....ஏதாவது சொல்லி தன்னை விட்டு பிரிந்து விடுவாளோ !! மனம் பலவாறு யோசித்துக் கலங்கியது.

ஷீலாவுக்கு இன்னும் நம்பமுடியவில்லை. இந்தப் பெண்ணிற்கு எப்-படி இந்த எண்ணம் வந்தது. ஹரி அப்படி மனதை கலைக்கும் ஆள் இல்லையே !!!

ஷீலா இந்த விசயத்தைக் கட்டாயம் நேரிடையாகச் சொல்லக் கூடாது என்று உறுதி எடுத்தாள். ஒருவேளை மலர் அப்படி நினைத்து பழகவில்லை என்றால் ?? தேவையில்லாமல் ஒரு பெண்ணை அசிங்கப் படுத்தினது போல ஆகிவிடும்.

41

அத்தியாயம்- 41

ஷீலா இந்த விசயத்தை கட்டாயம் நேரிடையாக சொல்லக் கூடாது என்று உறுதி எடுத்தாள். ஒருவேளை மலர் அப்படி நினைத்து பழக-வில்லை என்றால் ?தேவையில்லாமல் ஒரு பெண்ணை அசிங்கப் படுத்-தினது போல ஆகிவிடும்.

பாபு சென்றதும் , ஷீலா மலருக்கு போன் செய்தாள்.

ஹலோ....மலர்

மேடம் சொல்லுங்க....எப்படி இருக்கீங்க ?

என்ன மலர் என்னை சுத்தமா மறந்துட்ட போல , இப்போதெல்லாம் எனக்கு போன் பண்ணி பேசக் கூட நேரமில்லை ...

அப்படி இல்லை மேடம் , நானே உங்க கூட பேசலான்னு தான் இருந்தேன்....

நிஜமாவா.....!!!

ஆமா மேடம் ...சரி அதப் பத்தி போன்ல வேண்டாம் ...

ஷீலாவுக்கு புரிந்துப் போனது.

சரி ...சரி ஆபீஸ் முடிஞ்சதும் பேசலாம்.

இப்போது தான் ஷீலாவுக்கு உயிர் வந்தது. மலர் இன்னும் மாற-வில்லை. அவளுக்கு இடையில் ஏதோ ஒரு தடுமாற்றம் ஏற்பாடு இருக்-கிறது. பேசினால் தெளிவாகி விடுவாள் என்று நம்பினாள்.

மலருக்கு கூட மனசு கொஞ்சம் லேசானது. யாரிடமும் பகிர்ந்து கொள்ளாமல் மனசு தள்ளாடிப் போனது.

பாபு , மலரை கடந்து செல்லும் போது , ஷீலாவுடன் பேசியதைக் கவனித்தான். தன் கடமையை செய்த திருப்தி இருந்தது.

பெரும்பாலும் ஆபீசில் கிடைக்கும் ஒரு சில நட்புகள் வரத்திற்கு சமமானது. அது எல்லோருக்கும் கிடைப்பதில்லை. பல நேரங்களில் அந்த நட்பை பிரிய மனமில்லாமல் பலர் ஒரே ஆபீசில் வேலை செய்-வதும் உண்டு .

ஆபீஸ் முடிந்தது , மலர் வேகமாக பார்க்கிங் ஏரியாவுக்கு வந்து வண்டியை எடுத்துக் கொண்டு ஷீலா காத்திருக்கும் இடத்திற்கு சென்-றாள் .

அங்கே ஹரி சார் , ஷீலாவுடன் பேசிக்கொண்டு இருப்பதைப் பார்த்து , கொஞ்சம் வேகத்தைக் குறைத்தாள்.

சில நிமிடங்களில் அவர் அங்கே இருந்து கிளம்ப , மலர் , ஷீலா-வுடன் பஸ் ஸ்டாண்டிற்கு வந்தாள் .

மேடம் ...சார் என்ன சொன்னார் ...

யாரு மலர் ?-

ஹரி சார் மேடம் !!

ஓ அதுவா....ஒரு பைல் பத்திக் கேட்டார் . வேற ஒன்னும் இல்ல ...

ம் .....

மலர் என் கிட்ட ஏதோ சொல்லனும்னு சொன்னியே....

மேடம் , அம்மா திரும்ப ஒரு வரன் பார்த்து இருக்காங்க ....!! மாமா செலக்ஷன் வேற !?

வெரி குட் ..

எனக்கு இஷ்டம் இல்லை ...

ஏன் ?

தெரியலை மேடம்.

திரும்ப கல்யாணம் பண்ண வேண்டாம்னு நினைக்கிறியா ?

இல்ல , இந்த மாப்பிள்ளை வேண்டான்னு நினைக்கிறேன் !!

மலர் , அம்மா சொல்றத கேளு , இந்த தடவை தப்பு நடக்காது , மாமா உனக்கு நல்லது தான் நினைப்பார் , உனக்கு அது நல்லாத் தெரியும் ...

ம்.....அதனால தான் மறுத்து பேச முடியாம , தவிக்கிறேன். நீங்க எனக்கு ஒரு உதவி செய்ய முடியுமா ?

இப்போது ஷீலாவுக்கு படபடப்பாக இருந்தது. மலர் என்ன உதவி சொல்லப்போகிறாள் என்று....

சொல்லு மலர் , என்னால முடிஞ்சதை செய்யறேன்.

மேடம் , அம்மா கிட்ட பேசி ....இந்த கல்யாணத்தை ....- மலர் சொல்ல தயங்கினாள்.

இல்ல மலர்....நிச்சயம் செய்ய மாட்டேன். உனக்கு இப்படி ஒரு அம்மா கிடைச்சதை நினைச்சு சந்தோஷப்படு ....எனக்கு இப்படி செய்ய ஆள் இல்லாமதான் இப்படி தனியா கஷ்டப்படுறேன்.

நான் கல்யாணம் வேண்டா ன்னு சொல்லல....இந்த மாப்பிள்ளை வேண்டாம்...

பின்ன வேற யாராவது மனசில நினைச்சிருக்கியா ?

மலர் எதுவும் சொல்லவில்லை....

மலர் ....எனக்கு உன்னோட மனசில என்ன இருக்குன்னு தெரியலை ....ஆனா யோசிச்சி முடிவு பண்ணு ....

மேடம்....உங்களுக்கு இடையில் ஏதாவது காதல் வந்திருக்கா.....

மலர் லேசாக சிரித்தபடி கேட்டாள்.

ஹா ஹா....அப்புறம் வராதா ? நானும் மனுசி தான் ...

அப்படியா ....இன்ட்ரஸ்டிங் ...அப்புறம் ஏன் கல்யாணம் பண்ணல ?

மலர் ....நீ இன்னும் குழந்தையாவே இருக்க , இங்கே முதல் காத- லுக்கே மரியாதை இல்லை. நம்ம ஆசைக்கு காதலிக்கலாம் ஆனா அதே மரியாதையோட உனக்கு அந்தக் காதல் திருப்ப கிடைக்கிறது கஷ்டம். வேணும்ன்னா ''சின்ன வீடா '' வர்றியான்னு கேப்பாங்க....எனக்கு அதுல விருப்பம் இல்லை. அதனால எம் மனசில உள்ளதை வெளியேச் சொன்னதில்ல...கொஞ்ச நாள்ல நமக்கே புரியும் இதெல்லாம் வெறும் கானல் நீர்ன்னு...

மலருக்கு இந்த பதிலால் தன் மனதில் சின்னதாக வெட்டுப்பட்டதாக உணர்ந்தாள்.

ஷீலாவுக்கு பஸ் வந்ததும் ஏறிச் சென்று விட்டார். மலருக்கு மனதில் உள்ளதை சொல்ல முடியவில்லை. ஆனால் பகிர்ந்து கொள்ள ஆசை- யாக இருந்தது.

மனதில் குழப்பத்துடன் வீடு வந்து சேர்ந்தாள்.

வீட்டில் மாமா , யாரோ ஒரு பெரியவரோடு (ராமகிருஷ்ணன்) அமர்ந்து இருந்தார். மலரைப் பார்த்தபடி மாமா...

இதுதான் நம்ம மலர்....எப்பவும் இந்த நேரத்தில தான் வரும்...

மாமா அவரிடம் மலரின் ஆபீஸ் பத்தி சொல்லிக் கொண்டு இருந்-தார். மலருக்கு வந்திருப்பது மாப்பிள்ளை வீட்டைச் சார்ந்த நபர் என்று புரிந்தது.

அம்மா வந்தவருக்கு டீ கொண்டு கொடுக்க சொன்னார். மலருக்கு விருப்பமில்லை. அம்மா கடிந்து சொல்ல , வேறு வழியில்லாமல் போய் கொடுத்தாள்.

ராமகிருஷ்ணன் நிறையப் பேசினார். மலரை அன்போடு விசாரித்-தார். அபி அவருடைய மடியில் போய் அமர்ந்து கொண்டாள்.

மலர் இதை எதிர்பார்க்கவில்லை. வந்தவர் அபியைப் பார்த்தபடி...

என்னோட பேத்தி கூட இப்படி தான்....ரொம்ப அமைதி , நல்ல அறிவு .

அவருடைய பேச்சில் இருந்தே தெரிந்தது , அது அரவிந்தனின் அப்பா . பேத்திக்கு உடம்பு சரியில்லை என்பதால் தன் மனைவியை உடன் அழைத்து வர முடியவில்லை என்று சொல்லி கொண்டு இருந்-தார்.

இப்ப ஒரு வாராம தான் இங்கே இருக்கா .....இல்லேன்னா அவங்க அம்மத்தா வீட்ல தான் இருப்பா..., இப்ப கொஞ்ச நாளா அவங்களுக்-கும் கொஞ்சம் உடம்பு சரியில்லை.

அவர் சொல்லும் போதே குடும்பம் சூழ்நிலை புரிந்தது. சங்கர் மாமா , அவரிடம் நிறையப் பேசினார். இருவரும் பேசிக்கொண்டு முடிவுக்கு வந்தார்கள். அம்மா அதிகமாக எதுவும் பேசவில்லை. எல்லாம் நன்றாக முடிந்தால் சரி என்று இருந்தது.

எனக்கு அபியும் பேத்திதான் , எனக்கு எந்த பாகுபாடும் இல்லை. எம் பையன் நல்ல குணமாவன். மலரை நல்லா பாத்துக்குவான் ....அதே மாதிரி அந்த குழந்தையையும் நல்லா பாத்துகிட்டா போதும்...வேற ஒன்-னும் நாங்க எதிர்பார்க்கல .....

எங்க மலர் நீங்க சொல்றத விட நல்லா பாத்துக்கும்...நான் வாக்கு கொடுக்கறேன் , எதுக்கும் மாப்பிள்ளை வந்து பாத்தாப் பரவாயில்லை....

அதப் பத்தி கவலைப்படாதீங்க....என் முடிவு தான் அவன் முடிவு. அவனுக்கு முழு சம்மதம் தான் , இல்லைன்னா நான் இவ்வளவு தூரம் வர மாட்டேன்.

அடுத்த இரண்டு நாட்களில் மனைவியுடன் வருவதாக சொல்லி-விட்டு கிளம்பினார். மலருக்கு மாப்பிள்ளை தன்னை பிடிக்கவில்லை என்று சொல்ல வேண்டும் என்று கடவுளை வேண்டிக் கொண்டாள்.

ஆனால் திருமண வேலைகள் படு வேகமாக நடக்க ஆரம்பித்தது.

மறுநாள் மலர், ஷீலாவுடன் போனில் பேசினாள்.

மேடம் நேத்து மாப்பிள்ளையோட அப்பா வந்திருந்தார்.....

மலர் நடந்ததைச் சொல்ல ....ஷீலாவுக்கு இது நல்ல வரன் என்றே பட்டது.

மலர் இது நல்ல இடமா தெரியுது ....

போங்க மேடம் ...இந்த வரன் தள்ளிப் போகனும்னு ...வேண்டிகிட்டு இருக்கேன் !!

நீ என்ன லூசா...ஏதாவது சொல்லி நல்ல வரனைக் கெடுத்துடாத...

மேடம்...நான் சொல்ல வந்தது....

அதற்குள் பாபு வர, மலர் அப்புறம் பேசுவதாகப் போனை வைத்-தாள்.

அடுத்த இரண்டு நாட்களில் இருவரும் பேச நேரமில்லை. மாலை-யில் இருவரும் பஸ் ஸ்டாண்டில் நின்று பேசிக்கொண்டார்கள்.

மலர் முடிந்தவரை இந்த கல்யாணம் வேண்டாம் என்கிற முடிவில் இருந்தாள். ஷீலா இதை கட்டாயம் ஏற்றுக் கொண்டு நல்ல வாழ்க்-கையை வாழ வேண்டும் என்று அறிவுரைச் சொன்னார்.

இரண்டாவது நாள் மாலை வீட்டுக்குள் நிறைய ஆட்கள் இருப்பது போல தோன்றியது.

ராமகிருஷ்ணன், தன் மனைவியை அறிமுகம் செய்து வைத்தார்.

இவங்க தான் அரவிந்தோட அம்மா ராஜம்மாள். இதுதான் நம்ம மலர்...

அவருடைய வார்த்தை மலரை நெகிழ்ச்சி அடையச்செய்தது. பேச்-சிலேயே அவருடைய குடும்பத்தில் ஒருத்தியாக இணைத்துக் கொண்-டார்.

ராஜம்மாள் அவருடைய குணமறிந்த மனைவி போல ....சொன்ன மறுநிமிடம் மலரின் அருகில் வந்து நின்றார்.

மலர் அவருடைய கையில் குழந்தை இருக்கும் என்று எதிர்பார்த்தி-ருந்தாள், ஆனால் இல்லை, வேறு உறவினர்களோடு வந்து இருந்-

தார்கள்.

அம்மா நீண்ட நாட்களுக்கு பின் உண்மையான சிரிப்போடு இருந்த-
தைப் பார்க்க முடிந்தது. உமா , கணவனோடு வந்து இருந்தாள்.

இப்படி குடும்பம் ஒன்று சேர்ந்து மகிழ்ந்து நீண்ட நாட்கள் ஆகி-
விட்டது. மலருக்கு உள்ளத்தில் அதிகப்படியான உணர்வுகள் இருந்தது.
கூடவே அப்பா இப்போது இல்லையே என்கிற வருத்தமும் இருந்தது .

சங்கர் மாமா , மனைவியோடு வந்து இருந்தார். மாமி சந்தோஷமாக
இருந்தாள். மலருக்கு இந்த சூழ்நிலை மிகவும் பிடித்து இருந்தது. தன்-
னுடைய விருப்பங்களை ஒரங்கட்டி விட முடிவு செய்தாள். கொஞ்சம்
கஷ்டம்தான் ஆனாலும் மாற வேண்டும் என்று முடிவெடுத்து விட்டாள்.

அபி , புதிய உறவுகளோடு கலந்து உறவாடியது, மலருக்கு இந்த
வரன் தன் மகளுக்கு ஆதரவான சூழலை கொடுக்கும் என்கிற நம்பிக்-
கையை தந்தது.

வந்தவர்கள் திருமணத் தேதி வரை குறித்துவிட்டுச் சென்றார்கள்.
மலர் எந்த பதிலும் சொல்லவில்லை. யாரும் எதிர்பார்க்கவும் இல்லை.

ஏற்கனவே இருந்த அனுபவத்தில் தன் பிடிவாதம் தனக்கு எந்த நன்-
மையையும் தரவில்லை என்பது மலருக்கு நன்றாகப் புரிந்தது.

மலர் தன் கனவுகளை அழிக்க ஆரம்பித்தாள். கஷ்டமாகத் தான்,
நிறைய கசப்பான அனுபவங்களுக்குப் பின் கிடைத்த கனவு . வேறு
வழியில்லை ,!!

பலரின் நினைவுகளிலும் இதுல போன்ற முழு வடிவம் பெறா கனவு-
கள் இருக்கத்தான் செய்கிறது.

அது நிறைவேறா விட்டாலும் , நம்மை சில காலம் சந்தோஷமாக
வைத்திருந்திருக்கும். அது கடவுள் நம்மை கஷ்டமான அல்லது
இருண்ட காலத்தை கடக்க நமக்கு காட்டிய மின்னல் ஒளி என்று
நினைத்துக் கொண்டு அதை மறந்து அடுத்து கட்டத்திற்கு பயணிக்க
முயல்வது தான் புத்திசாலித்தனமான முடிவு.

மலர் அன்று இரவு படுக்கையில் படுத்து அழுது , அழுது தனது
உருவமில்லா காதலை கரைத்துக் கொண்டிருந்தாள். தன் மீது தனக்கே
வெறுப்பாக இருந்தது.

எதற்கு இந்த கானல் நீர் போன்ற காதலில் தனக்கு இவ்வளவு நம்-பிக்கை வந்தது....? தன்னைத் தானே நொந்து கொண்டாள்.

தன் முடிவால் மகள் அநாதை ஆனது போதும். இனியேனும் அவளுக்கு இப்படி ஒரு சொந்தங்கள் கிடைக்கட்டும் என்று மனமாற ஆசைப்பட்டாள்.

மறுநாள் அம்மா சீக்கிரம் எழுந்து ரேடியோவில் பாட்டு கேட்டபடி வேலை செய்து கொண்டிருந்தார்.

இது அம்மாவின் வாடிக்கை தான் ஆனாலும் இடையில் அம்மா ரேடியோவில் பாட்டு கேட்பதை கூட வெறுத்து இருந்தார்.

இன்று காலையில் கேட்ட ரேடியோ சத்தம் அம்மா மிகவும் சந்தோ-ஷமாக இருக்கிறார் என்பதை காட்டியது.

மலர் மெல்ல எழுந்து வந்து சமையலறையில் அமர்ந்தாள்.

மலர் போய் பல் தேய்ச்சுட்டு வா ....

ம்....

சொன்னாளே தவிர நகரவில்லை.

மலர்....கல்யாணம் ஆனப் பின்ன வேலைக்குப் போக வேண்டாம்.

மலர் நேற்றே முடிவு செய்துதான் இருந்தாள் , எப்படியும் இதை மாப்பிள்ளை வீட்டார் சொல்லத் தான் போகிறார்கள் என்பது மலரின் கணிப்பு. இருந்தாலும் அம்மா என்ன சொல்லப் போகிறார் என்பதை தெரிந்து கொள்ள....

ஏன் ...இப்பவே கண்டிசன் போடுறாங்களா ?

அப்படி இல்லடி....இந்த குடும்பம் தான் நமக்கு சரியா வரும். அது-வும் தாயில்லா குழந்தை , நீ தான் நல்லா பாத்துக்கணும்.

உன்னை நல்லா பாத்துக்குவாங்க ...எனக்கு நம்பிக்கை இருக்கு ....!! அப்படி இல்லேன்னா அம்மா இதுக்கு ஒத்துக்குவேனா...?

மலருக்கு இப்போதே ஆபீஸ் போக மனமில்லை தான். போனால் ஹரி சாரைப் பார்க்க வேண்டியது வரும். பார்த்தால் தான் தோற்றுப் போனதாக தோன்றும். அதனால் மலர் ஆபீசுக்கு லீவு போட்டாள். மனம் முழுவதும் வடுக்கள் நிறைந்து இருந்தது. தான் கண்ட கனவை எரித்துச் சாம்பலாக்க சிறிது கால இடைவெளி தேவைப்பட்டது.

சம்பந்தப்பட்டவர்களைப் பார்க்காமல் இருந்தால் நல்லது என்று தோன்றியது.

42

தான் கண்ட கனவை எரித்து சாம்பலாக்க சிறிது கால இடைவெளி தேவைப்பட்டது.

சம்பந்தப்பட்டவர்களை பார்க்காமல் இருந்தால் நல்லது என்று தோன்றியது.

மலரின் அழுகை விம்மல்களோடு தொடர்ந்தது , மனதில் திரும்பத் திரும்ப தான் காதலில் வீழ்வதும் , ஏமாந்து போவதும். தனது பிறவியி-லேயே ஏற்பட்ட கோளாறு என்று நினைத்துக் கொண்டாள்.

தன்னோடு பிறந்து அக்கா ஏன் அப்படி இல்லை ? தான் ஏன் இப்-படி நடைமுறை வாழ்க்கையில் பிழைக்கத் தெரியாத முட்டாளாக இருக்-கிறோம் என்று மனதிற்குள் ஏக்கப் பெருமூச்சு உண்டாயிற்று.....

ஒரு வேளை இந்தச் சமுதாயம் தன்னை போன்றவர்களைத் தான் தேர்ந்தெடுத்து தாக்குகிறதோ.... !!?ஆம் இங்கே இளகிய மனம் படைத்-தவர்களே விரைவில் வீழ்ந்து போகிறார்கள்.

மலரின் எண்ண ஓட்டங்கள் அவளைப் பற்றி அவளே தரக்குறை-வாக நினைக்க வழி வகுத்தது.

ஊமை கண்ட கனவினைப் போல , வெளியே சொல்ல முடியாத கனவு !! அதன் வடிவச் சிதறல்கள் எவ்வளவு மகிழ்ச்சியைத் தந்ததோ அவ்வளவு எதிர் வினையைக் கொடுத்துக் கொண்டிருந்தது .

இவ்வளவு நாட்களாக எவ்வளவு திடமாக இருந்த மனம் ஏன் சமீ-பத்தில் விழுந்து போனது. மலருக்கு இது புரியவில்லை. ஒருவேளை தனக்கு விருப்பமான காதல் இனி கிடைக்கப் போவதில்லை என்கிற முடிவுக்கு வந்தாள் .

ஆனால் நம் மனம் எளிதில் யாரிடமும் வீழ்வதில்லை தான், மலர் இங்கே வீழ காரணம் இதற்கு முன்னால் வந்த மாப்பிள்ளை தான்.

நீண்ட நாட்களாக எந்த ஆணையும் நிமிர்ந்து பார்க்காத மலர், ஒரு கேவலமான ஆண், அவள் வாழ்க்கையில் வந்து விடுவானோ என்கிற பயத்தைக் காட்டி விட்டுச் சென்று விடுகிறான்.

அதன் தாக்கம், ஹரி போன்ற நல்லவன் தனக்கு கிடைத்தால் பரவாயில்லை என்கிற எண்ணம் தானாக உருவாகி விடுகிறது. அதுவும் அவரும் வாழ்க்கை துணை இல்லாமல் நிற்பதால், அந்த எண்ணம் விஸ்வரூபம் எடுத்து விட்டது.

நம்மிடம் நல்ல முறையில் பழகும் ஆண் வேறு இடங்களில் எப்படி இருக்கிறான் என்பது நமக்குத் தெரிவதில்லை.

நட்பில் இந்த ஆராய்ச்சி தேவைப்படுவல்லை.....ஆனால் அதைத் தாண்டும் நிலையில் நிச்சயம் அவர்களைப் பற்றி தெரிந்து கொள்வது அவசியம்.

ஹரி ஒரு நல்ல 'பாஸ்', அந்த பெயரை தக்க வைத்துக் கொள்ள நினைக்கிறார். அதைத் தாண்டி இங்கே பெண்களை பற்றி அவருக்கு எந்த தவறான எண்ணமும் இல்லை.

அவர் ஒரு சராசரி மனிதர். அவருடைய குடும்பச் சூழல் அல்லது மனைவி இடத்தை ஒருவருக்கு கொடுக்க விருப்பம் இல்லாமை, இதில் எது வேண்டுமானாலும் அவர் மறுமணம் செய்யாமல் இருக்க காரணமாக இருக்கலாம்.

அதற்காக அவர் வெளியே ஒரு துணை தேடுவதில் தவறில்லை. அவள் சட்ட ரீதியாக மனைவியாக இல்லாமல் இருக்கலாம். ஆனால் நிச்சயமாக அப்படி ஒரு உறவு முறையில் வாழும் பெண்கள் விலைமா- துக்கள் இல்லை.

இன்று நிறைய பெண்களும், ஆண்களும் இந்த உறவு முறையில் வாழ்ந்து கொண்டுதான் இருக்கிறார்கள்.

நாம் விரும்பினாலும், விரும்பவில்லை என்றாலும் நாம் இவர்களைச் சந்தித்தே ஆக வேண்டும்.

மலர் இன்னும் உலகம் தெரியாதவள். பொதுவாக காதல் திருமணம் செய்தவர்கள் அல்லது காதலிப்பவர்கள் அதில் அதிகமாக தேர்ச்சி பெறுவதே இல்லை, மாறாக தாங்கள் தான் காதலின் அடையாளம் என்று சொல்லி அலைவதுண்டு.

ஆனால் உண்மையில் காதல் நடுத்தர வாழ்க்கையில் [வயதில்]தான் தொடங்குகிறது. ஆரம்பத்தில் இருக்கும் ஈர்ப்பு வாழ்க்கையின் வேகத்தாலும்...பெற்றவர்களின் அல்லது ஆளுமைகளின் தலையீட்டால் கொஞ்சம் பிளவு பட்டுப் போகிறது.

இடையில் வரும் பிள்ளைகள் அந்த வாழ்க்கைக்கு வலு சேர்க்கி-றார்கள். பின்னாளில் ஏனோ தானோ என்று உலாவிக் கொண்டிருந்த பந்தம் , எல்லாம் ஒன்றாக நம்மை அறியாமல் ரத்த ஓட்டத்தோடு கலந்து போகிறது.

(இதை உணராதவர்கள் பற்றி எதுவும் சொல்ல விரும்பவில்லை. அவர்கள் தேடிக் கொண்டே இருக்கட்டும். தொலைந்து போனதைத் தேடுபவருக்கு உதவி செய்யலாம், கையில் வைத்திருப்பதைத் தேடுபவ-ருக்கு நாம் எந்த வகையிலும் உதவ முடியாது. அப்படி நிறைய ஜென்-மங்கள் இருக்கத்தான் செய்கிறது.)

வாழ்க்கையின் நடுவில் எங்கே ஒரு இடத்தில் வாழ்க்கை துணையின் மீது ஏற்படும் அந்த உணர்வே உண்மையான காதல்....இதை அடையா-ளம் கண்டவர்கள் வெகு சிலரே !!

அப்படி இருக்க மலருக்கு அவளுடைய உண்மையான காதல் எது என்கிற குழப்பம் ஏற்பட்டதில் தவறு ஒன்றுமில்லை. இனி தான் மலருக்கு அப்படி ஒரு விசயம் நடக்கப்போகிறது.

அதை மலர் சரியாக அடையாளம் கண்டு கொள்வாளா ? இல்லை அதையும் தவற விட்டுவிட்டு , எனக்கு எதுவும் சரியாக அமைவதே இல்லை என்று புலம்பிக் கொண்டே இருக்கப்போகிறாளா ?

மலர் இரண்டு நாட்களாக ஆபீசுக்குப் போகவில்லை. வீட்டில் அம்-மாவும் கட்டாயப்படுத்தவில்லை.

திருமணப் பேச்சு தினமும் ராக்கெட் வேகத்தில் பறந்து கொண்டிருந்-தது. மலரை வேலைக்குப் போக வேண்டாம் என்று மாமா சொன்னார்.

மலர் கல்யாணத்துக்கு இன்னும் மூனு வாரம் தான் இருக்கு...நீ வேலையை எழுதிக்கொடுத்திடு ....கொஞ்ச நாள் அம்மா கூட இரு ....இந்த மாதிரி இனி அம்மா வீட்டில இருக்க முடியாது...

அம்மாவுக்கு , மலரின் கல்யாணம் எவ்வளவு சந்தோஷத்தைக் கொடுத்ததோ ...அதே அளவுக்கு மலரும் , அபியும் சென்று விட்டால் தனது வாழ்க்கை எப்படி போகப்போகிறது என்று தெரியாமல் தவித்துக்-கொண்டு இருந்தார்.

மாமா சொன்னதும் மலருக்கு கூட மனதில் ஒரு கலக்கம் ஏற்பட்டது. புதுப் பெண்ணாக தனியாக ஒரு வீட்டில் அடியெடுத்து வைப்பதே மனரீ-தியாக மிகவும் சிரமமான விசயம் , தன்னோடு ஒரு குழந்தையை அழைத்துக் கொண்டு ஒரு புதிய வாழ்க்கைக்குள் செல்வது என்பது எவ்-வளவு துயரமான விசயம் என்பதை நம்மால் சொல்லவே முடியாது.

வெளியே இருந்து கேலி செய்பவர்கள் , இனிமேலும் இதைத் தொடராமல் , நம்மால் முடிந்தவரை அவர்களையும் , நம்மைப் போல சாதாரண மனிதர்களாக பார்ப்போம்.

மலருக்கு இனி அங்கே வேலைக்குச் செல்ல விரும்பவில்லை. ஆனால் உடனடியாக விலகவும் முடியாது. அவ்வளவு பொறுப்புகள் மிகுந்த வேலை வேறு ....

மலர் ஆலோசனை கேட்க ஷீலாவுக்கு போன் செய்தாள்.

ஹலோ மலர்....எப்படி இருக்க ..? மாப்பிள்ளை வந்து பாத்தாரா? என்ன சொன்னாரு ?? உனக்குப் பிடிச்சு இருக்கா ??

மலருக்கு எந்த கேள்விக்கு பதில் சொல்வது என்று புரியவில்லை.

மேடம்.....அதப் பத்தி அப்புறம் சொல்றேன் . இனி நான் வேலைக்கு வர முடியாதுன்னு நினைக்கிறேன்....!!

ஷீலாவுக்கு லேசாக அதிர்ச்சி...

ஏன் , என்ன ஆச்சு ,??

மலர் கல்யாண ஏற்பாடுகள் பற்றி சொன்னாள். ஷீலாவுக்கு மகிழ்ச்சி-யாக இருந்தாலும் , இதில் மலருக்கு விருப்பமில்லை என்பதை உணர்ந்-தார்.

கூடவே திடிரென்று ஏதோ ஒரு வெற்றிடம் உருவானதைப் போல உணர்ந்தார்.

மலர்....இந்த வாழ்க்கையை மனதார ஏத்துங்கோ...உனக்கு எந்த பயமும் வேண்டாம். அம்மா , மாமா ரெண்டு பேரும் இருக்காங்க ....கூடவே நானும் , பாபுவும் இருக்கோம். நீ முன்ன மாதிரி தனி ஆளில்லா ...!!!

சொன்னாரே தவிர குரல் தழுதழுத்தது. மலருக்கும் அழுகை வந்-தது.

மேடம் , நீங்க ஹரி சார் கிட்ட விசயத்தைச் சொல்லி , நான் சீக்-கிரம் ரிலீவ் ஆகறதுக்கு உதவி பண்ணுங்க....

கட்டாயம் பேசறேன் மலர்....எனக்கு நம்பவே முடியல மலர் , இவ்-வளவு சீக்கிரம் இந்தப் பிரிவு வரும்னு நினைக்கவே இல்லை. என்னை மறந்துடாத டா .... ஆமா நீ இன்னும் அரவிந்தனைப் பாக்கலயா...??

இல்லை மேடம்...அதுக்கு அவசியமே இல்லை , அப்புறம்....இதெல்-லாம் நீங்க சொல்லவே வேண்டாம் , உங்களை எப்பவும் மறக்க மாட்-டேன். நீங்க எனக்கு இன்னொரு அம்மா மாதிரி....

ஷீலா உருகிப்போனார்.

மலர் , உண்மையில உனக்கு இதில் முழு சம்மதம் தானா ? இவ்வளவு சீக்கிரம் எப்படி ? வேலையக் கூட உடனே எழுதிக்கொ-டுக்கற....அந்த அளவுக்கு அவர பிடிச்சு இருக்கா ?--

என்னோட விருப்பமா ...அதெல்லாம் அப்பவே முடிஞ்சு போச்சு மேடம்....இப்ப எனக்கு எங்க அம்மாவும் , அபியும் சந்தோஷமா இருந்தா போதும் !!!

அபிக்கு சொல்லீட்டிங்களா....?

ம்... அம்மா மெல்லமா சொல்லி வெச்சிருக்காங்க....போய் வாழும் போது தானத் தெரியும்....மேடம் !!!

ஷீலாவுக்கு மனசு வலித்தது....எவ்வளவு பெரிய விசயம் , நாடு விட்டு நாடு கட்டப்படுவதற்கு சமமான வாழ்க்கை. மனமார மலருக்கா வேண்டிக் கொண்டார்.

மலர் , எல்லாம் நல்லதாகவே நடக்கும். நீ மட்டும் சந்தோசமா இரு , இப்படி சலிச்சுக்காத ....வாழ்க்கைய கொஞ்சம் வாழ்ந்து தான் பாரேன் ....

ம்.....வேற வழியில்லை , வாழ்ந்து பார்ப்போம்.....

மலர் போனை வைத்துவிட்டு , அம்மாவுக்குத் துணையாக வேலை செய்ய ஆரம்பித்தாள்.

ஷீலாவுக்குத் தான் கை ஒடிந்த மாதிரி இருந்தது. இதை உடனே பாபுவுக்கு சொல்ல முயற்சி செய்தார். பாபு போனை எடுக்கவில்லை.

வேறு விசயமாக ஹரி சாரோடு பேச வேண்டி இருந்தது , கூடவே மலரைப் பற்றி சொன்னார். ஹரி மிகவும் சந்தோஷமாக...

வெரி குட் மேடம்....இப்படி தான் இருக்கணும் , இப்படி பார்த்து செஞ்சு வைக்க நல்ல குடும்பம் கிடைக்கனுமே ....மலர் அதிஷ்டவசமா- கசாலி ....

ஷீலாவுக்கு ஹரியின் பேச்சு பிடித்து இருந்தது.

சார் ...மலர் உடனே ரிலீவ் ஆக முடியுமா ?

ம்....அது கஷ்டம் தான் , ஆனா அந்த பொண்ணுக்காக நாம ஏதா- வது செய்யணுமில்ல...அதுக்கா வேணும் னா சீக்கிரம் ரிலீவ் பண்ணலாம் . ஒரு வாரம் வந்துட்டு போக சொல்லுங்க. அதுக்குள்ள பாபு கிட்ட எல்லாம் ஒப்படைக்கச் சொல்லீடுங்க....

ஓகே சார்...

வெளியே வந்ததும் பாபு எதிரில் வந்தான். மலர் விசயத்தைச் சொன்னதும் , சந்தோசப்பட்டான். கூடவே வருத்தமாக இருந்தது. ஒரு- வேளை தன்னுடைய கனிப்பு தவறாகி இருக்குமோ ...? அதனால்தான் மலர் அவசரமாக இந்த கல்யாணத்துக்கு சம்மதம் சொல்லி இருப்பாளோ என்று மனதிற்குள் முள் வந்து குத்தியது , மனசு கணத்தது. மலரின் வெகுளித்தனமான சிரிப்பு வந்து கண்முன்னே நின்றது. இவ்வளவு சீக்- கிரம் மலரின் நட்பு விட்டுப் போகும் என்று பாபு நினைக்கவே இல்லை.

எது எப்படியோ...ஒரு அருமையான நட்பு வட்டம் , விரைவில் ஒரு பிரிவை சந்திக்கப் போகிறது. பாபு மனசு கருவில் கலைந்த தனது காதலை நினைத்து வருந்தியது.

மனதின் ஓரத்தில் ஒரு பாடல் ஓடிக்கொண்டிருந்தது.

எங்கிருந்தாலும் வாழ்க....

இழந்த நட்பை வேறு ஒரு இடத்தில் , அல்லது வேறு ஒருவர் மூல- மாக ஈடு செய்யுமா ?

43

இழந்த நட்பை வேறு ஒரு இடத்தில் , அல்லது வேறு ஒருவர் மூல-மாக ஈடு செய்யுமா ?

முடியும் .....

மலர் ஆபீசுக்கு இரண்டு மூன்று முறை போய் வந்தாள். முடிந்த-வரை ஹரி சாரைப் பார்க்க வில்லை . அதையும் தாண்டி பார்க்கும் சந்தர்ப்பத்தில் அவருடைய முகத்தை நிமிர்ந்து பார்க்கவே இல்லை.

ஹரி அதை வெட்கம் என்று நினைத்துக் கொண்டார் . மனமார மலருக்கு வாழ்த்துக்கள் சொன்னார். இனி எல்லாம் நல்லதாகவே நடக்-கும் எதற்கும் கவலைப்பட வேண்டாம் என்று தைரியம் சொன்னார்.

எதிர்காலத்தில் எந்த உதவி தேவை என்றாலும் தன்னை அழைக்க வேண்டும் என்று கட்டளையிட்டார்.

மலர் நெகிழ்ந்து தான் போனாள். ஆனாலும் வேறு எந்த தடுமாற்-றமும் இல்லாமல் பார்த்துக் கொண்டாள். அது எவ்வளவு சிரமம் என்று அனுபவித்தவர்களுக்கே தெரியும்.

ஷீலா , அவளை முடிந்தவரை தொடர்ந்து கொண்டே இருந்தார்.

மலர் ... உன்னை விட்டுட்டு நான் எப்படி இங்கே வேலை பார்க்கப் போறேனோ...பைத்தியம் பிடிக்குது டா ....

எனக்கு ஏற்கனவே பிடிச்சிடுச்சு மேடம்...வெளிய தெரியல அவ்வ-ளவு தான்...

பாபு தன்னுடைய மன வேதனையை வெளியே சொல்லவில்லை , ஆனால் மலருக்கு பிடித்ததெல்லாம் கேட்டு , கேட்டு வாங்கிக் கொடுத்-தான்.

பாபு , என்ன திடீர்னு எம் மேல இவ்வளவு அன்பு ?

எப்பவும் உங்க மேல அன்பு தான் !!!

ம் ....எப்ப ஆரம்பித்தது ?

உங்க கூட முதன் முதலா போன்ல பேசினேனே அப்ப ஆரம்பித்தது

.

மலருக்கு என்னவோ போலிருந்தது.

சாரி பாபு ...

அதெல்லாம் ஒன்னுமில்ல ....அதனால தான் , நான் இங்க உங்க ரெண்டு பேர் கூடயும் வேல பாக்க முடிஞ்சது..நமக்கு ஒரு கஷ்டம் வந்-ததா , அதுக்கு பின்னால் கடவுள் ஏதாவது பொக்கிஷத்தை மறைச்சு வெச்சிருப்பாரு.....

பாருடா ....இது பாபுவோட வேதாந்தம் போல ....- என்றார் ஷீலா.

இல்ல மேடம்....நிச்சயம் இது உண்மை. ஒருவேளை நமக்கு அது புரியாம இருக்கலாம்.

உனக்கு அப்படி என்ன பொக்கிஷம் கிடைச்சது.

உங்க ரெண்டு பேர் நட்பு தான். என் கஷ்டம் எதுவும் மாறவே இல்லை. ஆனால் அதெல்லாம் பெரிய விசயமில்லைன்னு உணரவெச்-சது உங்க நட்பு தான்.

பாபு பேசப் பேச , மலருக்கு இதயத்தில் ஒரு வலி ...இத்தனை நாட்களாக இந்த பாபுவை புரிந்து கொள்ளாமல் இருந்து விட்டோமே ?! என்று ,!!

டேய் , நீ ரொம்ப பேசி , கடைசியில நம்ம மலர் கல்யாணம் வேண்-டாம் , இந்த வேலையே போதுன்னு சொல்லிட போறா ?!

ஹா ஹா ....இல்லை மேடம் இனி அந்த மாதிரி டைலாக் எல்லாம் இல்லை...சரணாகதி அடைஞ்சுட்டேன்.

என்று சொல்லி விட்டுச் சிரித்தாள் மலர் . அந்தச் சிரிப்பில் இருந்த வலி ஷீலாவுக்கு நன்றாகப் புரிந்தது ஆனால் புரியாததது போல நடந்து கொண்டார்.

எப்படியோ ஆபீஸ் பொறுப்புகள் பாபு விடம் முழுமையாக ஒப்ப-டைத்து விட்டாள்.

இன்று தான் கடைசி நாள். ஆபீசில் யாரிடமும் தெரியப்படுத்த வில்லை. இது மலரின் விருப்பம் என்பதால் ஷீலா கட்டாயப்படுத்த-

வில்லை .

மூவரும் ஒன்றாக உட்கார்ந்து சாப்பிட ஆரம்பித்தார்கள். பாபு மலருக்கு தன் உணவை அதிகமாக பகிர்ந்து வைத்தான்.

போதும் , போதும் பாபு....

இருக்கட்டும் மலர்....நல்லா சாப்பிடுங்க !!

பாபு , மலரை பெயர் சொல்லி அழைத்தது அப்போது தான் , மலர் அதைக் கண்டு கொள்ளவில்லை. ஆனால் ஷீலாவுக்கு புரிந்தது. இது ஊமைக் காதல் என்று !!!

அன்று மாலை பாபு விடை பெற்றுக் கொள்ள , ஷீலாவுடன் நீண்ட நேரம் பேசிக்கொண்டு இருந்தாள் மலர்.

மலர் , நீ மாப்பிள்ளையைப் பாக்கவே இல்லையா...? எப்படி இந்த அளவுக்கு மனச கல்லா வெச்சிருக்க...??

அவரும் இன்னும் என்னைப் பாக்கவே இல்லை மேடம்...? எப்ப-டியோ ஏதோ ஒன்னு வீட்டில இருந்தா போதும்னு நினைக்கிறார் போல ....

ஷீலாவுக்கு பாவமாக இருந்தது.

அப்படி இருக்காது டா .....உம்மனச போட்டு குழப்பிக்காத ....எல்-லாம் கடவுள் விட்ட வழி....

ஷீலாவுக்கு பஸ் வந்ததும் ஏற்றிவிட்டு விட்டு , மலர் வீட்டிற்கு கிளம்பிச் சென்றாள்.

ஷீலாவுக்கு பஸ்ஸில் போகப்போக அழுகை வந்தது. தனக்கு இருந்த ஒரே ஆறுதல் இன்றோடு விடைபெறுகிறது.

உண்மையில் இன்று தான் , தன்னுடைய தனிமையை ஷீலா உணர்ந்தார்.

ஏனோ உடம்பு சோர்வாக இருந்தது. இத்தனை நாட்களாக வேலைக்குச் செல்ல மலர் ஒரு காரணமாக இருந்தாள் இனி ?

மனதிற்குள் ஓரத்தில்....நம்ம பாபு இருக்கானே....அவனும் நம்ம மாதிரி தான் , வேற யார் இருக்கா ?

இந்தப் பாழாய்ப் போன மனசு இருக்கே ....அது அட்டையைப் போல ஒட்டிக் கொள்ள ஏதாவது காரணம் தேடிக் கொண்டே இருக்கும். அப்போது தான் வாழ முடியும் . நாம் எதற்கு அவர்களை நம்பி இருக்க வேண்டும் என்று நினைக்க கூடாது.

எல்லாம் ஒரு ஆதரவு தானே....இங்கே எத்தனை பேர் இரத்த உறவுகளோடு இணைந்து வாழ்கிறோம், இருக்கும் நண்பர்களையாவது பிரியாமல் இருப்போம்.

இது அவர்களுக்காக மட்டும் இல்லை, நாம் நம் ஒரு பலத்தை உணருவதற்காக கூட இருக்கலாம்.

மலர் வீட்டிற்கு வந்ததும், சங்கர் மாமா வந்தார், கல்யாணத் தேதியை சொன்னார். அடுத்த நாள் முகூர்த்த பட்டு எடுக்கப் போவதா- கச் சொன்னார்.

மலருக்கு, மாப்பிள்ளை எப்படி இருப்பார் என்கிற கவலை எதுவும் இல்லை, மாறாக என்ன கலர்ல புடவை எடுக்கப் போறாங்களோ என்று படபடப் பாக இருந்தது.

அம்மா, எல்லாம் அவங்க செலக்ஷனல யே இருக்கட்டும் என்று சொல்லி விட்டார். மலர் எதுவும் சொல்லவில்லை.

அடுத்த நாள் மலருக்கு போன் வந்தது. மாமியார் பேசினார்.

மலர் உனக்கு எந்த கலர்ல புடவை எடுக்கணும்னு ஆசை ?

மலருக்கு ஆசையாகத் தான் இருந்தது. கூடவே ஒரு பயம் பிடித்த புடவையை எடுத்து என்ன பிரயோஜனம் ?? வாழ்க்கை பிடிக்க வேண்-டுமே ?!

உங்க இஷ்டம் அத்தை, எனக்கு எதுன்னாலும் பரவாயில்லை.

மாமியார் பூரிச்சு போனார்.

சங்கர் மாமா அன்று மாலை அவர்கள் எடுத்தப் பட்டுப் புடவையை கொண்டு வந்தார் கூடவே அபிக்கு பட்டுப் பாவாடை இருந்தது.

மலருக்கு மிகவும் பிடித்துப் போனது. அவர்கள் செலக்ஷனும், அபி-யிடம் நடந்து கொள்ளும் முறையும்.....

மலர், எல்லாம் மாப்பிள்ளை செலக்ஷன். எப்படி இருக்கு ?? நல்ல மனுசன். ரொம்ப தன்மையா பழகுறாரு !!!

ஆமா ...பாபுவையும் இப்படி தான் சொன்னீங்க ....இது மலரோட மைண்ட் வாய்ஸ்.

மலருக்கு, அரவிந்தன் மீது கொஞ்சம், கொஞ்சமாக நல்ல எண்-ணங்கள் உருவாக ஆரம்பித்தது.

ஒரு வாரம் உருண்டு ஓடியது. திருமண ஏற்பாடுகள், மிக எளி-மையாக கோயிலில் செய்யப்பட்டது. அம்மா, அதிகமாக யாரையும் அழைக்க வில்லை.

கல்யாண நாள் :

இலைப் பச்சை யில் பட்டுடுத்தி மலர் மங்கலகரமாக இருந்தாள். மனதில் லேசாக பட்டாம் பூச்சிகள் பறந்தது . அரவிந்தன் பட்டு வேட்டி , சண்டையில் ஜம் என்று இருந்தான் ,

தூரத்தில் ஏதோ ஒரு சந்தர்ப்பத்தில் அரவிந்தனை , மலர் பார்க்க நேர்ந்தது. நடுத்தர உயரம் ,நிறம் என்று ஆடம்பரம் இல்லாத தோற்றம்.

மலர் பிடித்து இருந்தது. ஆனால் அரவிந்தன் மருந்துக்குக் கூட மலர் பக்கம் திரும்பவே இல்லை .

மலருக்கு ஏமாற்றமாக இருந்தது. ஒருவேளை தன்னை பிடிக்கவில்-லையோ....மனம் துவண்டு போனது.

ஐயர் மந்திரங்கள் சொல்ல , நெருக்கமான சொந்தங்கள் ஆசிர்வ-திக்க.....மலர் , அரவிந்தன் திருமணம் இனிதே முடிந்தது.

மறுவீட்டு அழைப்பு முடிந்தது. அபி அம்மாவோடு சுற்றிக்கொண்டு திரிந்தாள் . உமா முடிந்தவரை அவளை மலரிடம் போகாமல் பார்த்துக் கொண்டாள். ஷீலா ,பாபு இருவரும் மலர் சார்பாக கலந்துகொண்டனர் . ஹரி சார் வேறு ஏதோ சொந்த வேலை காரணமாக வரவில்லை

அம்மா இரண்டொரு நாட்களுக்கு அபி தன்னோடு இருக்கட்டும் என்றார். மலருக்கு என்ன சொல்வது என்றே தெரியவில்லை . ஷீலா , மலரை சமாதானம் செய்தார்.

மலர் , அரவிந்தனோடு அவனுடைய வீட்டிற்கு வந்து சேர்ந்தாள். வீட்டின் அருகில் இருந்தவர்கள் வேடிக்கைப் பார்த்தார்கள். மலர் கொஞ்சம் படபட வென்று இருந்தது. மாமியார் அடிக்கடி வந்து பேசி-விட்டுப் போனார்.

வந்த உறவுகள் மெல்ல கிளம்பிச் சென்றது. மாமியார் வீட்டை சுற்-றிக்காட்டினார் .

மலருக்கு அரவிந்தனின் குழந்தையை பார்க்க ஆர்வம் ஏற்பட்டது. ஆனால் அங்கே எந்தக் குழந்தையும் இருந்ததாக தெரியவில்லை.

அந்த காலத்து வீடு ....மாமியார் நடந்து வரவே கஷ்டப்பட்டார். பாவமாக இருந்தது.

மலர் மெல்ல....

அத்தை பாப்பா எங்கே....??

மாமியாருக்கு ஒரே சந்தோஷம் , கூடவே இவள் ஒருவேளை அவளுடைய மகளை கேட்கிறாளோ ? என்கிற சந்தேகமும் இருந்தது.

மலர் அதைப் புரிந்து கொண்டு...

நான் அபிய கேக்கல....

மாமியாருக்கு மீண்டும் சந்தோசம் ...

அதுவாம்மா....அவங்க அம்மத்தா வீட்ல இருக்கா , பேரு சாலினி. ஒருவாரம் கழிச்சு இங்க வந்திடுவா ....

அப்போது தான் கவனித்தாள். நீண்ட நேரமாக அரவிந்தன் அருகில் இல்லை. மாமியாரிடம் கேட்க கூச்சமாக இருந்தது.

மலர்....அரவிந்தன் கொஞ்சம் வெளியே போய் இருக்கான் , நீ ரூல்ல இரு வந்திடுவான்.

மாமியார் தானாகவே சொன்னார்.

மலர் , அரவிந்தன் அறையில் காத்திருந்தாள். மாலை ஐந்து மணி இருக்கும் அரவிந்தன் வந்தான். பட்டு வேட்டி சட்டையை மாற்றி விட்டு தான் வெளியே சென்றான் போல , வேறு உடையில் இருந்தான்.

மலருக்கு அவனிடமிருந்து , ஏதோ வாடை வீசுவது போல தெரிந்-தது.

அவள் சந்தேகம் உண்மை தான்..அரவிந்தன் குடித்து விட்டு வந்தி-ருந்தான்.

44

ஆமாம் அரவிந்தன் குடித்து இருந்தான். புது மனைவியை நெருங்க மனமும் இல்லை , அவளை சுய நினைவோடு முகத்திற்கு , முகம் பார்க்கத் துணிவும் இல்லை.

வாழ்க்கைக்கு ஒரு துணை வேண்டும் என்கிற நிலைக்கு வந்த இரண்டு நல்ல உள்ளங்கள் , ஒருவரை ஒருவர் எப்படி ஏற்றுக் கொள்-வது என்று தெரியாமல் தவித்துக்கொண்டு இருந்தது.

மலருக்கு , அரவிந்தன் நிலை புரிந்தது. அவனை தொந்தரவு செய்யவில்லை. அமைதியாக அவனை அவன் போக்கிலேயே விட்டுப் பிடிக்க நினைத்தாள்.

ராஜம்மாள் உள்ளே வந்து அரவிந்தன் நிலையைக் கண்டதும் , கலங்கினார்.

மலரை வெளியே அழைத்து வந்து....

மலர் , அவன் பிறவி குடிகாரேன்னு நினைச்சுடாதே...அவனால அவள மறக்க முடியல ....பாவம் , இனி நீதான் அவனுக்கு எல்லாம். உன்னால கட்டாயம் முடியும். உன்னைப் பத்தி எல்லாம் தெரிஞ்சுதான் அவனுக்கு கல்யாணம் பண்ணி வெச்சேன். உன்னை மாதிரி வைராக்-கியத்தோட இருக்க பொண்ணு தான் எங்க அரவிந்தனுக்கு பிடிக்கும். என்னை மாமியாரா நினைக்காத .....இந்த நிலைமை சீக்கிரம் மாறும். உன்னால அது முடியும்.

மலர் ஊமையாகி நின்றாள். இந்த அன்பு நம்பிக்கையைக் கொடுத்-தது. அரவிந்தன் மீது மரியாதையை வரவழைத்தது . அன்று இரவு தூங்கவே இல்லை .

புது இடம் பயத்தை ஏற்படுத்தியது. கண்ணை மூட முடியவில்லை. அருகில் அரவிந்தன் நன்றாக உறங்கிக் கொண்டிருந்தான். அந்த போதையிலும் மனிதன் ஏமாந்து கூட மலருக்கு எந்த தொந்தரவும் செய்-யவில்லை.

மலருக்கு இந்த சூழ்நிலை கொஞ்சம் ஏற்றுக் கொள்ளமுடியவில்லை என்றாலும், இது தான் இனி நமக்கு, இதில் நீச்சல் அடித்து கரை சேர்-வது தன்னுடைய சாமர்த்தியம் என்பதை நன்றாக உணர்ந்தாள்.

எப்படியோ உறங்கிப் போனாள். காலையில் மலர் எழுந்திருக்கும் போது மணி ஒன்பது , வேகவேகமாக எழுந்து வெளியே வந்தாள். மாமி-யார் சமையலறையில் இருந்தார் மலர் ஓடிவந்து...

அத்தை மன்னிச்சுடுங்க....கொஞ்சம் டைம் ஆயிடுச்சி....

அதெல்லாம் ஒன்னுமில்ல ...நீ முதல போய் குளிச்சிட்டு வா ....

ராஜம் , மலருக்கு முதல்ல குடிக்க டி குடு ...அப்புறமா குளிக்கட்-டும்....!!

மலர் பல்தேய்ச்சுட்டு வந்து டேபிளில் அமர்ந்தாள். அரவிந்தன் ஒரு மர்மமான மனிதன் போல மலர் கண்ணில் படவே இல்லை.

மாமியார் கொடுத்து டீ யை குடித்து விட்டு , குளிக்கச் சென்றாள். அங்கே ஏற்கனவே வெந்நீர் பாக்கெட்டில் காத்துக் கொண்டிருந்தது.

மலருக்கு ஆச்சரியமாக இருந்தது. சரி மாமியார் தான் கொண்டு வந்து வைத்திருக்கிறார் என்று நினைத்தாள்.

குளித்து முடிந்ததும் , காலை டிபன் ரெடியாக இருந்தது. மலர் உடையை மாற்றிக்கொண்டு வெளியே வந்தாள்.

மலர்....இங்கே வா ...!!

இதோ வர்றேன் அத்தை...

டேபிள்ல டிபன் எடுத்து வெச்சுட்டேன் இதுல முட்டை இருக்கு கொண்டு போய் வை ...

ம்.....

அப்படியே நீயும் அவனும் சாப்பிடுங்க....நானும் , அவரும் கடைக்-குப் போயிட்டு வர்றோம்...

மலர் , தலையை ஆட்டிக் கொண்டே ...அந்த "அவன் "எங்கே போனார் என்று முனங்கியபடி உள்ளே வந்தாள். சேரில் அரவிந்தன் உட்கார்ந்து இருந்தான்.

மலர் எதிர்பார்க்கவில்லை. எதுவும் பேசாமல் அவனுக்குப் பரிமாற ஆரம்பித்தாள் .

அரவிந்தன் எதுவும் சொல்லாமல் சாப்பிட ஆரம்பித்தான். இரண்டு வாய் உள்ளே போனதும்...

நீ சாப்படல...

இல்லை , நீங்க முதல்ல சாப்பிடுங்க ..!!

அரவிந்தன் எழுந்து அவளுக்கு ஒரு தட்டில் இட்லியை எடுத்து வைத்து விட்டு...

உட்காரு....

மலருக்கு சந்தோசமாக இருந்தது. பரவாயில்லை இந்த அளவிற்கு மனிதர்களை மதிக்கத் தெரிந்து இருக்கிறது. இவன் மனிதன் தான்.

அரவிந்தன் மெல்ல பேச ஆரம்பித்தான் .

மலர்...என்னை உன்னோட பிரண்ட் மாதிரி நினைச்சிக்கோ...சகஜமா இரு..!!

மலருக்கு சிரிப்பு வந்தது.

ஏன் , எதுக்கு இந்தச் சிரிப்பு!?

இத நான் தாங்க , சொல்லனும்...நீங்க தான் என்னை பாக்க கூட பிடிக்காம ....

மலருக்கு எப்படி சொல்லி முடிப்பது என்று தெரியவில்லை.

அரவிந்தன் முகத்தில் ஒரு சோகம் குடிகொண்டது . எப்படி இவள் ஒரே நாளில் தன்னை கண்டுபிடித்து விட்டாளே !!!

அப்படி இல்லை மலர்.....இந்த கல்யாணம் திடீர்னு நடந்தி- ருச்சு...இன்னும் கொஞ்ச நாள் ஆகட்டும்னு சொல்லி இருந்தேன்...

அதுவரைக்கும் நான் வேணும்ன்னா , எங்க வீட்ல இருக்கட்டுமா....?

அரவிந்தனுக்கு இந்த கேள்வி , கோபத்தை வரவழைத்தது.

அதெல்லாம் ஒன்னும் வேண்டாம்... இனி நீ இங்க தான் இருக்க- ணும்..

.......மலர் எதுவும் பேசவில்லை.

கொஞ்சம் சாந்தமானப் பின்னே ....!!

மலர்...என் கிட்ட ஏதாவது பிடிகலைன்னா .....கொஞ்ச நாள் பொறுத்துக்கோ, நானே மாறிடுவேன்...

மலர் அவனையேப் பார்த்துக் கொண்டிருந்தாள். எவ்வளவு உண்-மையானவனாக இருக்கிறான்.

சரிங்க....

என்னால உனக்கு எந்தச் பிரச்சனையும் வராது. நீ பயப்பட வேண்-டாம்.

ம்.....

உன்னை நான் நல்லா பாத்துக்குவேன்....

மலர் லேசாக ஏமாந்து போனாள். அரவிந்தன் தொடர்ந்தான்.

அபியையும் ....

இப்போது மலருக்கு நிம்மதியாக இருந்தது.

மலர் பதிலுக்கு மரியாதை செய்ய நினைத்தாள். அதற்குள் அவனே தொடரத்தான்.

நீ , எங்க எல்லாரையும் நல்லா பாத்துக்குவ எனக்கு நல்லாத் தெரி-யும்.

மலருக்கு இனி பேச என்ன இருக்கிறது என்று தெரியவில்லை. கண்கலங்கிப் போனாள்.

அரவிந்தன் கண்களை துடைத்து விட்டு...

மலர்....என் வாழ்க்கையில் எந்த ரகசியமும் இல்லை....நான் சராசரி மனிதன் அவ்வளவு தான் , உடனே உடனே என்னால மாற முடியாது. மலர் கூட தான் என்னோட வாழ்க்கைன்னு எனக்கு நல்லாத் தெரியும். என்னை பெரிய ஹீரோ அப்படின்னு இப்படின்னு கற்பனை பண்ணாதே மலர்....

அவன் பேசப் பேச மலர் கரைந்து போனாள்.

தலையை மட்டும் ஆட்டினாளே தவிர பேச முடியவில்லை.

ம்....சாப்பிடுங்க ...!!

இருவர் தட்டிலும் , இட்லி அப்படியே இருந்தது. சாப்பிட தோன்ற-வில்லை.

எனக்கு பசிக்கல மலர்....ரொம்ப நாள் கழிச்சு மனசு நிறைஞ்சு இருக்கு , அம்மா வர்றதுக்குள்ள தட்டைச் சுத்தம் பண்ணிடு.....

சொல்லி முடிப்பதற்குள் வாசலில் அம்மா சத்தம் கேட்டது. அரவிந்-தன் அம்மாவுக்கு பயந்த பிள்ளை போல ....கிடுகிடுவென சாப்பிட ஆரம்பித்தான்.

மலருக்கு அவனைப் பார்த்தால் குழந்தை போல இருந்தது. தானும் வேகமாக சாப்பிட்டு விட்டு எழுந்தாள்.

அம்மா மதிய சமையல் வேலையை ஆரம்பித்தார். மாமனார் உதவி-யாக இருந்தார்.

மலர் , உன்னை அரவிந்தன் கூப்பிட்ட மாதிரி இருக்கு...

மாமியார் , மலரை அரவிந்தன் இருக்கும் இடத்திற்கு விரட்டினார் . மலருக்கும் அது பிடித்து இருந்தது.

அரவிந்தன் தனது பள்ளிப் பருவ போட்டோ முதல் தனது குடும்ப போட்டோ எல்லாம் காட்டினான் .

எங்கேயும் அவனுடைய முதல் கல்யாண போட்டோ இல்லை. மலர் ஆர்வத்துடன் தேடினாள். கிடைக்கவில்லை.

சாலினி போட்டோ இருக்கா ....

உண்மையில் அரவிந்தனுக்கு உள்ளம் குளிர்ந்தது. எங்கே தன் மகளைப் பற்றி கேட்காமல் இருந்து விடுவாளோ , என்று பயமாகத்தான் இருந்தது.

கேட்டதும் , ஒரு பை நிறைய போட்டோக்களை கொண்டு வந்து கொட்டினான் .

சாலினி அழகுப் தேவதையாக இருந்தாள். மலருக்கு அவளைப் பார்க்க வேண்டும் போல இருந்தது. குழந்தை நடக்கும் பருவத்தில் இருந்தாள் .

அரவிந்தன் , குழந்தைப் பற்றி நாள் முழுவதும் பேசினான். நாகரீகம் தெரிந்தவன் , முதல் மனைவி பற்றி பேசவே இல்லை.

மலர் , அரவிந்தன் குறுகிய காலத்தில் தன்னைக் கவர்ந்து விட்டதை உணர்ந்தாள். இறைவன் எதை நமக்கு கொடுக்காமல் தட்டிப் பறிக்கி-றாரோ ?! அதை விடப் பெரியதாக கொடுக்கப் போகிறார் என்று அர்த்-தம்.

மலருக்கு வாழ்க்கையின் அர்த்தங்கள் புரிய ஆரம்பித்தது.

45

அத்தியாயம் - 45

மலருக்கு வாழ்க்கையின் அர்த்தங்கள் புரிய ஆரம்பித்தது. மலர் அரவிந்தனை அதிகமாக தொந்தரவு செய்யாமல் இருந்தாள் . அவனுக்கு தன்னோடு வாழ சில கால அவகாசம் தேவை என்பதை உணர்ந்தாள்.

மாலை ஆனதும் அரவிந்தன் காணாமல் போவதும் , திரும்ப வரும் போது குடித்து விட்டு வருவதும் , இரண்டொரு நாட்களில் மலருக்குப் பழகிப் போனது.

அந்த நேரத்தில் அவனோடு எதுவும் பேசாமல் தவித்தாள். எவ்வளவு தான் டேக் இட் ஈஸி என்று எடுத்துக் கொண்டாலும் , மலருக்கு வேதனையாகத் தான் இருந்தது.

இடையில் அம்மா பேசினார், அபியோடு பேச அனுமதிக்கவில்லை. அபிக்கு மலரின் ஞாபகம் வந்து விடும் என்று அம்மாவுக்கு பயம்.

மலருக்கு மனம் துவண்டு போனது. அப்போது தான் சாலினியை நினைத்து பார்த்தாள்.

பச்சிளம் குழந்தை , அம்மா முகம் அறியாத , அப்பாவின் அரு- காமையில் வளர முடியாத கொடுமை.

இறைவன் இங்கே தனக்கு குடும்ப வாழ்க்கை என்பதை விட, வேறு ஏதோ ஒரு கடமையைக் கொடுத்து இருப்பதாக உணர்ந்தாள் .

மறுநாள் விடிந்ததும் சாலினியை அழைத்து வரவேண்டும் என்று முடிவு செய்தாள். இரவு முழுவதும் தூக்கம் இல்லை.

அழுகை வரவில்லை மாறாக தன்னை இறைவன் இந்த இரண்டு குழந்தைகளின் தாயாகவே இந்த ஜென்மத்தில் படைத்து இருக்கிறான் என்று புரிந்து கொண்டாள்.

மனதில் இருந்த குழப்பங்கள் மறைந்து , ஒரு தெளிவு கிடைத்தது. இத்தனை நாட்களாக மனதிற்குள் இருந்தது ஏக்கங்கள் மறைந்து போனது. மாறாக ஒரு சின்ன திமிர் வந்தது.

"எனக்கு என்ன குறைச்சல் , மாமனார் , மாமியார் . அழகான இரண்டு பிள்ளை செல்வங்கள். என்னை யார் என்ன கேட்க முடியும். அரவிந்தன் இப்படியேவா இருக்கப் போறான். என்றாவது ஒருநாள் என்னிடம் உரிமை எடுத்துக் கொள்ளாமலாப் போய்விடுவான். அதுவரை , கிடைக்கும் இந்த நட்பு போதும் "

உலகம் புதிதாகத் தோன்றியது. ஆமாம் மலர் , நட்பில் மயங்கி காதல் செய்தவள் தானே ....அரவிந்தனும் நட்பால் மயங்குவான் என்று காத்திருக்க ஆரம்பித்தாள் .

நிம்மதியாக தூங்கிப் போனாள். காலையில் விடியும் முன்பே விழிப்பு வந்தது. புதுத் தெம்புடன் எழுந்து காலை வேலைகளைப் பார்க்க ஆரம்-பித்தாள்.

மாமியார் சத்தம் கேட்டு எழுந்தார்.

என்ன மலர் , இவ்வளவு நேரத்தில என்ன பண்ற ??

இல்லை அத்த...முழிப்பு வந்திடுச்சு....

மாமியார் கூடவே எழுந்து வந்து வேலை பார்க்க ஆரம்பித்தார். இருவரும் ஆளுக்கு ஒருவேளையைப் பார்க்க ஆரம்பித்தார்கள்.

மணி ஏழு அடித்தது. அரவிந்தன் எழுந்து வந்தான். மாமியாரும், மருமகளும் ஒன்றாக அமர்ந்து டிவி பார்த்துக் கொண்டிருந்தார்கள்.

அம்மா , என்ன இது காலையிலேயே ?

அப்புறம் எங்களுக்கு என்னடா வேலை ?

ஏன் காலையில வீட்ல ஒன்னும் வேலை இல்லையா ?

அதெல்லாம் முடிச்சாச்சு...

அரவிந்தன் வீட்டை ஒருமுறை சுற்றிப் பார்த்துவிட்டு....

ஏன் இவ்வளவு சீக்கிரம் , உங்க ரெண்டு பேருக்கும் தூக்கம் வரலியா...

ஆமாட…..ரெண்டு குழந்தைகளையும் கூட்டிட்டு வந்திடுங்க ….இனி எதுக்கு அவங்க அங்க இருக்கணும்….?

அரவிந்தன் , மலரைப் பார்த்தான்.

அங்க என்ன பார்வை ? அவ சொல்லி தான் நான் சொல்றேன் . சீக்கிரம் கிளம்பி போய் கூட்டிட்டு வாங்க …

அம்மா , எதுக்கு இவ்வளவு அவசரம் , அவங்க குழந்தைங்க …இப்ப துங்கீட்டு இருப்பாங்க..நம்மக்கு தான் வயசாகிப் போச்சு …! ஏதோ படத்தில ராதிகா நடு ராத்திரியில இட்லி அவிப்பாங்களே….அந்த மாதிரி இருக்கு உங்க ரெண்டு பேரையும் பாத்தா !

அரவிந்தன் சொல்லி விட்டு சிரித்தான் . அம்மா கோபமாக….

யாருக்குடா வயசாச்சி….இன்னும் பத்து வீட்டு வேலைப் பார்ப்பேன் தெரியுமா ??

அரவிந்தன் சல்யூட் அடித்து விட்டு குளிக்கச் சென்றான். அம்மா-வுக்கு உடலில் புதுத் தெம்பு வந்து விட்டது என்று நினைத்தான். அதற்கு காரணம் மலர் என்பதையும் அவனால் உணர முடிந்தது.

ஆனால் ….

இன்னும் மலரை நெருங்க முடியாத தூரத்தில் தான் நிற்பதாகவே உணர்ந்தான். மலரிடம் பேச ஆசையாக இருந்தது. அதைத் தாண்டி , அரவிந்தன் மனதில் ஏதோ ஒன்று பின்னுக்கு தள்ளியது.

மலர் , அரவிந்தன் முகத்தைப் பார்க்காமல் டிபனை எடுத்து வைத்-தாள். அரவிந்தன் அவள் ஏதாவது கேட்பாள் என்று நினைத்தான் , ஒரு ரியேக்ஸனும் இல்லை.

மலர்….

ம் ..

எம் மேல கோபமா….

இல்லை…

இல்லை , கோபம் தான்…

சரி கோபம் தான் …

எனக்கு கொஞ்சம் டைம் கொடேன்…

இப்ப நான் என்ன உங்க கிட்ட கேட்டேன் ?

எதுவும் கேக்கல , அதான் எனக்கு கஷ்டமா இருக்கு !!

எம் மனசில எதுவும் இல்லை , நீங்க எதைப் பத்தியும் கவலைப்பட வேண்டாம்... நிம்மதியா சாப்பிடுங்க ..!!

நிஜமாவா ?

சத்தியமா !!!

அரவிந்தனுக்கு , அவள் சொன்னதில் நம்பிக்கை இல்லை , இருந்-தாலும் தன்னை சீக்கிரம் மாற்றிக் கொள்ள வேண்டும் என்று நினைத்-தான்

இருவரும் சாலினியை அழைத்து வர கிளம்பிச் சென்றார்கள்.

பெரிய வசதி இல்லாத வீடு . அரவிந்தனின் மாமியார் வீடு மிக சாதாரணமாக இருந்தது. அங்கே அரவிந்தன் கல்யாண போட்டோ இருந்தது.

மலர் அதைக் கவனித்து விட்டாள். பெண் மிகவும் அழகாக இருந்-தாள். பாவம் ஆயுசு தான் இல்லாமல் போனது. நிறைப் பேர் இருந்-தார்கள். இவர்களை எதிர்பாக்கவில்லை . ஒரு வயதானவர் வெளியே இருந்து வந்து வரவேற்றார்.

உள்ளே குழந்தை சத்தம் எதுவும் கேட்கவில்லை.

வாங்க , வாங்க.....

அரவிந்தன் அவர்களை அறிமுகம் செய்து வைத்தான்.

கடைக்கு போயிருந்தேன்....பாப்பாவ பாத்தீங்களா?

இல்லை...உள்ளே இல்ல போல !!

கொஞ்சம் இருங்க வர்றேன்...

சொல்லி விட்டு உள்ளே ஓடினார். திரும்ப வரும்போது கையில் குழந்தை இருந்தது.

குழந்தை தூங்கீட்டு இருக்கா ....

அரவிந்தன் , அழுங்காமல் குழந்தை யை வாங்கிக் கொண்டான். குழந்தை நீண்ட நேரம் அழுதிருக்கும் போல , விம்மல் சத்தம் இடை-யில் வந்து கொண்டிருந்தது .

மலர் குழந்தையைப் பார்த்துக் கொண்டே இருந்தாள். பாவம் போட்-டோவில் பார்த்ததை விட மெலிந்து இருந்தாள். அரவிந்தன் மலரிடம் குழந்தையை காட்டியபடி இருந்தான். குழந்தை இடையில் சிணுங்க ஆரம்பித்தது .

அரவிந்தன் தன் நெஞ்சில் சாய்த்துக் கொண்டான். மலருக்கு கை துடித்தது. ஆனாலும் தன்னைப் பார்த்து அழக ஆரம்பித்து விடுவாளோ என்று பயந்து அமைதியாக அமர்ந்து இருந்தாள்.

வயதானவர் மலரை உள்ளே அழைத்தார்.

உள்ள வாம்மா ....

உள்ளே சென்றாள் .

உள்ளே அரவிந்தன் மாமியார் படுத்த படுக்கையாகக் கிடந்தார்.

இவங்க தான் சாலினி அம்மத்தா ...

மலர் வணக்கம் சொன்னாள் . படுக்கையில் இருந்தவர் லேசாக கலங்கினார். பேத்தியை நன்றாகப் பார்த்துக் கொள்ளச் சொன்னார் . மலருக்கு இதயம் கணத்தது.

அம்மா நீங்க எதுக்கும் கவலைப்பட வேண்டாம். நான் பாத்துக்கி-றேன்.

உள்ளே இருந்து யாரோ ஒரு பெண் முகத்தை உம் என்று வைத்துக் கொண்டே டி கொண்டு வந்து கொடுத்தாள்.

மலர் அதை வாங்கிக் குடித்தபடி...

அம்மா நாங்க சாலினிய கூட்டிட்டுப் போறோம்.

அம்மா , சந்தோஷமாக தலையை அசைத்தார். இதற்காக காத்தி-ருந்ததைப் போல இருந்தது.

எனக்கு ரொம்ப முடியலம்மா ...அதுனால தான் , இல்லைன்னா எனக்கு அனுப்ப விருப்பம் இருந்திருக்காது . இங்கே வேற யாரும் அந்த அளவுக்குப் பாத்துக்க மாட்டாங்க ...

மலர் அவருக்கு தைரியம் சொல்லி விட்டு வெளியே வந்தாள். அதற்குள் குழந்தை முழித்து விட்டது. அரவிந்தன் முகத்தைப் பார்த்து சிரித்து விளையாடி கொண்டிருந்தது.

அரவிந்தன் , மலரிடம் குழந்தையை நீட்ட , குழந்தை வர மறுத்தது. இருவரும் கிளம்ப தயாரானார்கள். உள்ளே இருந்து ஒரு ஆண் வந்து குழந்தையின் துணிமணிகள், மருந்து என்று ஒரு பெரிய மூட்டையைக் கொடுத்து விட்டு சென்றான்.

அரவிந்தன் குழந்தையை முன்னால் வைத்துக் கொண்டு வண்டியில் அமர்ந்தான். மலர் அந்த மூட்டையை கஷ்டப்பட்டு மடியில் வைத்துக் கொண்டு அமர்ந்தாள். பக்கத்து வீட்டில் இருந்தவர்கள் வேடிக்கைப்

பார்த்துக் கொண்டிருந்தனர்.

எப்படியோ இருவரும் வீடு வந்து சேர்ந்தார்கள். ராஜம்மாள் ஓடிவந்து சாலினி யை வாங்கிக் கொண்டார்.

அவரிடம் குழந்தை சிரித்தபடி சென்றது. வீட்டில் சிரிப்பு சத்தம் உலா வந்தது. மலருக்கு குழந்தை தன்னிடம் வரவில்லை என்றாலும் அவளை பார்த்தபடி சந்தோசப்பட்டாள்.

அரவிந்தன் நிம்மதி பெருமூச்சு விட்டான் . மனதில் இரண்டாவது திருமண த்தில் தாயின் முடிவு சரியாக இருந்ததாக நினைத்தான். இல்லை என்றால் இவ்வளவு தைரியமாக குழந்தை யை அழைத்து வந்-திருக்க முடியாது.

மலருக்கு அபியின் ஞாபகம் வாட்டியது. வெளியே காட்டிக் கொள்-ளவில்லை. மாலை வரை சாலினி அவளிடம் வரவில்லை. பிறகு சிறிது , சிறிதாக ஒட்டிக் கொண்டாள்.

மலருக்கு , மனதிற்குள் ஒரு பயம் இதை அபி ஏற்றுக் கொள்வாளா ?

46

மலருக்கு அபியின் ஞாபகம் வாட்டியது. வெளியே காட்டிக் கொள்-ளவில்லை. மாலை வரை சாலினி அவளிடம் வரவில்லை. பிறகு சிறிது, சிறிதாக ஒட்டிக் கொண்டாள்.

மலருக்கு, மனதிற்குள் ஒரு பயம் இதை அபி ஏற்றுக் கொள்வாளா ?

மனம் பலவாறாக யோசித்துப் பார்த்தது. வாசலில் ஆட்டோ சத்தம் கேட்டது. அம்மா அபியை அழைத்துக்கொண்டு வந்திருந்தார்.

மலருக்கு கண்கள் கலங்கியது. இடுப்பில் சாலினி இருக்கிறாள் , அபியையும் தூக்கிக் கொஞ்ச வேண்டும் , ஆனால் எப்படி ?

தர்மசங்கடமான நிலை !!!

அபி ஓடிவந்து மலரின் கால்களை கட்டிக்கொண்டு நின்றாள். ராஜம்-மாள் ஓடிவந்து மலரிடம் இருந்து சாலினியை பெற்றுக் கொண்டார். இப்-போது தான் மலருக்கு உயிர் வந்தது.

இப்படி எத்தனை நாட்களுக்கு சமநிலையில் வாழ முடியும் என்று தெரியவில்லை.

அபியை தூக்கிக் கொஞ்ச ஆரம்பித்தாள். அம்மா ஓரளவு சொல்-லித்தான் அழைத்து வந்திருந்தார் போல ....

அம்மா அது தங்கச்சி பாப்பாவா ?-

ஆமடா....உனக்கு அவள பிடிச்சுருக்கா ?

ம் ...

அபி , சாலினியோடு விளையாட ஆரம்பித்தாள் . ராஜம்மாள் அவர்கள் இருவருக்கும் இடையில் பாசத்தை ஏற்படுத்த முயற்சி செய்து கொண்டிருந்தார் .

எப்போதும் மாலையில் காணாமல் போகும் அரவிந்தன் , இன்று குழந்தைகளோடு விளையாடிக் கொண்டிருந்தான்.

ராஜம்மாளுக்கு மனதிற்குள் சந்தோஷம். தன் மகன் மாறி விடுவான் என்ற நம்பிக்கை வந்தது.

மாமனார் பேத்திகளுக்கு விளையாட தேடித் தேடி சாமான்களைக் கொண்டு வந்து குவித்தார்.

மலருக்கு மனசு நிறைந்தது. அம்மாவுக்கு சந்தோஷம் தான் , ஆனால் திரும்ப வீட்டிற்குச் செல்லும் போது தனியாக செல்ல வேண்-டுமே ...?!.

பாவம் அம்மா மலரைப் பார்த்து சந்தோசப்படுவதா ? இல்லை மகளே எப்படியாவது இந்த வாழ்க்கையில் ஜெயித்து விடு என்று வேண்-டிக் கொள்வதா என்று தெரியாமல் தவித்துக்கொண்டு இருந்தார்.

இரவு ஆனது , அம்மா கிளம்பத் தயாரானார். அபிக்கு தெரியாமல் பின் வாசல் வழியாக வெளியே வந்தார். மலர் அம்மாவை வழியனுப்ப உடன் வந்தாள்.

வாசலில் ஆட்டோ வருவதற்காக காத்திருந்தார்கள் . எல்லாம் அரவிந்தன் ஏற்பாடு , அம்மா நெகிழ்ந்து போனார்.

மலர்...எதுவானாலும் சமாளிச்சு இருந்திடுடா ....அம்மா உன்னை ஏதாவது காயப்படுத்தி இருந்தா மன்னிச்சுடு...

அம்மா.....மலர் பதறிப் போனாள்.

இல்லை மலர் , எனக்குத் தெரியும் , இந்த வாழ்க்கையை எனக்கு பயந்து தான் ஏத்துகிட்ட....அம்மா உனக்கு எது செய்தாலும் நல்லதுக்-குத் தான் செய்வேன்.

மலருக்கு அழுகை தான் வந்தது. வார்த்தைகள் வரவில்லை.

மலர் , துன்பம் எல்லாருக்கும் வரும் , கஷ்டமில்லாத வாழ்க்கையே இல்லை. இந்த வாழ்க்கையிலும் கட்டாயம் கஷ்டம் வரும். ஆனா கொஞ்ச நாள்ல எல்லாம் மாறும். ஏண்டா கல்யாணம் பண்ணோம்னு நினைச்ச வாழ்க்கையே ஒருநாள் வரமாத் தெரியும்.

சரிம்மா.....

அன்பு அதிகமாகி எல்லா உண்மையையும் சொல்லி வைக்காத , எதச் சொல்லனுமோ அதுமட்டும் சொல்லு ....ஏதாவது தேவையில்லாம சொல்லி , பிரச்சனை வந்திடப் போகுது...

சரி ம்மா ...

மலர் , எவ்வளவு தான் உலகம் மாறினாலும் , சில விசயங்கள் எப்-போதும் மாறப்போறதில்லை . இங்கே பெண்ணுக்கு ஒரே சட்டம் தான் , அவர்கள் எப்போதும் விட்டுக் கொடுத்து தான் போகணும் , எல்லா புருஷனும் அப்படித்தான் எதிர்பார்ப்பாங்க ...

ம்...

ஏமாந்து , பெண் உரிமை பேசிடாத , ஆரம்பத்திலேயே அடங்காப்-பிடாறின்னு சொல்லிடுவாங்க...

ம் ...

நீ யாருன்னு வாழ்ந்து தான் காட்டணும் மலர் , பேசி இந்த உலகத்தை ஜெயிக்க முடியாது.

சரி ம்மா ...

ஏதாவது பேசி மனச ஆத்திக்கணும்னு தோனுச்சின்னா , அம்மா கிட்ட சொல்லு , குடும்ப கதையை வெளியே சொல்லிடாத மலர். அப்-புறம் அது ஊர் கதை ஆயிடும்...

சரிம்மா...

மாப்பிள்ளை கிட்ட ரொம்ப எதுவும் எதிர்பார்க்காத ...அவரே உனக்கு எல்லாம் செய்வாரு...

மலர் இதற்கு என்ன சொல்ல முடியும். ஒன்றும் சொல்லாமல் அழு-தபடி தலையை அசைத்தாள்.

அபிய நல்லா பாத்துக்கோ...

ம் ..

அந்தக் குழந்தையும் இனி உன் குழந்தை தான் , நல்லாப் பாத்-துக்கோ....

அம்மா கொட்டித் தீர்த்தார். ஏதாவது சொல்ல மறந்து விட்டோமா என்று யோசித்து , யோசித்து மலருக்கு அறிவுரை சொன்னார். மலருக்கு அம்மாவோடு இன்னும் கொஞ்ச நேரம் இருக்க வேண்டும் என்று தோன்றியது.

ஆட்டோ வந்தது , அம்மா மலருக்கு நெற்றியில் முத்தமிட்டார். அம்மாவின் கண்களில் கண்ணீர் .....

வேறு வழியில்லை , பிரிந்து தான் ஆகவேண்டும். இது எல்லா மகள்களுக்கும் ஏற்படும் பாசப் போராட்டம்.

[என்னைப் பொருத்தவரை இன்னமும் எந்த சினிமாவும் அம்மா , மகள் என்கிற உறவை சரியாக காட்டவே இல்லை , இந்த பந்தம் இரண்டு நாம் உள்ளங்களின் சங்கமம் என்றே சொல்லலாம். எவ்வளவு தான் அம்மாவோடு சண்டை வந்தாலும் , பெண் பிள்ளைகள் தான் , தாய்க்கு தாயாக இருக்க முடியும்]

அம்மா அழுதபடி சென்று விட்டார். மலர் ஆட்டோ கண்களை விட்டு மறையும் வரை பார்த்துக் கொண்டே இருந்தாள்.

தன் அருகில் யாரோ நிற்பது போல தோன்றியது. திரும்பி பார்த்தாள் , மாமியார் நின்று கொண்டிருந்தார் .

மலர்...கவலைப்படாதே ,நான் இருக்கிறேன் உனக்கு , உள்ள வா ....!

மலரை அழைத்துக் கொண்டு உள்ளே வந்தார். இரண்டு குழந்தை-களும் தூங்கிக் கொண்டிருந்தார்கள்.

மலருக்கு யாரோடு படுக்க வேண்டும் என்கிற குழப்பம் வேறு...

அரவிந்தன் அதைப் புரிந்து கொண்டு..

மலர் , அபிய கூட படுக்க வெச்சுக்கோ....நான் சாலினிய பாத்துக்-கிறேன் . அவ இடையில பாலுக்கா எழுந்திருப்பா, உனக்கு பழக்கம் ஆகற வரை நானே பாத்துக்கிறேன்.

மலர் தலையை அசைத்தாள்.

மலர் , அரவிந்தன் வாழ்க்கை புதிய பாதையில் நல்ல முறையில் பயணிக்க ஆரம்பித்தது. அரவிந்தன் லீவு முடிந்து வேலைக்குச் செல்ல ஆரம்பித்தான் .

நல்ல அனுசரணையான மாமியார் , பொறுமையான மாமனார் என்று எந்த பிரச்சினையும் இல்லாமல் நகர்ந்தது. மாமியார் எல்லா வரவு செல-வையும் மலரிடம் ஒப்படைத்தார்.

இருந்தாலும் , இரண்டு குழந்தைகளோடு மலருக்கு சமமான வாழ்-வது போராட்டமாக இருந்தது.

அரவிந்தன் முடிந்தவரை இரண்டு குழந்தைகளையும் சமமாக நடத்-தினான். மலருக்கு தினமும் இருபத்தி நான்கு மணி நேரம் போத-வில்லை.

ஒவ்வொரு நாளும் ஒவ்வொரு பிரச்சனையாக வந்தது. ஒருநாள் அபி , சாலினி யை அடிப்பதும், மறுநாள் சாலினி அபியை கடிப்பதும் போய்க் கொண்டிருந்தது.

சிறிது சிறிதாக சூழ்நிலை மாற ஆரம்பித்தது ...அபி எது சாப்பிடா- லும், சாலினிக்கு என்று கேட்டு வாங்கி போனாள்.

அதே போல சாலினி , அக்காவை அடித்தால் இடையில் புகுந்து தடுக்க ஆரம்பித்தாள். அரவிந்தன் இந்தச் சூழ்நிலையை ரசிக்க ஆரம்- பித்தான்.

மலர் மெல்லமாக அரவிந்தனின் தயக்கத்தை தனது தாய்மை நிறைந்த அன்பால் மாற்றிக் கொண்டிருந்தாள்.

சின்னச் சின்ன பார்வை , சிரிப்பு என்று மலர் , அரவிந்தன் இல்லற வாழ்க்கை ஆரம்பமானது. அரவிந்தன் தன் வாழ்க்கை பாதுகாப்பான இடத்தில் இருப்பதாக உணர ஆரம்பித்தான்.

சில மாதங்கள் ஓடிப்போனது.....ஒருநாள் சாலினிக்கு உடம்பு சரி- யில்லாமல் போனது. அட்மிட் செய்யும் நிலையில் இருந்தாள். காய்ச்சல் குறையவே இல்லை.

அபியை மாமியார் பார்த்துக் கொள்ள , மலர் ,சாலினியோடு சில நாட்கள் ஆஸ்பத்திரியில் தங்க வேண்டி இருந்தது.

அரவிந்தன் கூடவே இருந்தான். அது குழந்தைகள் மருத்துவமனை என்பதால் எல்லாம் பெட்டிலும் குழந்தைகளாகவே இருந்தார்கள். டாக்- டர் ஒரு பெண் என்பதால் ஒரு சில பெண்களும் அட்மிட் ஆகி இருந்- தார்கள்.

முதல் நாள் சாலினியை விட்டு நகர முடியவில்லை, மறுநாள் அரவிந்தன் குழந்தையை பார்த்துக் கொள்ள , மலர் வெளியில் கடைக்கு வந்தாள்.

சாலினிக்கு தேவையான பொருட்களை வாங்கிக் கொண்டு ஆஸ்- பத்திரியில் நுழைந்தாள்.

ஆஸ்பத்திரி வாசலில் ஒரு கார் யருக்காகவோ காத்திருந்தது. எப்- போதும் மலர் யாரையும் உன்னிப்பாக கவனிக்கும் வழக்கம் இல்லை ஆனால் இன்று ஏதோ ஒரு உந்துதல் , தன்னை அறியாமல் காரின் உள்ளே பார்வையை வீசினாள்.

தடுமாறிப் போனாள்.......மலர்

நல்ல செல்வச் செழிப்போடு , பகட்டாக முன்னால் கணவன் பாபு அமர்ந்து இருந்தான்.

தடுமாறிப் போனாள்.......மலர்

நல்ல செல்வச் செழிப்போடு , பகட்டாக முன்னால் கணவன் பாபு அமர்ந்து இருந்தான்.

47

அத்தியாயம் - 47

தடுமாறிப் போனாள்.......மலர்

நல்ல செல்வச் செழிப்போடு , பகட்டாக முன்னால் கணவன் பாபு அமர்ந்து இருந்தான்.

பாபு மலரைப் பார்க்கவில்லை , ஆனால் மலர் பார்த்ததும் கண்டு பிடித்து விட்டாள்

முடிந்தவரை வேகத்தை கூட்டி அந்த இடத்தை விட்டு நகர்ந்து உள்ளே சென்றாள்.

உடலில் ஒருவிதமான படபடப்பு , தேடி தேடி திரிந்தேன், உனக்காக காத்து கிடந்தேன் , அப்போதெல்லாம் என் கண் முன்னே காட்டாத கடவுள் இன்று உன்னை என் கண் முன்னே காட்டி இருக்கிறாரே ?! இறைவா ஏன் என்னை இப்படி சோதனை செய்கிறாய்.....?

அரவிந்தன் மீது எனக்கு இருக்கும் அன்பை சோதித்துப் பார்க்கி-றாயா ?

கேள்விகள் மலையாய் குவித்தாது. பின்னால் இருந்து அரவிந்தன் வந்தான்

மலர் எங்கே போற ,இது தான் நம்ம ரூம்...

அப்போது தான் மலருக்கு புரிந்தது. மனதில் இருந்த குழப்பத்தில் அவர்கள் தங்கி இருந்த அறையைத் தாண்டி சென்று கொண்டிருந்தாள்.

நான் ஏதோ ஞாபகத்தில ....

மலர் சுதாரித்துக் கொண்டு உள்ளே சென்றாள். அன்று சாலினியை வீட்டிற்கு அழைத்து செல்லச் சொல்லி விட்டார்கள்.

ஆட்டோ பிடிக்க அரவிந்தன் சென்றான்.

மலர் வீட்டிற்கு போகலாம் தயாரானாலும் மனதிற்குள் பாபு வின் அந்த பகட்டான முகம் வந்து காயப்படுத்திக் கொண்டே இருந்தது.

சாலினி , மலரின் தோளில் தூங்கி கொண்டிருந்தாள். மலரின் மனம் முழுவதும் ரணமாக இருந்தது.

என்னை பிரிந்த சோகம் உனக்கு இல்லையா ? இதே ஊரில் இவ்- வளவு செல்வச் செழிப்போடு இருக்கும் நீ , இத்தனை நாட்களாக என்- னைத் தேடி வரவில்லையே ?!

மலர் வா போகலாம்...

அரவிந்தன் குரல் சிந்தனையை கலைத்தது.

அரவிந்தன் மற்ற பொருட்களை ஆட்டோ வில் ஏற்றினான்.

மலரின் கண்கள் பாபுவைத் தேடியது. அங்கே கார் நிற்கவில்லை , கிளம்பி சென்று விட்டது போல ...

அரவிந்தன் வழியில் சாலினிக்கு கொடுக்க வேண்டிய மருந்து மாத்- திரைகள் பற்றி பேசிக் கொண்டே வந்தான் , மலருக்கு உடல் மட்டும் அங்கே இருந்தது. மனம் முழுவதும் ரத்தம் சொட்டும் நினைவுகளில் மூழ்கிப் போனது.

வீடு வந்தது , மலர் ஏதோ சிந்தனையில் அப்படியே ஆட்டோவில் அமர்ந்து இருக்க , அரவிந்தன் மலரின் கைகளை பிடித்து ...

மலர்....என்ன ஆச்சு உனக்கு??

மலர் அவசரமாக இறங்கி உள்ளே போனாள். ராஜம்மாள் சாலினி க்கு திருஷ்டி கழித்து உள்ளே அனுப்பி வைத்தார்.

அபி அம்மமாவைக் கண்டதும் , சிரித்தபடி ஓடி வந்தாள். வீடு பழைய படி கலைகட்டியது.

ராஜம்மாள் , மலரை புகழ்ந்து தள்ளினார்.

மலர் , உன்னை எப்படி பாராட்டுறதுன்னே எனக்கு தெரியலை ...உன் பிள்ளைய விட்டுட்டு , சாலினிய பாத்துகிட்ட, ...!! நீ கிடைக்க அரவிந்தன் கொடுத்து வெச்சிருக்கனும்..

மலருக்கு சந்தோசமாக இருந்தது. இப்படி ஒரு மாமியார் வாயில் வருவது என்றால் எவ்வளவு கஷ்டம் என்று அனுபவப்பட்டவர்களுக்கே தெரியும்

அரவிந்தன் அன்று மலரை தலையில் தூக்கி வைக்காத குறை தான்.

மலர் , நீ சாப்பிட்டு போய்ப்படும்மா , ரெண்டு நாளா சாலினி அவளிடம் தூங்க விடல...!!

ஆமாம்மா ...போ போய்த் தூங்கு ..

மாமனார் சப்போர்ட் பண்ணி பேசினார். மலருக்கு உண்மையில் தூங்க வேண்டும் என்பதை காட்டிலும் , இப்போது தனிமை கிடைத்தால் போதும் என்று இருந்தது.

மலர் படுக்கையில் படுத்ததும் , முதலில் அம்மாவை தேடி சாலினி வந்தாள். அம்மாவின் சூட்டில் உரசியபடி படுத்தாள். அதைப் பார்த்து அபி ஓடிவந்து மறுபக்கம் அம்மா மீது கால் போட்டபடி படுத்தாள் .

மலர் இந்த சூழ்நிலையை ரசிக்க முடியாதபடி , மனசு கிடந்து தவித்-துக்கொண்டு இருந்தது.

கண்களில் நீர் வழிந்தது. இறைவா எனக்கு ஏன் இந்த சூழ்நிலை-யைக் கொடுத்தாய்..??என் மனதை ஏன் இப்படி பாடாய்படுத்துகிறாய் ?

அரவிந்தன் உள்ளே வரும் சத்தம் கேட்டது. மலர் கண்களை துடைத்து விட்டு முகத்தை மூடியபடி படுத்தாள்.

அரவிந்தன் , அவர்களை தொந்தரவு செய்யாமல் , கிழே படுத்தான். அரவிந்தன் மலரை மிக உயர்ந்த இடத்தில் வைத்தான்.

மலரிடம் ஆரம்பத்தில் இருந்த தயக்கங்கள் மறைந்து , அவளே தன் உலகம் என்று நம்ப ஆரம்பித்தான் .

மறுநாள் காலையில் மலர் நீண்ட நேரமாக தூங்கிக் கொண்டிருந்-தாள்.

ராஜம்மாள் அவளைத் தொந்தரவு செய்யாமல் , அபிவை ஸ்கூலுக்கு தயார் செய்தார்.

அரவிந்தன் உதவி செய்தான்.

அப்பா அம்மாவுக்கு , காய்ச்சலா ?

ஆமடா , அம்மா பாவம் , நைட் புல்லா தூங்கவே இல்லை. இன்-னைக்கு அம்மாவ தொந்தரவு பண்ண வேண்டாம். சரியா ?

சரிப்பா...

அபி , அரவிந்தன் சொன்னபடி கேட்டு கிளப்பிக் கொண்டிருந்தாள். ராஜம்மாள் அவள் உரையாடலை ரசித்தபடி டிபன் பாக்சை கொண்டு வந்து வைத்தார்.

வாசலில் ஆட்டோ சத்தம் கேட்டது. மலர் தன்னை அறியாமல் வெளியே ஓடி வந்தாள் .

அபி , அபி ஆட்டோ வந்திடுச்சு..கிளப்பிட்டியா ??

அம்மா கிளம்பியாச்சு...நீங்க போய் ரெஸ்ட் எடுங்க ....

அபி அம்மா கன்னத்தில் முத்தமிட்டாள். அரவிந்தன் லன்ச் பாக்ஸ் , பேக் எல்லாத்தையும் கொண்டு ஆட்டோவில் வைத்து விட்டு அபிக்கா காத்திருந்தான் .

மலர் அபியை தூக்கிக் கொண்டு வந்து ஆட்டோவில் அமர வைத்-தாள். ஆட்டோ கிளம்பியது , அபி சிரித்தபடி டாட்டா காட்டினாள்.

மலர் அரவிந்தன் அருகில் வந்து...

சாரிங்க , ரொம்ப டையர்டா இருந்தது.

பரவாயில்லை மலர் , நானும் அம்மாவும் இருக்கும் போது , நீ எதுக்கு கவலைப்படுற....?

மலர் அவன் கைகளை இறுக்கமாக பிடித்துக் கொண்டு...

ரொம்ப தேங்ஸ்...

கண்கள் கலங்கியது.

மலர் ...என்ன பண்ற , முதல்ல உள்ளவா...

மலரை உள்ளே அழைத்து வந்தான். சாலினி அழுது கொண்டே ஓடிவந்து மலரை தூங்க சொன்னாள் .மலர் அவளை தூக்கி இடுப்பில் வைத்துக் கொண்டாள்.

அம்மாவின் கண்களில் கண்ணீரைக் கண்டதும் சாலினியின் அழுகை பெரிதானது.

அரவிந்தன் , சாலினியை சமாதானம் செய்து விட்டு , மலரிடம்..

மலர் , குழந்தைங்க முன்னால அழுகாத , இப்ப பாரு அவளும் அழுகறா !!

மலர் முகத்தை கழுவி விட்டு வந்தாள். ராஜம்மாள் டீ யைத் தயா-ராக வைத்து இருந்தார்.

மலர் கையில் டீ யை கொடுத்து விட்டு சாலினி யை வாங்கிக் கொண்டார்.

அரவிந்தா...நீ ஆபீஸ் போகல..?

போகணும்மா.....

சொன்னவன் , மலரின் முகத்தைப் பார்த்து சோர்ந்து போனான்.

மலர் , என்னமா ஆச்சு ??

மலர் எதையோ மனதில் நினைத்துத் தன்னை வருத்திக் கொள்கி-றாள் என்பதை அரவிந்தன் நன்றாக உணர்ந்தான்.

மலருக்கு அவன் கேட்டதும் மீண்டும் அழுகை வந்தது. அரவிந்தன் மலரை ஆதரவாக தன்னோடு நெஞ்சில் சாய்த்துக் கொண்டான்.

மலர் , ஏதாவது பிரச்சனையா ?

அபிய பாத்துகிட்டதுக்கு ரொம்ப தேங்ஸ்...

எதுக்கு திரும்ப , திரும்ப தேங்ஸ் சொல்ற...அது என்னோட கடமை , நமக்கு ரெண்டு குழந்தைங்க , அவங்கள நம்ம தான் பாத்துக்கணும் . அதுக்கு நம்ம ரெண்டு பேரும் மாறி , மாறி நன்றி சொல்லிக்க கூடாது. ம்....சரியா !!

மலரின் கண்களைத் துடைத்து விட்டு ...

நீ கொஞ்சம் ரெஸ்ட் எடு , இன்னைக்கு எந்த வேலையும் செய்ய வேண்டாம்.

அரவிந்தன் ஆபீசுக்கு கிளம்பிச் சென்று விட்டான் . சாலினி , ராஜம்மாள் கொடுத்த பாலைக் கொடுத்து விட்டு , மீண்டும் மலரின் அருகில் வந்து படுத்தாள். மலர் அவளை அணைத்தபடி மீண்டும் உறங்-கிப் போனாள் .

இடையில் அரவிந்தன் மனசு கேட்காமல் மலருக்கு போன் செய்தான் . மலருக்கு நல் தூக்கம் போனை எடுக்கவில்லை.

அம்மாவின் செல்லுக்கு அழைத்துப் பேசினான் .

அரவிந்த் , மலரும் பாப்பாவும் நல்லா தூங்கீட்டு இருக்காங்க ......

அரவிந்தனுக்கு , மனதிற்குள் ஏதோ நெருடலாக இருந்தது. இத்-தனை நாட்களாக மலர் இப்படி மனச் சோர்வுடன் இருந்ததில்லை . தான் அவளை எங்கேயோ நோகடித்து விட்டதாக நினைத்து வருந்தி-னான் .

மாலை வரும்போது மலருக்கு எது பிடிக்கும் என்று பார்த்துப் பார்த்து வாங்கினான் . கூடவே குழந்தைகள் இருவருக்கும் பழங்கள் , பிஸ்கட் என்று ஒரு மூட்டையை கட்டிக்கொண்டு வந்தான்.

அரவிந்தன் வண்டி சத்தம் கேட்டதும் குழந்தைகள் இருவரும் ஓடி வந்தார்கள். தங்களுக்கு சேர வேண்டிய பாக்கெட்டுகளை சத்தம் போட்-டபடி அள்ளிச் சென்றார்கள்.

அரவிந்தன் மலரை தேடினான். மலர் அங்கே தென்படவில்லை.

மலர்...மலர்..!!

அவளுக்கு உடம்பு சரியில்லை அரவிந்தா ?! படுத்துகிட்டு இருக்கா !

அரவிந்தனுக்கு தூக்கி வாரிப் போட்டது.

உள்ளே ஓடிவந்தான் , மலர் நேற்றியை தொட்டுப் பார்த்தான் , காய்ச்சல் கொதித்தது.

மலர் ...வா ஆஸ்பத்திரிக்கு போகலாம்..

இல்லை , மாத்திரை போட்டா சரி ஆயிடும். போக வேண்டாம்.

அரவிந்தன் எவ்வளவோ வற்புறுத்தியும் மலர் வரவே இல்லை. அரவிந்தனுக்கு கோபம் தான் வந்தது. இருந்தாலும் அதைக் காட்டிக் கொள்ளாமல்...

மலர்...என்ன ஆச்சு உனக்கு ? நான் ஏதாவது தப்பு பண்ணிட்டேனா ? உனக்கு ஏதாவது ஒன்னுன்னா நான் தாங்க மாட்டேன் மலர்.

அரவிந்தன் கலங்கிப் போனான். மலருக்கும் அழுகை வந்தது. ஆனாலும் தனக்கு என்ன பிரச்சனை என்று சொல்லி முடியவில்லை. மனசு உள்ளே பிணைந்தது .

48

அத்தியாயம்- 48

அரவிந்தன் கலங்கிப் போனான். மலருக்கும் அழுகை வந்தது. ஆனாலும் தனக்கு என்னப் பிரச்சனை என்று சொல்ல முடியவில்லை. மனசு உள்ளே பிணைந்தது.

மலருக்கு இரவு முழுவதும் தூக்கம் வரவில்லை. தனிமைத் தேவைப்-பட்டது. கதறி அழுத வேண்டும் போல தோன்றியது. அருகில் யாரும் இருக்கக் கூடாது.

அப்படி ஒரு தனிமை இங்கே கிடைப்பது சிரமம். இங்கே என்ன இங்கே ?! இனி கிடைக்கப் போவதில்லை.

குழந்தைகள் இருவரும் இடைவெளி இல்லாமல் மலரை வட்டமிட்-டார்கள். மலருக்கு அரவிந்தன் சொன்னது ஞாபகம் வந்தது ,

குழந்தைங்க முன்னால அழுதா அவங்களும் அழுவாங்க !"

மலர் அழுகையை கட்டுப்படுத்திக் கொண்டு இருந்தாள். விடிந்ததும் அரவிந்தன் அருகில் அமர்ந்து மலரின் நெற்றியைத் தொட்டுப் பார்த்-தான்.

காய்ச்சல் இல்லை...பரவாயில்லையே , ஆஸ்பத்திரிக்கு போகாமலே சமாளிச்சுட்ட..!?

ம்....மலர் சோகமான குரலில் பதில் சொன்னாள்.

சரி , அபி கிளம்பினதும் , என் கூட கிளப்பு ?!

எங்க ....??

"

சொல்றேன் ...உங்க ரெண்டு பேருக்கும் ரெண்டு மூணு செட் துணி எடுத்துக்க....

ரெண்டு பேரும்மா ? யார் யார் ?

நீயும் , அபியும்...

அப்ப சாலினி , நீங்க ??

இல்லம்மா ...உனக்கு கொஞ்சம் ரெஸ்ட் தேவை , நீ உங்க அம்மா வீட்டில ரெண்டு நாள் இருந்தா எல்லாம் சரியாப்போகும் .

மலர் , அரவிந்தன் கைகளை இறுக்கமாக பற்றிய படி ...

எப்படிங்க , நானே கேக்கணும்னு நினைச்சேன் . எனக்கு இங்கே ஒரு வேலையும் இல்லை. நான் நல்ல ரெஸ்டுல தான் இருக்கேன் , ஆனாலும் அம்மாவ பாக்கணும் போல இருக்கு...

எனக்குத் தெரியும் மலர்...

ஆனா ஒன்னு மட்டும் உங்களுக்குத் தெரியலை...

என்னது...

எப்படி சாலினி இல்லாம ....என்னை நீங்க இன்னும் புரிஞ்சுக்கவே இல்ல !

அரவிந்தனுக்கு குற்ற உணர்ச்சியாக இருந்தது.

இல்லை மலர்... இத நீ சொல்லனும்னு தான் எதிர்பார்த்தேன். அது-வும் இல்லாம உன்னால சமாளிக்க முடியுமா ?

மலர் புதுத் தெம்புடன் பதில் சொன்னாள்.

அதெல்லாம் ...என்று கட்டை விரலைக் காட்டினாள்.

ஆமா , அத்தைக் கிட்ட கேட்டீங்களா...,?

அதெல்லாம் கேட்டாச்சு...

என்று குரல் கொடுத்தபடி ,ராஜம்மாள் உள்ளே வந்தார்.

அத்தை ...

மலர்...உனக்கு உடம்புல ஒன்னும் பிரச்சனை இல்லை. மனசு தான் பிரச்சனை. கல்யாணம் ஆகி இத்தனை நாள்ல இன்னும் அம்மா வீட்-டுக்குப் போகவே இல்லை , அதான் , என்னதான் அம்மா இங்க வந்-தாலும் , நீ அங்கப் போன மாதிரி வருமா ? நானும் உன் வயச தாண்-டித் தான் வந்திருக்கேன்...

சரிங்க...அத்தை , அப்போ நான் எல்லாம் ரெடி பண்றேன்.

மலர் ஒரே ஓட்டமாகப் பறந்துப் பறந்து வேலை பார்த்தாள். சாலினி டிரஸ் , மருந்து , அவளுடைய பால் பாட்டில் என்று தனி பேக் முதலில்

தயாரானது. அப்புறம் அபி டிரஸ் , நோட் புக்ஸ் , ஸ்நாக்ஸ் என்று தனி மூட்டை. மலர் தனக்கென்று அதிகமாக எதுவும் எடுக்கவில்லை. ராஜம்மாள் அதை கவனித்தார்.

என்ன மலர் உனக்கு எதுவும் எடுக்கல ..?

இல்லை அத்தை , அம்மா வீட்டில பழைய நைட்டி , மத்த டிரஸ் எல்லாம் நிறைய இருக்கு , அது போதும் ..

என்ன மலர் , வெளியே போடுறதுக்கு...?

நான் எங்க அத்தை வெளியே போகப் போறேன்.?-

இந்த வார்த்தை அரவிந்தனுக்கு நெஞ்சில் தைத்தது. எவ்வளவு ஆசைகளை மனதில் சுமந்து கொண்டு வந்திருப்பாள். புரிந்து கொள்ளா- மல் இருந்து விட்டோம் என்று தோன்றியது. வெளியே எதுவும் சொல்- லவில்லை ஆனாலும் மனசு கனத்தது

அபி யை ஆட்டோவில் ஏற்றி விட்டுவிட்டு , டிரைவரிடம் அரவிந்- தன்...

அண்ணா , சாயங்காலத்தில இருந்து , இன்னும் இரண்டு நாளைக்கு நான் பாத்துக்கறேன் , நீங்க வரவேண்டாம் .

ஆட்டோ டிரைவர் சரி என்று தலையை ஆட்டிவிட்டு சென்றார்.

மலர் , அடுத்த அரைமணி நேரத்தில் , மூட்டை முடிச்சுகளோடு தயாராக இருந்தாள்.

அரவிந்தனுங்கு சிரிப்பு வந்தது. காலையில் இந்த முகம் எவ்வளவு சோகமாக இருந்தது .

அம்மா வீடு என்றதும் எப்படித்தான் இவ்வளவு மலர்ச்சி வருமோ இந்தப் பெண்களுக்கு ?

மலர் , அரவிந்தனோடு அம்மா வீட்டில் வந்து இறங்கினாள் .அரவிந்தன் மாமியாரிடம் நலம் விசாரித்தான் . மாலை அபி யை அழைத்துக் கொண்டு மீண்டும் வருவதாக சொல்லி விட்டு ஆபீசுக்குக் கிளம்பினான்.

அம்மாவுக்கு சந்தோஷம் தாங்க முடியவில்லை. மலருக்கும் சாலினி க்கும் திருஷ்டி கழித்தார்.

என் தங்கம்...எப்படிடா இருக்க ? என்ன திடீர்னு வந்திருக்க , ஒன்- னும் பிரச்சனை இல்லையே !!

இல்லம்மா , ரொம்ப சந்தோஷமா இருக்கேன் . நான் இங்கே வரக் கூடாதா ?

தாராளமா வரலாம் , நீ வராம வேற யார் வருவா ?! இருந்தாலும் அம்மாவுக்கு ஒரு பயம் , அதான் கேட்டுட்டேன்.

அம்மாவும் , மகளும் பேசிப் பேசி தீரவில்லை , அதற்குள் சாலினி இரண்டு முறை தூங்கி எழுந்து விட்டாள். அம்மா பேசிக்கொண்டே சமைக்க ஆரம்பித்தார்.

மலர் , சாலினி யை தூக்கிக் கொண்டும் , தொட்டிலில் தாலாட்டிய படியும் , அம்மா சொல்வதைக் கேட்டாள்.

மலர்...மாப்பிள்ளைக்கு கொஞ்சம் உடம்பு போட்ட மாதிரி இருக்கு , வீட்டுக்கு போய் சுத்திப் போடு , எதிர் விட்டுக்காரி வேற நீ வர்றத உத்துப் பாத்துகிட்டு இருந்தா ?!

ம்.... மலருக்கு எதிர் வீட்டுக்காரி பார்த்தாள் என்றதும் லேசாக ஒரு கோபம் வந்து சென்றது.

மலர் தன் கவலை எல்லாம் மறந்து போனாள். மனதில் பலம் கூடிப் போனது. நேற்று காய்ச்சல் வரும் அளவிற்கு பயந்து போனதை நினைத்-தாள் சிரிப்பாக இருந்தது. மனதில் எல்லாம் சரியாகும் என்று தோன்றி-யது.

அம்மாவிடம் சொல்லலாம் என்று தோன்றியது. கூடவே அம்மா இப்போது தான் சந்தோஷமாக இருக்கிறார் அதை கெடுக்க வேண்டாம் என்று நினைத்து மறைத்து விட்டாள்.

மதியம் உணவு , சுடச்சுட தயாராக இருந்தது. மலருக்கு ஆபீஸ் ஞாபகம் வந்தது. அம்மா சமையல் என்றால் ஷீலாவும் , பாபுவும் சண்டை போடுவார்கள் .

திருமண வாழ்க்கை , நட்பை மறக்கடித்து விடுகிறது. மலர் (கணவன்)பாபு வை சந்தித்த விசயத்தை ஷீலா விடம் சொல்லலாம் என்று முடிவு செய்தாள். சாலினியை தூங்க வைத்தாள்.

சாப்பிட்டு முடித்ததும் போன் செய்தாள்.

ஹலோ ...

ம் , சொல்லும்மா புதுப் பொண்ணே...! எப்படி இருக்க ?

மேடம் , என்னை கிண்டல் பண்றீங்களா ?

நீ புதுப் பொண்ணு தான ?

நீண்ட நேரமாக பேசிக்கொண்டு இருந்தார்கள். மலர் , பாபு , ஹரி சார் என்று எல்லோரையும் விசாரித்தாள்.

ஷீலா , அரவிந்தன் பற்றி விசாரித்தார்.

மலர் பேசிக்கொண்டே அம்மா இல்லாத இடத்திற்கு வந்து நின்று , பாபுவை பார்த்ததைப் பற்றி சொன்னாள். ஷீலா முழுவதும் கேட்டு விட்டு...

இத அரவிந்தன் கிட்ட சொன்னியா...?

இன்னும் இல்ல , சொல்ல பயமா இருக்கு மேடம்..

கரெக்ட் மலர் , நீ இந்த அளவுக்கு யோசிச்சதே பெரிய விசயம் தான்...

ஏன் நான் என்ன அவ்வளவு பெரிய மூட்டாளா ?

ஆமா , நீ முட்டாள் தான் , இல்லேன்னா அவனப்பத்தி இன்னும் நினைச்சுகிட்டு இருப்பியா... ...உனக்கு என்ன ஆச்சு மலர். நீ என்ன லூசா..? கடவுள் நல்ல வாழ்க்கையை கொடுத்திருக்காரு...அத மட்டும் பாரு , யாரோ எப்படியோ போகட்டும் உனக்கு என்ன , உனக்கு அரவிந்தன் மட்டும் தான் உலகம். வேற எதுவும் நினைக்காத , அதுக்கு அவங்களுக்குத் தகுதி இல்லை. நீ பட்ட அவமானத்தை மட்டும் ஒரு தடவை நினைச்சுப் பாரு ?! வயிற்றில் குழந்தை , போலீஸ் ஸ்டேஷன் , சங்கர் மாமாவுக்கு விழுந்த அடி , அவமானம்...இது எல்லாத்துக்கும் மேல , அபி ....எத்தனை தடவை அப்பாப் பத்தி கேட்டு அழுது இருப்பா , இதெல்லாம் மறந்துட்டியா மலர். அரவிந்தன் தான் உன்னோட எதிர்காலம். மனசப் போட்டு குழப்பிக்காத....

மலர் எதுவும் சொல்லவில்லை....

மலர்....மலர்

ம் ...சொல்லுங்க மேடம்.

மலர் , எனக்கு பயமா இருக்கு , அரவிந்தன் மனச காயப்படுத்தி-டாத...நல்ல பையன். ஏமாத்தினவங்கள , நினைச்சு இருக்கிற வாழ்க்கையை தொலைச்சுடாத ...

சரி , மேடம். எனக்கு அந்த அளவுக்கு தைரியம் இல்லை , ஆனா-லும் மனசு கேக்கல...ஏண்டா இப்படி பண்ணேன்னு கேட்கத் தோணுது...

வேண்டாம் மலர். அவங்க பக்கம் ஒரு நியாயம் நிச்சயமாக இருக்-கும். அத கேட்டா நீ அவன மன்னிச்சிடுவ , இரக்கப்படுவ...நீ அதக் கேக்க வேண்டாம். இனி அந்த நினைவுகளை அழிச்சிடு....சிலர் நமக்கு கெட்டவங்களா தெரியறது தான் நல்லது.

சுகம்தானா ! சொல்லுகண்ணே ?

மலருக்கு , ஷீலா சொன்னது நியாயம் என்று பட்டது .

சுகம்தானா ! சொல்லுகண்ணே ?

மலருக்கு , ஷீலா சொன்னது நியாயம் என்று பட்டது .

49

வேண்டாம் மலர். அவங்க பக்கம் ஒரு நியாயம் நிச்சயமாக இருக்-கும். அத கேட்டு நீ அவன மன்னிச்சிடுவ , இரக்கப்படுவ...நீ அதக் கேட்க வேண்டாம். இனி அந்த நினைவுகளை அழிச்சிடு....சிலர் நமக்கு கெட்டவங்களா தெரியறது தான் நல்லது.

மலருக்கு , ஷீலா சொன்னது நியாயம் என்று பட்டது .

உண்மை தான் மேடம் , ஆனால் எனக்கு அவன் ஏன் என்னை விட்டு பிரிந்து சென்றான் என்று தெரிய வேண்டும். நான் என்ன விலை-மாதுவா ? அவன் அனுபவித்து விட்டு மறந்து போக ...?? என் பக்கம் நியாயம் இல்லையா ?

இருக்கட்டும் மலர்...நம் வாழ்க்கையில் நிறைய நியாயங்கள் வெளியே தெரிவதில்லை தான். நியாயத்திற்காக போராடினால் வாழ்க்-கையை இழப்பாய் பரவாயில்லையா ? நல்ல யோசித்து முடிவு செய்.....உனக்கு நியாயம் கிடைச்சு அவன் செய்தது தவறு என்று நிரூ-பிக்க வேண்டுமா ? இல்லை , உன் தவறும் அதில் இருக்கிறது என்று உணர்ந்து அதை மறந்து இப்போது கிடைத்த வாழ்க்கையை வாழப் போறியா...??

என் தப்பு என்ன மேடம்....?

மலர் நான் உன்னை வேதனைப் படுத்த விரும்பல ...நான் சொன்னா நீ எப்படி எடுத்துக்கப் போறேன்னு தெரியல...?

எனக்கு நீங்க எது சொன்னாலும் பரவாயில்லை...தப்பா நினைக்க மாட்டேன். சொல்லுங்க !

அதச் சொல்ல எனக்கு தகுதி இல்லை மலர் , இருந்தாலும் இந்த வேதனையை உனக்கு முன்னாலேயே அனுபவிச்சதால சொல்றேன். எனக்கு அப்ப யாரும் சொல்ல ..எம் மனசு கஷ்டப்படும்னு நினைச்சு கேக்கல....இப்ப உன் வாழ்க்கை வீணாகக் கூடாதுன்னு தான் சொல்-றேன் ...!!

ஓகே , நீங்க என்னோட நல்லதுக்கு தான் சொல்லுவீங்க...எனக்குத் தெரியும் ..

மலர் , நமக்கு அம்மா , அப்பா தான் பாதுகாப்பு, என்றைக்கு நாம அவங்களை தாண்டி வெளியே ஏமாத்திட்டுப் போறோமோ , அது நமக்கு நாமே சூனியம் வெச்சுக்கற மாதிரி. அதுக்காக காதல் திரும-ணம் வேண்டான்னு சொல்லல...சம்மதம் வாங்கிட்டுப் பண்ணி இருக்க-லாம். இப்படி ஒரு சூழ்நிலை வந்து இருக்காது. இளமையில நமக்கு ஒரு short term blindness வந்திடுது.., அத நம்ம பக்குவமா கிராஸ் பண்ணிட்டா வாழ்க்கையில ஜெயிச்சிடலாம்.

மலர் உக்கிப் போனாள். பல நேரங்களில் நம்மை பற்றிய , அப்-பட்டமான உண்மை நம்மை ஊமையாக்கி விடுகிறது. மலருக்கு அப்பா தன்னை ஏற்றுக் கொண்டு வீட்டிற்கு அழைத்து வந்த அந்த நாள் ஞாபகத்துக்கு வந்தது. அவர் சாகும் வரை ஒரு நாள் கூட என்னை ஏமாத்திட்டு ஏன் ஓடிப்போனேன்னு கேட்டதே இல்லை. ஏன் அம்மா கூட ஏண்டி இங்க வந்தேண்ணு கேட்டு சண்டை போட்டு இருக்காங்க ...ஆனா ஒரு முறை கூட ஏண்டி ஓடிப்போனேன்னு கேக்கல...! கேட்டா பதில் இல்லை. ஷீலா சொன்னது போல short term blindness தான் அதற்கு காரணம். அந்த வயதில் தெரியவில்லை. பட்டுத் தெரிந்த போது வாழ்க்கை கையில் இல்லை. இப்போது கிடைத்தது வாழ்க்கை இல்லை , பார்வை என்று தோன்றியது.

திரும்ப பார்வையை இழக்க மலருக்கு விருப்பமில்லை.

மலர்..எம் மேல கோபமா ?

இல்ல மேடம் நீங்க சொன்னது கரெக்ட் தான் , இந்த நேரத்தில எனக்கு சரியா ஞாபகப் படுத்தினீங்க..?!

மலர் , யாரையும் எதுவும் கேட்க வேண்டாம். உன்னோட வாழ்க்-கையை மட்டும் பாரு , உன்னை நம்பி ரெண்டு குழந்தைங்க இருக்-காங்க ..!"

ரொம்ப தேங்ஸ் மேடம் !

அதெல்லாம் தேவையில்லை , இது என்னோட கடமை , நீ எத்-
தனை நாள் இங்கே இருப்ப ?

இரண்டு மூணு நாள் இருக்கலாண்ணு வந்தேன்.. ஆனா !!!

ம் ...இப்ப என்ன பிளான் ?

எதுக்கு அவ்வளவு நான் இங்க தங்கீட்டு ? அவருக்கும் சிரமம் !!!
அதனால !!!!

ஷீலா சிரித்தபடி ...

அப்படிப் போடு ..! அப்ப இன்னைக்கே கிளம்ப போறீங்களா மேடம்
??

ஆமா மேடம் ! என்னோட மன குழப்பம் தீர்ந்துப் போச்சு , அப்புறம்
எதுக்கு இங்க இருந்து டைம் வேஸ்ட் பண்ணணும் !!

அடிப்பாவி....ஓகே ஓகே , ஒருவேளை இங்க இருந்தா, எனக்கு
சொல்லு , உன்னைப் பார்க்கணும் போல இருக்கு !

மலருக்கும் , ஷீலா வை பார்க்க ஆசையாக இருந்தது. இருந்தாலும்
நமக்கு குடும்பம் தான முக்கியம் !?!?!?!?

ஓகே மேடம் இங்க இருந்தா கட்டாயம் சொல்றேன்.

மலர் போனை கட் பண்ணி விட்டு வீட்டிற்குள் வந்தாள். சாலினி
எழுந்து விளையாடிக் கொண்டிருந்தாள் . அம்மா தூக்கம் கலைந்து
அவளை பார்த்து கொண்டு இருந்தார்கள்.

அம்மா , சாலினி எப்ப மூழிச்சா? என்னை கூப்பிட்டு இருக்கலா-
மில்ல !?

பரவாயில்லை மலர் ஏதாவது முக்கியமான போன் வந்திருக்கும் ,
அதான் தொந்தரவு செய்யல !

மலருக்கு மனதில் பயம் , ஒருவேளை அம்மா காதில் விழுந்து
இருக்குமோ ?!

அம்மா , நம்ம ஷீலா மேடம் கிட்ட பேசிக்கிட்டு இருந்தேன்.

புரிஞ்சுகிட்டேன் , பேசி ரொம்ப நாள் ஆச்சில்ல ...! ஏதாவது முக்-
கியமான விசயமா ??

இல்லாம்மா , சும்மா பேசணும் போல இருந்தது ..!

மலர் எப்படியோ சமாளித்தாள். அம்மா அதிகமாக எதையும் கேட்-
கவில்லை.

மலர் , அரவிந்தன் அபியை எப்போது அழைத்து வருவான் என்று
எதிர்பார்த்துக் காத்திருந்தாள்.

சாலினிக்கு புதிதாக உடை மாற்றி , கொண்டு வந்த மூட்டை திரும்பி செல்ல தயாராக இருந்தது.

மலர் , அம்மா வீட்டில் இருந்த ஒரு புடவையைக் கட்டிக்கொண்டு தயாரானாள்.

என்ன மலர் மாப்பிள்ளை கூட எங்கேயாவது வெளியே போகப் போறியா??

இல்லாம்மா நான்...!!

என்று மலர் இழுத்தாள்.

என்ன மலர் ?

எங்க வீட்டுக்கே போறோம்..!

அம்மாப் பதறி போனார்.

என்னடி , எம் மேல ஏதாவது கோபமா ?? உடனே எதுக்கு போற !!

இல்லம்மா...இங்கே இருந்து என்ன பண்ணப் போறேன் ?

நீ பேசாம இரு , அவர் வரட்டும் அப்புறம் பேசலாம் .

அம்மா , மலரை அடக்கி உட்கார வைத்தார். மலருக்கு அம்மா வீட்டில் இருப்புக் கொள்ளவில்லை .

அபியை அழைத்துக்கொண்டு அரவிந்தன் , வீட்டிற்கு வந்தான். அரவிந்தனுக்கு ஆச்சரியமாக இருந்தது. மலர் புதுப்பொலிவோடு வெளியே நின்று வரவேற்றாள்.

அபிக்கு சந்தோஷம் , பாட்டியை பார்த்ததும் ஒரே குஷி தான் . அம்மாவுக்கு மட்டும் என்ன போன உயிர் திரும்ப கிடைத்தது போல இருந்தது.

மலருக்கு , அரவிந்தனிடம் எப்படி சொல்வது என்று தெரியவில்லை. மெல்ல ஆரம்பித்தாள்.

என்னங்க நான் மறந்தே விட்டேன். நாளைக்கு சாலினிய ஆஸ்பத்-திரிக்கு கொண்டு வந்து காட்டச் சொன்னாங்க ..!

அது ஒன்னும் பிரச்சனை இல்ல , லேட் ஆனா பரவாயில்லை ரெண்டு நாள் தான !

உள்ளே இருந்து அம்மா வந்தார்.

மாப்பிள்ளை நீங்களும் ரெண்டு நாள் இங்கேயே தங்குங்க...மறுவீட்-டுச் சடங்கு கூட முதல் நாளே முடிச்சிட்டோம்.

அரவிந்தன் , கொஞ்சம் யோசித்து விட்டு ...

அத்தை இன்னிக்கு வேண்டாம் , நாளைக்கு டிரஸ் எல்லாம் எடுத்-
துட்டு , அபிய அழைச்சிட்டு வரும்போது வந்திடுறேன்.

மலருக்கு , அங்கே போகவில்லை என்றாலும் அரவிந்தன் இங்கே
தங்க சம்மதித்தது சந்தோஷமாக இருந்தது.

அரவிந்தன் வீட்டிற்கு கிளம்பி சென்றான்.

மலர் , காலையில வர்றேன். குழந்தைங்க பத்திரம் ...!

ம் , சரீங்க.!!

இரவு அம்மா ஹாலில் படுக்கையை விரித்தார். குழந்தைகள்
விளையாடிக் கொண்டே உறங்கிப் போனார்கள்.

மலருக்கு இப்படி வரிசையாக குழந்தைகள் படுத்திருப்பதைப் பார்த்து
நினைவுகள் பின்னோக்கிச் சென்றது.

உமாவும் , மலரும் இப்படித்தான் கதைப் பேசியபடிப் படுத்துக் கிடப்-
பார்கள்.

அம்மா உங்களுக்கு ஞாபகம் இருக்கா , நானும் அக்காவும் , இப்படி
தான தூங்குவோம் ..??

ம்...மறக்க முடியுமா ?

அதற்கு மேல் அப்பா ஞாபகம் வந்து விடும் என்று அம்மா பேச்சை
மாற்றினார்.

மலர் அடுத்த குழந்தை பத்தி என்ன யோசிச்சு இருக்க ??

ஆஹா !!"அம்மா இதை கேட்டுவிட கூடாது என்று வேண்டிக்
கொண்டிருந்தாள் . அம்மா கரெக்டா அதையே கேட்டு விட்டார்.

அம்மா....எதுக்கு இன்னொரு குழந்தை ?? இவங்க ரெண்டு பேரும்
போதும் !!

அம்மா சத்தம் போட்டார்.

என்னடி சொல்ற , இத நீ சொல்றியா , இல்லை மாப்பிள்ளை
சொன்னாரா ??

ரெண்டு போரும் சேர்ந்து தான் இந்த முடிவுக்கு வந்தோம்..

அதெப்படி இந்த மாதிரி முடிவு எடுக்கலாம். நாளைக்கு நான் உங்க
மாமியார் கிட்ட பேசறேன்.

அம்மா , எதுக்கு இதெல்லாம் அவங்க கிட்ட பேசிகிட்டு....

உனக்கு ஒன்னும் தெரியாது...நீ பேசாம இரு நான் பாத்துகிறேன்.

அய்யோ கடவுளே , அம்மா என்ன பேசப் போறாங்களோ , அரவிந்தன் என்ன நினைப்பாரோ ??

மலருக்கு வயிற்றில் கடா முடா என சத்தம் கேட்டது.

50

அத்தியாயம் - 50

அய்யோ கடவுளே , அம்மா என்ன பேச போறாங்களோ , அரவிந்-தன் என்ன நினைப்பாரோ ??

மலருக்கு அம்மா புகுந்த வீட்டில் என்ன பேசப் போகிறார் என்கிற பயம் இரவில் தூங்க விடவில்லை.

இரவு மணி பதினொன்று ....

மலரின் போன் அடித்தது , மலர் வேகமாக அதை எடுத்து சத்தத்தை குறைத்தபடி , யார் என்று பார்த்தாள்.

அரவிந்தன் தான் அழைத்து இருந்தான். மலர் போனை எடுத்துக் கொண்டு சத்தம் இல்லாமல் தனியாக வந்து பேசிவிட்டு ஆரம்பித்தாள் .

ஹலோ....மலர்

என்னங்க , இந்த நேரத்தில ?

ஏன் நான் கூப்பிடக் கூடாதா ?

இல்லைங்க , ஏதாவது முக்கியமான விசயமா ? இப்ப தானா போலீங்க அதான் கேட்டேன்.

இல்ல மலர் , வீட்ல இருக்க பிடிக்கவே இல்லை, நீ யும் குழந்தை-களும் இல்லாம எனக்கு என்னவோ போல இருக்கு ....

அரவிந்தன் குரல் ஜீவன் இல்லாமல் இருந்தது. மலருக்கு புரிந்து விட்டது இந்த ஆண்கள் வீராப்பு இவ்வளவு தான் போல.....உண்மை-யில் நடுத்தர வயதில் ஆண்கள் தனிமையை விரும்புவதில்லை .

மனைவி பற்றிய கேலியும் , கிண்டலும் அதிகமாக இருந்தாலும் , அவள் இல்லாத வீட்டை அதிகமாக யாரும் விரும்புவதில்லை. அப்படி இல்லாமல் இருக்கும் ஆண்கள் வெகு சிலர் அவர்களை நாம் கணக்கில்

எடுத்துக் கொள்ள வேண்டாம்.

ஏன் அத்தை , மாமா இருக்காங்க தானா ?!

ம் , அவர்களுக்கும் இன்னிக்கு ரொம்ப கஷ்டமாத் தான் இருந்தது ...பாவம் அம்மா ரொம்ப வருத்தமா இருந்தாங்க ....

மலருக்கு இதைக் கேட்டதும் வருத்தமாக இருந்தது. உண்மையில் அவர்கள் அன்பு மட்டும் தான் இரண்டு குழந்தைகளோடு, மலர் சந்-தோஷமாக இருக்கக் காரணம்.

ஒருவேளை மாமியார் எதற்கு எடுத்தாலும் குற்றம் சொல்பவராக இருந்திருந்தால் வாழ்க்கை நரகமாகி இருக்கும்.

ம்....இதுக்கு தான் நான் வர்றேன்னு , சொன்னேன் , நீங்க தான் .....! விட்டுட்டுப் போய்டிங்க ...

அப்படி இல்லை மலர் , உங்க அம்மா பாவம். எவ்வளவு நாள் தனியா இருந்திருக்காங்க , உங்களை பார்த்ததும் எவ்வளவு சந்தோசப்-பட்டாங்க ....அதை கெடுக்க எனக்கு விருப்பம் இல்லை .

ஆமாங்க உண்மை தான் ..சரி நாளைக்கு என்ன பண்ண போறீங்க.?

நாளைக்கு அங்க தான் தங்கப் போறேன் , ரெண்டு நாள் கழிச்சு வரும்போது அத்தையை இங்கே கூட்டிட்டு வரலாம் .

மலருக்கு, அரவிந்தன் மீது அதிக அன்பும் , பாசமும் , காதலும் கொட்டியது.

என்னங்க , இப்படி ஒரு பவர் உங்களுக்கு ?

ஏன் ? நான் அங்கே இருக்க மாதிரி தெரியுதா மலர் . ஏதாவது அமானுஷ்மா இருக்கப் போகுது....

ம் ...போதும் போதும், அதில்ல..!

வேற ...

நானும் அம்மாவ கொஞ்ச நாள் அங்க கூட்டிட்டு வரலான்னு நினைச்சேன்.

அதுதான் , ஆத்மார்த்தமான புருஷன் , பொண்டாட்டி ன்னு சொல்-றது. என் பொண்டாட்டி மனச நான் எப்படி கண்டு பிடிச்சேன் பாத்தியா ?!

இருவரும் நீண்ட நேரம் பேசிக்கொண்டு இருந்தார்கள். அம்மா , மலர் இப்படி சந்தோசமாக கணவனோடு பேசுவதை கண்டு மகிழ்ந்து போனார். மகள் இப்படி கணவனோடு வாழ வேண்டும் என்பதற்காத்

தானே இவ்வளவு நாட்களாக அம்மா காத்துக் கொண்டிருந்தார்.

அம்மா சந்தோசத்தில் கண்கலங்கினார். எப்படி வாழ வேண்டிய மகள் , இடையில் எவ்வளவு துன்பங்களைச் சந்தித்து , வேதனைப் பட்-டாள்.

ஏன் கடவுள் மலரை அந்த முடிவை எடுக்க வைத்தார் , மலர் எவ்-வளவு நல்ல பெண் . எல்லாம் விதி !! அவள் வாழ்க்கையில் துன்பப் பட வேண்டும் என்பது விதியாக இருந்திருக்கலாம். அந்த விதியை தாய்மை கொஞ்சம் மாற்றி எழுதி விட்டது.

அம்மா என்கிற [அப்பாவும் தான்] உறவு நினைத்தால் , நம் தவறை சரிகட்டி நம்மை எப்படியோ கரை சேர்த்து விடுவார்கள். அந்த அன்பை உதாசீனம் செய்யாதீர்கள்.

மலர் நீண்ட நேரத்திற்கு பின்பு வந்து படுத்தாள். அம்மா மெல்லமாக

....

மலர் ....

அம்மா ...

மாப்பிள்ளை ரொம்ப தங்கமான மனுசன்.

ம்....

அபி மேல எவ்வளவு அன்பு வெச்சிறுக்காரு ....!!

ம்....

மலர் , ரெண்டு பிள்ளைகளும் ஒரு கால கட்டத்தில பெரியவங்க-ளாகி , தனியாக செட்டில் ஆயிடுவாங்க...

ம்...ஆமாம் மா !!

அவருக்கு துணை யா ஒரு பையன் வேண்டாமா ?

மலர் எதுவும் சொல்லவில்லை. அம்மா பதில் வரவில்லை என்பதால் மேற்கொண்டு எதுவும் பேசாமல் தூக்கிப் போனார். ஆனால் மலரின் மனதில் தனக்கு ஒரு மகன் வேண்டும் என்கிற ஆசை துளிர் விட்டது.

காலையில் அபியை சீக்கிரம் கிளம்பி உட்கார வைத்தாள். சாலினி அம்மாவோடு கடைக்குச் சென்றாள்.

மலருக்கு , சாலினி அம்மாவோடு நடந்து செல்வதைப் பார்க்க ஆசையாக இருந்தது. உறவுகள் இப்படித்தான் எங்கே யாரோடு கை கோர்க்கும் என்று தெரியாமல் திடிரென்று ஒரே நேரத்தில் சந்தோ-ஷத்தை அள்ளிக் கொடுக்கும்.

அரவிந்தன் , அபியை வந்து அழைத்துச் சென்றான். மலருக்கு அந்த சின்ன இடைவெளியில் கிடைத்தத் தனிமை ...! ஆண் பிள்ளை பற்றிய கனவைத் தூண்டியது.

ரோட்டில் யாரோ ஒரு பெண் , தன் மகனை கொஞ்சியபடி சென்றார்.

என் ராசா , என் செல்லம் ...

மறுபக்கம் அம்மா , சாலினியை அழைத்துக் கொண்டு வீட்டிற்கு வந்தார். சாலினி , மலரிடம் தான் பார்த்த எதையோ விளக்கிக் கொண்டிருந்தாள் . மலருக்கு எதுவும் புரியவில்லை , ஏதோ புரிந்த மாதிரி கேட்டுக் கொண்டிருந்தாள்.

அம்மா இன்று மாப்பிள்ளை க்கு பிடித்ததைக் கேட்டு சமைத்தார். இடையில் இரண்டு மூன்று முறை அரவிந்தன் , மலரிடம் போன் செய்து பேசினான். மலருக்கு இதற்காகவாவது அடிக்கடி அம்மா வீட்-டிற்கு வரவேண்டும் என்று இருந்தது.

வீட்டில் அருகில் இருக்கும் போது கிடைக்கும் அன்பை விட , தூரத்தில் மனைவியும் (கணவனும்) அதிக அன்பானவரளாக , அழகானவர்களாகத் தெரிவார்கள் . (அதத்காகவேனும் செயற்கையான இடைவெளியை ஏற்படுத்துங்கள்.)

மாலை அரவிந்தன் , அபியை அழைத்துக்கொண்டு வந்தான் , சொன்னது போல இரண்டு நாட்களுக்கு மாமியார் வீட்டில் தங்கினான். மாமியார் குளுந்துப் போனார். இப்படி ஒரு வாழ்க்கை கிடைக்கத்தான் மலர் இவ்வளவு கஷ்டப் பட்டாள் என்று நினைத்துக் கொண்டார்.

இரண்டு நாட்களுக்கு பின் , அரவிந்தன் வற்புறுத்தலால் அம்மா மலரோடு , சம்பந்தி வீட்டிற்கு வந்தார். சில நாட்களுக்கு இங்கே தங்க சம்மதித்தார்.

இதில் பெரியவர்கள் மகிழ்ந்தார்களோ இல்லையே , குழந்தைகள் இருவரும் அதிக சந்தோஷமாக இருந்தார்கள். ராஜம்மாள் சம்பந்தி அம்மாவை நன்றாகக் கவனித்துக் கொண்டார்.

மலரின் அம்மா பேச்சு வாக்கில் , அடுத்த குழந்தை கட்டாயம் வேண்டும் என்று சொல்ல....ராஜம்மாள் அதில் நியாயம் இருப்பதாகவே உணர்ந்தார்.

ஆனாலும் அரவிந்தன் பிடிவாதக்காரன் , நாம் ஏதாவது சொன்-னால் கேட்க மாட்டான் , அவன் மனதில் அது தோன்ற வேண்டும். அதை மலர் மூலமாக இரண்டு அம்மாக்களும் செய்ய வைத்தார்கள்.

அபி , சாலினி இருவருக்கும் ஆண் பிள்ளைகள் டிரஸ் போட்டு அழகு பார்த்தார்கள். மலருக்கு உள்ளே ஆசை வளர ஆரம்பித்தது. கூடவே அதுவும் பெண் குழந்தையாகப் பிறந்து விட்டால் என்ன செய்-வது....??

அந்தக் கேள்விக்கு அவளே பதில் வைத்து இருந்தாள் . பெண்ணாக இருந்தாலும் பரவாயில்லை , தான் அரவிந்தனோடு வாழ்ந்த வாழ்க்-கைக்கு ஒரு அர்த்தம் இருக்கட்டும் என்று மனம் ஆசைப்பட்டது.

அரவிந்தன் எந்தச் சலனமும் இல்லாமல் , ஆபீஸ் -வீடு என்று தன் உலகத்தில் பறந்து திரிந்தான்.

மலர் மீது அன்பு ,காதல் இரண்டையும் தாண்டி ஏதோ ஒரு அந்-யோன்யத்தை உணர்ந்தான்.

அம்மா வந்து பல நாட்கள் ஆகிவிட்டது. அம்மா திரும்ப வீட்டிற்குச் செல்ல முடிவெடுத்தார்.

மலருக்கு அவரை அனுப்ப மனமில்லை ஆனாலும் எவ்வளவு நாட்-களுக்கு அங்கே தங்க முடியும் , ஏதோ ஒரு காரணத்தால் உறவு கசந்து போகலாம் அதற்கு முன்பு செல்வது தான் சிறப்பு . அம்மா ஒருநாள் வீட்டிற்கு கிளம்பி சென்று விட்டார்

மலர் அம்மாவை அரை மனதோடு அனுப்பி வைத்தாள் . குழந்தை-கள் ஏங்கிப் போனார்கள். ராஜம்மாளுக்கு கதை பேச ஆள் இல்லாமல் போனது.

மாமனாருக்கு , அவர் பக்கம் பேச ஒரு ஆள் வீட்டில் இல்லாதக் குறை .

பக்கத்து வீட்டில் யாரோ வந்து வளைகாப்பு விழாவிற்கு அழைத்து செல்ல , மலர் வெளியில் சொல்ல முடியாமல் தவித்தாள் .

வந்தவர்கள் மலரிடம் ..

உங்க வீட்ல எப்ப அடுத்த விசேஷம் என்று ஒரு பிட்டைப் போட ...ராஜம்மாள் அதற்குள் இடையில் வந்து !!

கூடிய சீக்கிரம் என்றார். மலருக்கு மாமியாரின் எதிர்பார்ப்பு சந்தோ-ஷத்தை கொடுத்தது.

ஆனால் இதில் அரவிந்தனிடம் முடிவுதானே முக்கியம் ?

மறுநாள் , ஞாயிற்றுக்கிழமை அந்த வளைகாப்பு விழாவிற்கு ராஜம்-மாள் இருவரையும் போகச் சொன்னார்.

அரவிந்தா , ரெண்டு பேரும் போய்ட்டு வாங்க ...குழந்தைங்க வீட்ல இருக்கட்டும்.

அம்மா நான் எதுக்கு , மலரப் போயிட்டு வரச் சொல்லுங்க ....

இல்ல அத்தை நான் தனியாப் போக மாட்டேன்.

டேய் ....பக்கத்து வீடு தான , போய்ட்டு வாடா !!"அப்புறம் நம்ம வீட்ல வளைகாப்பு வெச்சா யார் வருவா ? ?

என்னது ...நம்ம வீட்டு வளைகாப்பா ?? அம்மா கொஞ்சம் பேசாம இருங்க...! இப்ப என்ன அந்த பங்சனுக்கு போகணும் அவ்வளவு தான ??

இருவரும் கிளம்பிப் போனார்கள். மலர் முகத்தை உம் என்று வைத்-துக் கொண்டு வந்தாள் . வீட்டிற்குள் வந்தும் கூட மலர் அரவிந்தனோடு எதுவும் பேசவில்லை.

அரவிந்தனுக்கு சங்கடமாக இருந்தது.

மலர் ...ஏன் இப்படி முகத்தை தூக்கி வெச்சுகிட்டு இருக்க ?

ஒன்னும் இல்லை ?

அப்ப கட்டாயம் ஏதோ இருக்கு !!

மலர் நீண்ட மௌனத்திற்கு பிறகு ...

உங்களுக்கு என்னோட வாழ்க்கை பத்தி தெரியுமா என்னன்னு தெரியல...அபி வயித்துல இருக்கும் போது எனக்கு வளைகாப்பு பெருசா செய்யல.....

அரவிந்தனுக்கு புரிய ஆரம்பித்தது.

ம்....

அப்ப தோணல ....

அரவிந்தன் அதற்கு மேலும் மலரைச் சோதிக்க விரும்பவில்லை.

இப்ப என்ன , உன்னோட வளைகாப்ப பெருசா பண்ணணும் அவ்-வளவு தானா ??

மலர் வெட்கம் கலந்த சந்தோஷத்தில் ...

ம்....அவ்வளவு தாங்க ...!!

வினையமில்லாத நல்லுள்ளங்கள் , அடுத்த வாரிசை எதிர்பார்த்துக் காத்துக் கிடந்தது.

மலர் வாழ்க்கை இனி இன்பமாகத் தொடரப் போகிறது , ஆணோ , பெண்ணோ ஏதோ ஒரு குழந்தை பிறந்து அவர்களின் அன்பை அதி-கப்படுத்தப் போகிறது.

நிறைய ஆராய்ச்சிகள் செய்யாமல் இருந்தாலே போதும் , நம் கையில் கிடைத்திருப்பது பொக்கிஷம் என்பதை நம்மால் உணர முடியும். இங்கே இறைவன் யாருக்கும் வஞ்சனை செய்வதில்லை.

பெரும்பாலும் நாம் சகிப்புத் தன்மையின் பஞ்சத்தால் தான் வரம் சாபமாக மாறிப் போகிறது.

¤¤¤¤¤¤¤¤¤¤

இனி பாபுவைப்பற்றி .....

(இதை நான் உள்ளே கொண்டு வராததற்கு காரணம் இதன் முடி-வில் சொல்கிறேன்)

அவரைப் பிரிந்த (சதியால் பிரிக்கப்பட்ட)பாபு சில மாதங்கள் , அக்கா புருஷனின் கண்காணிப்பில் இருக்கிறான்.

எப்போதும் அவனுக்கு மது கொடுத்து போதையில் வைத்திருந்தார்-கள். பாபு போதைக்கு அடிமையாகாப் போகிறான். மலரைப் பற்றி சரி-யான எந்தத் தகவலும் அவனுக்குத் தெரியவில்லை.

அவனால் அங்கே இருந்து தப்பிக்க முடியவில்லை. அக்கா புருஷன் பாபுவை அப்படியே ஒன்றும் இல்லாமல் போகட்டும் என்று நினைத்தான். அடைத்து வைத்த அறைக்குள் அவனை தீர்த்துக்கட்ட நேரம் பார்த்துக்-கொண்டிருந்தான்.

சொத்து முழுவதும் அவனே அடையத் திட்டம் போட்டான். ஆனால் பாபுவின் அம்மா தன் மகன் தன்னை மீறி போகக் கூடாது என்பதற்காக மாப்பிள்ளையின் சதி திட்டத்திற்கு ஒத்துழைத்தாரே தவிர , மகனுக்கு எந்த ஆபத்தும் வரக் கூடாது என்பதில் கண்ணும் கருத்துமாக இருந்-தார்.

மாப்பிள்ளை சமயம் பார்த்து பாபுவை போதையிலேயே தீர்த்துக் கட்ட நினைத்தான்.

எப்படியும் மலர் அந்த குழந்தையை கலைத்து விடுவாள் என்று நம்-பினான். பாபுவுக்கு , அம்மா மூலமாக மலர் பெற்றோர் வற்புறுத்தலால் வேறு திருமணம் செய்து கொண்டதாக சொல்லப்பட்டது.

பாபு நொந்து போனான். நண்பர்கள் மூலம் மலரைப் பற்றி தெரிந்து கொள்ள ஆசைப்பட்டான். நண்பர்கள் வாங்கிய அடி உதையின் கார-ணமாக மலருக்கு வேறு திருமணம் நடந்து விட்டதாக சொன்னார்கள்.

பாபு தானே குடித்து , குடித்து உடலை வீணாக்கினான். இப்போது பூட்டி வைக்க அவசியம் இல்லாமல் போனது , பாபு பூட்டிய வீடு திறந்து இருந்தால் கூட , வீட்டை விட்டு போகும் நிலையில் இல்லை. உடல் நிலை அவ்வளவு மோசமானது ஆனால் பாபுவின் நிலையைக் கண்ட அம்மா சொந்தத்தில் நிறைய சொத்து பத்தோடு , சின்ன குறைபாடுள்ள ஒரு பெண்ணை கட்டி வைத்தார். பாபு தாயின் தற்கொலை மிரட்டலுக்கு பயந்து பெயருக்கு தாலி கட்டினான். அவளோடு வாழ மனமில்லை. ஆனால் அம்மாவின் அறிவுரையால் பெண் வீட்டோடு செட்டில் ஆகி விடுகிறாள்.

நாட்கள் சென்றது. பாபுவின் மனைவி கணவனை சிறிது சிறிதாக புரிந்து கொண்டு அவளுடைய வாழ்க்கையை நேர்வழியில் கொண்டு செல்கிறாள் .

மாப்பிள்ளையின் சதி , புத்திசாலி பெண் ஒருத்தியின் பொறுமையால் மாற்றி எழுதப்படுகிறது.

பாபு மெல்ல மெல்ல மது இல்லாத நல்ல நிலைக்கு வந்து விடுகி-றான். பாபுவின் மனைவி தன் ஊனத்தால் தான் பாபு தன்னோடு சந்-தோஷமாக இல்லை என்று நினைத்து வேதனைப்பட்டாள், பாபு இதை ஏற்றுக் கொள்ளவில்லை.

பாபு அவளிடம் தனது கடந்த கால வாழ்க்கை பற்றி சொல்லி மன்னிப்பு கேட்கிறான் அதனால் தான் அவளோடு சந்தோஷமாக வாழ முடியவில்லை என்பதை சொல்கிறான். அவள் அதை பெரிதாக எடுத்துக் கொள்ளவில்லை. மாறாக எதிர்காலத்தை மட்டும் தனக்காக கொடுக்க வேண்டும் என்று கேட்கிறாள்.

ஆணின் மனம் விட்டுக் கொடுத்து விட்டால் மண்டியிடும்....பாபு விதிவிலக்கு அல்ல , தன்னைப் பற்றி முழுமையாக தெரிந்த பின்பு கூட தன்னோட வாழ ஆசைப்படும் பெண் தனக்கு கிடைத்த வரம் என்று நினைத்து வாழ ஆரம்பிக்கிறான். குழந்தை பிறக்கிறது. அதன் அன்பில்

எல்லாம் நினைவுகளையும் மறந்து சந்தோஷமாக வாழ்கிறான்

இடையில் அம்மாவைப் பார்க்க ஊருக்குள் வரும் பாபு , மலரை எப்படியாவது ஒரு முறை பார்க்க ஆசைப்படுகிறான்.

உடனே பார்க்க முடியவில்லை , பல முறை முயற்சி செய்து ஒரு-நாள் அபியோடு மலரைப் பார்த்து விடுகிறான். நண்பர்கள் சொன்னது உண்மை என்று நினைத்து தூரத்தில் இருந்து மலரை வாழ்த்தி விட்டு சென்று விடுகிறான். அவனைப் பொருத்தவரை மலர் திருமணம் ஆகி குழந்தையோடு சந்தோஷமாக வாழ்கிறாள் என்று நினைத்து விடுகிறான்.

. இப்போது மனதளவில் குற்ற உணர்ச்சியில் இருந்து மீண்டு விடு-கிறான்.

அதற்கு பிறகு அடிக்கடி ஊருக்குள் அம்மாவை பார்க்க வருகிறான். பழைய நண்பர்கள் மனசு கேட்காமல் மலர் இன்னும் வேறு திருமணம் செய்யவில்லை என்பதை சொல்ல ,பாபு துடித்துப் போகிறான்.

தனது அவசர புத்தியால் ஒன்றும் அறியாத பெண் தண்டனையை அனுபவிப்பதாக உணர்ந்தான் . ஆனால் தவறை எப்படி சரி செய்வது , தன் மகளை எப்படி சொந்த மாக்கிக் கொள்வது என்று தெரியாமல் , சங்கர் மாமாவை சந்திக்கிறான்.

சங்கர் அவனை கண்டபடி திட்டி அனுப்பி வைக்கிறார். பாபு தொடர்ந்து அவரை பின் தொடர்ந்து அவரிடம் மன்னிப்பு கேட்கிறான். சங்கருக்கு பாபுவை வெறுக்க முடியவில்லை. காரணம் எல்லாம் சதி , அவன் அறியாமல் செய்த பிழை.

பாபு மலருக்கு வேறு திருமணம் செய்து வைக்க சொல்லி வேண்டிக்-கொள்கிறான் குழந்தை யை தான் வளர்த்துக்கொள்ள அனுமதி கேட்-கிறான். சங்கர் மலருக்கு வேறு திருமணம் நிச்சயமாக நடக்கும் என்று உறுதி அளிக்கிறார் ஆனால் குழந்தையை அவனிடம் கொடுக்க முடி-யாது என்று சொல்லி அவனை திரும்பி அனுப்பி விடுகிறார்.

பாபு அடிக்கடி இங்கே வந்தால் மலருடைய எதிர்காலம் பாதிக்கும் என்பதால் பாபு , ஊருக்குள் வருவதை குறைத்துக் கொண்டான். மலரை எந்த விதத்திலும் தொந்தரவு செய்யக்கூடாது என்று முடிவு செய்து ஒதுங்கிக் கொண்டான்.

மனைவியிடம் தனக்கு மலருடன் ஏற்கனவே திருமணம் ஆனதைச் சொன்ன பாபு , மீண்டும் மலரை பார்ததையோ , தனக்கு ஒரு பெண்

குழந்தை இருப்பதையோ சொல்லவில்லை. (இது தாங்க வாழ்க்கை - எல்லா இடங்களிலும் உண்மைச் சொன்னால் வாழ்க்கை நாசம்)

பாபு , மலரை மீண்டும் பார்த்தால் கவலையில் குடிகாரன் ஆகவில்லை. சங்கரிடம் குழந்தையின் எதிர்காலத்தில் தனது உதவி தேவை என்றால் கட்டாயம் அழைக்கும் படி கூறிவிட்டு , தன் வாழ்க்கையை வாழ ஆரம்பித்து விட்டான். அதில் ஒரு சந்தர்ப்பத்தில் தான் மலர் பாபுவை பார்த்து விடுகிறாள்.

அதற்காக அவன் கெட்டவன் இல்லை. சந்தர்ப்ப சூழ்நிலையால் எல்லாம் நடந்து விட்டது. அதற்காக நடந்து முடிந்த ஒரு விசயத்திற்காக நம்மை நாமே வருத்திக் கொண்டும் , நம்மை சார்ந்தவர்களையும் நோக- டிப்பது எந்த விதத்தில் நியாயம்.

ஏதோ ஒருவரின் சதி , அல்லது பாசத்தினால் நம் வாழ்க்கையில் மாற்றம் ஏற்பட்டு விடுகிறது.

அதை புரிந்து கொண்டு மீதி வாழ்க்கையை , எந்த அளவிற்கு சந்தோஷமாக இருக்க முடியுமோ அவ்வளவு சந்தோஷமாக வாழ்வது சிறந்தது.

எதையும் மறக்க முடியாது என்பது உண்மை. நினைக்காமல் , நம் நினைவுகளைத் திசை திருப்பி வாழ்க்கையை வாழ்வோம். வேறு வழி- யில்லை இங்கே இறப்பு ஏற்படும் வரையில் வாழ்ந்தே ஆக வேண்டும்.

முற்றும்.

வணக்கம்....

பாபுவின் கதையை இடையில் சொல்லாததற்கு காரணம் இது ஒரு பெண்ணை பற்றிய கதை , இடையில் பாபு வந்தால் இந்தக் கதை இவ்வளவு ஆழமாக பதிந்து இருக்காது. உங்கள் கண்களுக்கு பாபுவும் பாவமாக தெரிந்து இருப்பான். பாபுவும் பாவம் தான் இல்லை என்று சொல்லவில்லை. இங்கே தவறுகள் சமம் , தண்டனைகள் சமம் அல்ல. எல்லா இடங்களிலும் பெண்கள் பாதிக்கப்படுகிறார்கள்.

ஆண் பாதிக்கப்பட்டாலும் அவனுக்கு எல்லாவற்றையும் மன்னித்து ஏற்றுக்கொள்ள ஒரு பெண் கிடைத்து விடுகிறாள்.

அதே தவறை செய்த பெண் , நிறைய விமர்சனங்களையும் , கேலி , கிண்டல் ,வக்கிரமான பேச்சு , பார்வை என்று எல்லா வகையிலும் நிந்திக்கப்படுகிறாள்.

உண்மையில் அரவிந்தன் மாதிரி எத்தனை ஆண்கள் கிடைப்பார்-
கள்.

பாபு மீண்டும் மலரோடு சேர்ந்து வாழ முடியுமா ? அப்படி யோசித்து
இருந்தால் அது நியாயமா ?? இன்று பாபு வைப் போல உண்மையில்
எத்தனை பேர் இருக்கிறார்கள்.

கதைக்காக பாபு நல்லவன் சதியால் பாதிக்கப்பட்டவன் என்று
சொல்லலாம் .

உண்மையில் எத்தனை தகப்பன்கள் , தன் குழந்தையை அடுத்தவன்
பொறுப்பில் (தாயின் மறுமணம் காரணமாக) விட்டு வைத்து இருக்-
கிறீர்கள்.

இங்கே எதுவும் கதை அல்ல , வாழ்க்கை நிகழ்வுகளின் கோர்வை
தான்.

இரண்டாவது திருமணம் வரம் அல்ல என்பது உண்மைதான். யாரும்
வேண்டும் விஷயமல்ல , ஆனால் இரண்டாவது வாழ்க்கையையும்
நரகம் என்று சொன்னால் அடிப்படையில் பிரச்சனை நம்மிடம் தான்
இருக்கிறது.

அதிக எதிர்பார்ப்பு வாழ்க்கைக்கு ஆபத்தானது. குற்றங்களை தூரத்-
தில் வைத்து பாருங்கள். குழந்தைகளை கண் முன்னே வைத்து யோசித்-
துப் பாருங்கள்.

உங்கள் ஆதரவு தொடரவேண்டும்

நன்றி
தரஹி கண்ணன் .